ഗ്രീൻ ബുക്സ്
ഒരു കിളി പാട്ട് മൂളവേ...
രവിമേനോൻ

ചലച്ചിത്ര സംഗീത ഗവേഷകൻ, എഴുത്തുകാരൻ.
മലപ്പുറം ജില്ലയിലെ എടരിക്കോട് ജനനം.
വിദ്യാഭ്യാസം: വയനാട്ടിലെ ചുണ്ടേൽ ആർ സി ഹൈസ്കൂൾ, കോഴിക്കോട് ദേവഗിരി കോളേജ്, കാലിക്കറ്റ് യൂണിവേഴ്സിറ്റിയിൽ ഒന്നാം റാങ്കോടെ പത്രപ്രവർത്തനത്തിൽ ബിരുദം. കേരള കൗമുദി പത്രത്തിൽ സബ് എഡിറ്ററായി മാധ്യമ പ്രവർത്തനം ആരംഭിച്ച രവി മേനോൻ പിന്നീട് വർത്തമാനം, ഇന്ത്യൻ എക്സ്പ്രസ് എന്നീ പത്രങ്ങളിൽ പ്രവർത്തിച്ചു. ഒരു വ്യാഴവട്ടത്തിലേറെ കാലം ഇന്ത്യൻ എക്സ്പ്രസ്സിന്റെ സ്പോർട്സ് ലേഖകനായിരുന്നു. നിരവധി കൃതികൾ രചിച്ചിട്ടുണ്ട്. ജനപ്രിയ സംഗീതത്തെക്കുറിച്ച് വിവിധ ആനുകാലികങ്ങളിൽ എഴുതിവരുന്നു.

പുരസ്കാരങ്ങൾ: മികച്ച ചലച്ചിത്ര ലേഖനത്തിനുള്ള സംസ്ഥാന സർക്കാർ അവാർഡ്, കേരള സാഹിത്യ അക്കാദമിയുടെ സി.ബി. കുമാർ എൻഡോവ്മെന്റ് അവാർഡ്, മികച്ച സ്പോർട്സ് ലേഖകനുള്ള കോഴിക്കോട് പ്രസ് ക്ലബ്ബിന്റെ മുഷ്താഖ് അവാർഡ്, സംഗീത ഗവേഷണ ഗ്രന്ഥത്തിനുള്ള സ്വരലയ ഈണം അവാർഡ്, മികച്ച സംഗീത പുസ്തകത്തിനുള്ള ബ്രഹ്മാനന്ദൻ അവാർഡ്. ഇപ്പോൾ മാതൃഭൂമി ഗ്രൂപ്പിന്റെ സംഗീതഗവേഷണവിഭാഗം മേധാവി.

സംഗീതം
ഒരു കിളി പാട്ട് മൂളവേ...

രവിമേനോൻ

ഗ്രീൻ ബുക്സ്

green books private limited
gb building, civil lane road, ayyanthole,
thrissur- 680 003, kerala, ph: +91 487-2381066, 2381039
website: www.greenbooksindia.com
e-mail: info@greenbooksindia.com

malayalam
oru kili paattu moolave...
(music)
by
ravi menon

first published june 2019
copyright reserved

cover design : black tea

branches:
thrissur 0487-2422515
palakkad 0491-2546162
thiruvananthapuram 0471-2335301
calicut 0495 4854662
kannur 0497-2763038

isbn : 978-93-88830-67-6

no part of this publication may be reproduced,
or transmitted in any form or by any means,
without prior written permission of the publisher.

GBPL/1093/2019

ഒരു കടംകഥ പോലെ...

പാട്ടിന്റെ ചിറകിലേറി ജീവിതം വീണ്ടെടുത്തവരുണ്ട്. പാട്ടിന്റെ കൈപിടിച്ച് മരണത്തിലേക്ക് നടന്നുപോയവരും. സിനിമയിലെ ഏതെങ്കിലും ഒരു പ്രത്യേക കഥാ മുഹൂർത്തം മുന്നിൽ കണ്ട്, നിരവധി പരിമിതികൾ അതിജീവിച്ചുകൊണ്ട് തികച്ചും 'പ്രൊഫഷണൽ' ആയി സൃഷ്ടിക്കപ്പെടുന്ന ഒരു ഗാനത്തിന് സാധാരണക്കാരനായ ഒരാളുടെ ഹൃദയത്തെ എങ്ങനെ ഇത്ര തീവ്രമായി സ്വാധീനിക്കാൻ കഴിയുന്നു എന്നത് ഇന്നും ഒരു കടംകഥയാണ് എനിക്ക്. ആ കടംകഥയ്ക്ക് ഉത്തരം തേടാനുള്ള ഒരു ശ്രമം മാത്രമാണ് ഈ പുസ്തകം.

എന്തുകൊണ്ട് ഒരു പാട്ട് ഇഷ്ടപ്പെടുന്നു എന്ന ചോദ്യത്തിന് യുക്തിസഹമായ ഉത്തരങ്ങൾ ഇല്ല പലർക്കും. ചിലപ്പോൾ വരികളോടുള്ള സ്നേഹം കൊണ്ടാകാം; അല്ലെങ്കിൽ ഈണത്തോട്. അതുമല്ലെങ്കിൽ ആലാപന വശ്യതയോട്. ആദ്യശ്രവണമാത്രയിൽ ആ ഗാനം പകർന്ന അനുഭൂതിയുടെ ഓർമ്മയിലുമാകാം. ഇതൊന്നുമല്ലാതെയും പാട്ടിനോട് സ്നേഹം തോന്നും ചിലർക്ക്, ബാലിശമെന്ന് തോന്നാവുന്ന കാരണങ്ങളാൽ. "വളരെ ബുദ്ധിമുട്ടി, പ്രതീക്ഷയോടെ നാം ചെയ്യുന്ന പാട്ടുകൾ ജനം സ്വീകരിക്കണമെന്നില്ല. ഒട്ടും പ്രതീക്ഷിക്കാത്തവ കയറി ഹിറ്റാകുകയും ചെയ്യും. നമ്മളൊന്നും സങ്കല്പിക്കുക പോലും ചെയ്യാത്ത എത്രയോ ഘടകങ്ങൾ ഉണ്ട് പാട്ടിനോടുള്ള ജനത്തിന്റെ ഇഷ്ടത്തിന് പിന്നിൽ. മനുഷ്യമനസ്സിന്റെ നിഗൂഢത എന്നല്ലാതെ മറ്റെന്തു വിളിക്കും നാം അതിനെ?" അന്തരിച്ച സംഗീത സംവിധായകൻ ജോൺസൺ മാസ്റ്ററുടെ വാക്കുകൾ.

പാട്ടിനു പിറകെയുള്ള അനന്തമായ അലച്ചിലി
നിടയിൽ കണ്ടുമുട്ടിയ അപൂർവ വ്യക്തിത്വങ്ങൾ.
അറിയപ്പെടുന്നവരും അല്ലാത്തവരുമുണ്ട് അവരിൽ.
ആ മനുഷ്യരുടെ വാക്കുകളിലൂടെ, വിചിത്രമായ
അനുഭവങ്ങളിലൂടെ മാഞ്ഞുപോയ ഒരു കാലം
വീണ്ടെടുക്കാൻ 'ഒരു കിളി പാട്ടു മൂളവേ...'
കുറച്ചെങ്കിലും നിങ്ങളെ സഹായിക്കുമെങ്കിൽ
ഈ ശ്രമം പാഴായില്ല എന്നർത്ഥം...

രവിമേനോൻ

ഉള്ളടക്കം

ഒരു കിളി പാട്ടു മൂളവേ... 09
ഏകാകിയായ ആ വിഷുപ്പക്ഷി ഇവിടെയുണ്ട് 16
പ്രണയസ്വരങ്ങൾ ഒഴുകിയ പകൽ 20
ജൽത്തെ ഹേ ജിസ്കേലിയെ 25
യക്ഷിയും ഒടിയനും പിന്നെ ജി.കെ. പിള്ളയും 29
സിസ്റ്റർ, എന്നെ ഓർമ്മയുണ്ടോ? 34
മരണതീരത്തേക്ക്, പാട്ടിന്റെ കൈപിടിച്ച്... 39
അനുരാധയുടെ അമ്മ; മലയാളത്തിന്റെ 'മകൾ' 42
'ഗോളടിച്ചത്' യേശുദാസ്; കപ്പ് നേടിയത് വിജയൻ 46
ബഡി ദൂർ സെ ആയേ ഹേ... 49
അരങ്ങിതിൽ ആളൊഴിഞ്ഞു 53
നസീം പാടുന്നു, ഹൃദയംകൊണ്ട് 56
ജാനെ കഹാം ഗയേ വോ ദിൻ... 60
തോട്ടുംകരയിൽ വിമാനമിറങ്ങിയ കാലം 63
മാനത്തൊരു മയിലാട്ടം, പീലിത്തിരുമുടിയാട്ടം 67
മധുരമധുരമീ മധുപാനം 71
'അരികിൽ നീ' ഒരു വിഷാദഗാനം കൂടിയാണ് 75
ഒരു ശ്യാമരാഗത്തിന്റെ ഓർമ്മയ്ക്ക് 79
ഓർമ്മയിലെ വേണുനാദം 83
സ്നേഹദീപം മിഴി തുറന്ന നിമിഷം 88
ഒരു ദലം മാത്രം 94
ചിത്രയെ ചിത്രയാക്കിയ സ്നേഹഗായകൻ 97
ദാ, ഇവിടെയുണ്ട് ആ പാട്ടുകാരി 102
ബ്രഹ്മാനന്ദനെ സ്നേഹിച്ച ബിജു 105
ഭാഗ്യമില്ലാത്ത ഈ പേര് മാറ്റിക്കൂടേ? 109

അനുബന്ധം

പന്തുകളി, പാട്ട്, ജീവിതം 111

ഒരു കിളി പാട്ടു മൂളവേ...

പാട്ടു കേട്ടാണ് ഞെട്ടിയുണർന്നത്. ഹോട്ടൽ മുറിയിലെ ഏകാന്ത മൂകതയിലേക്ക് ആർദ്രമായ ഒരു പ്രണയഗാനം ഒഴുകിവരുന്നു; 'കൊഹ്റാ' എന്ന ചിത്രത്തിൽ ഹേമന്ത് കുമാർ മുഖർജി ഈണമിട്ട് പാടി അനശ്വര മാക്കിയ പാട്ട്:

"യേ നയൻ ഡരേ ഡരേ
യേ ജാൻ ഭരേ ഭരേ, സരാ പീനേ ദോ..."

ആദ്യം തോന്നിയത് ഈർഷ്യയാണ്. സുഖകരമായ ഉറക്കം ഇടയ്ക്കു വെച്ചു മുറിഞ്ഞുപോയതിലുള്ള ദേഷ്യം. പാതിരയ്ക്ക് പൊടുന്നനെ എവിടുന്നാണീ ഗാനപ്രവാഹം? തൊട്ടപ്പുറത്തെ മുറിയിൽ നിന്നാവണം. അഗാധഗാംഭീര്യമാർന്ന ശബ്ദവും ഭാവദീപ്തമായ ആലാപനവും. കൊൽക്കത്ത ലെയ്ക്ക് മാർക്കറ്റിനടുത്തുള്ള കോമളവിലാസ് എന്ന പുരാതന ഹോട്ടലിലെ പഴമയുടെ ഗന്ധമുള്ള മുറികളിലൊന്നിൽ ഉറക്ക ച്ചടവോടെ ആ നിശാഗാനമേള കേട്ടു കിടക്കേ, കോപം കൗതുകത്തിന് വഴിമാറുന്നു. ഹേമന്ത് കുമാറിന്റെ പാട്ടുകൾ മാത്രമേ പാടുന്നുള്ളൂ അജ്ഞാതഗായകൻ. അതും എനിക്കേറെ പ്രിയപ്പെട്ട പാട്ടുകൾ. കേട്ടാ ലും കേട്ടാലും മതിവരാത്തവ:

ന തും ഹമേ ജാനോ...
തും പുകാർ ലോ...
നയൻ സോ നയൻ...
യാദ് കിയാ ദിൽ നേ കഹാം ഹോ തും...
യേ രാത് യേ ചാന്ദ്നി ഫിർ കഹാം...
ജാനേ വോ കൈസേ...

ഓരോ ഗാനവും ഓരോ അപൂർവ്വസുന്ദര ശില്പം. പാടുന്നതാരായാ ലും ഒരിക്കലും നിലയ്ക്കാതിരിക്കട്ടെ ഈ മെഹ്ഫിൽ.

ഹിന്ദിയും ബംഗാളിയും മാറിമാറി വന്നു നിറയുന്നു പാട്ടുകളിൽ. ഇട യ്ക്കിടെ കുപ്പിവള വീണു ചിതറും പോലെ ഒരു പെൺചിരി. അപ്പോൾ, ഗായകൻ ഒറ്റയ്ക്കല്ല. കേൾക്കാൻ ഒരു കൂട്ടുകാരി കൂടിയുണ്ട്. അവൾക്കു വേണ്ടി പാടുകയാവണം അയാൾ, ശബ്ദത്തിൽ പ്രണയം നിറച്ച്. രസം

തോന്നി. കാമുകീകാമുകന്മാരാകുമോ, അതോ ഭാര്യാഭർത്താക്കന്മാരോ? ആരുമാകട്ടെ. ഒരു കാര്യത്തിൽ മാത്രമേ ഉണ്ടായിരുന്നുള്ളൂ സംശയം. എന്തുകൊണ്ട് ഹേമന്ത് കുമാറിന്റെ പാട്ടുകൾ മാത്രം പാടുന്നു ഈ ഗായകൻ? കൗമാര യൗവനകാലത്തിന്റെ ഓർമ്മകൾ മുഴുവൻ പീലി വിടർത്തി നിൽക്കുന്ന ആ പാട്ടുകളിൽ സ്വയം നഷ്ടപ്പെട്ടു കിടക്കേ ഉറങ്ങിപ്പോയത് അറിഞ്ഞില്ല. ഉറക്കത്തിൽപോലും ഹേമന്തിന്റെ ശബ്ദ ത്തിനൊപ്പം അലഞ്ഞുനടക്കുകയായിരുന്നില്ലേ ഉപബോധമനസ്സ്?

പിറ്റേന്ന് കാലത്ത് എഴുന്നേറ്റ ഉടൻ ആദ്യം ചെയ്തത് വാതിൽ തുറന്നു ചുറ്റും നോക്കുകയാണ്. അയൽമുറികളെല്ലാം പൂട്ടിക്കിടക്കുന്നു. കൊളോണിയൽ യുഗത്തിന്റെ അവശിഷ്ടം പോലെ നീണ്ടുനിവർന്നു കിടക്കുന്ന വരാന്തപോലും ശൂന്യം. അപ്പോൾ പിന്നെ തലേന്ന് രാത്രി കേട്ട പാട്ടുകളോ? ഇനി അതെല്ലാം കിനാവ് മാത്രമായിരുന്നു എന്ന് വരുമോ? അല്ലെന്നറിഞ്ഞത് പത്തു മണിക്ക് പ്രാതലുമായി മുറിയിൽ വന്ന ഹോട്ടൽ ബോയ് പറഞ്ഞാണ്.

"ഇതൊരു പുതിയ കാര്യമല്ല സർ. അവർ ഭാര്യാഭർത്താക്കന്മാർ തന്നെ. പക്ഷേ, സർ കരുതുംപോലെ ചെറുപ്പക്കാരല്ല. അയാൾക്ക് എഴുപത് വയസ്സെങ്കിലും വരും. അവർക്കും നല്ല പ്രായമുണ്ട്. പക്ഷേ സുന്ദരിയാണ്. എല്ലാ കൊല്ലവും ഈ സമയത്ത് രണ്ടുപേരും ഇവിടെ വന്നു മുറി യെടുക്കും. രണ്ടു ദിവസം താമസിച്ച് മടങ്ങും. മൂന്നുനാലു കൊല്ലമായി ഞാനിത് കാണുന്നു..." കണ്ണിറുക്കി അർത്ഥം വെച്ച് ചിരിക്കുന്നു ബംഗാളി പ്പയ്യൻ.

പിന്നെ ദീർഘനിശ്വാസത്തോടെ ഇത്ര കൂടി: "അവർ ആഘോഷി ക്കട്ടെ സർ. നമുക്കോ പറ്റുന്നില്ല. അവരെങ്കിലും സുഖിക്കട്ടെ... സാറിന് പരാതിയുണ്ടെങ്കിൽ ഞാൻ റിസപ്ഷനിൽ പറയാം."

പൊടുന്നനെ ഞാൻ പറഞ്ഞു: "എന്ത് പരാതി? എനിക്കൊരു പരാതി യുമില്ല. വെറുതെ ചോദിച്ചെന്നേയുള്ളൂ."

അന്ന് രാത്രി കൊൽക്കത്ത നഗരാതിർത്തിയിലെ സോൾട്ട് ലേക്ക് സ്റ്റേഡിയത്തിൽ ഈസ്റ്റ് ബംഗാൾ - ജെ സി ടി മിൽസ് മത്സരമാണ്. ദേശീയ ലീഗ് ഫുട്ബോളിലെ നിർണായക പോരാട്ടം. ജോലിയെടുക്കുന്ന പത്രത്തിന്റെ കൊച്ചി ഓഫീസിലേക്ക് മാച്ച് റിപ്പോർട്ട് ഫാക്സ് ചെയ്ത ശേഷം ഹോട്ടലിൽ തിരിച്ചെത്തുമ്പോൾ രാത്രി പത്തു മണി. ഞരങ്ങു കയും മൂളുകയും ചെയ്യുന്ന ഗോവണിപ്പടികൾ ഓടിക്കയറി മുകളിലെ ത്തിയപ്പോൾ വരാന്തയുടെ അറ്റത്ത് ഒരാൾ നിൽക്കുന്നു. ഒരു കൈയിൽ മദ്യചഷകം. മറ്റേ കൈയിൽ പുകയുന്ന സിഗരറ്റ്. ചുണ്ടിൽ ഹേമന്ത് കുമാറിന്റെ പാട്ട്. ഇന്നലെ കേട്ട അതേ ശബ്ദം. അതേ ഭാവഗാംഭീര്യം. തൂണിൽ ചാരിനിന്ന് മുന്നിലെ കട്ടപിടിച്ച ഇരുട്ടിലേക്ക് നോക്കി മൂളുക യാണ് അയാൾ:

"ചുപ് ഹേ ധർത്തീ
ചുപ് ഹേ ചാന്ദ് സിതാരെ..."

അപ്പോൾ ഇയാളാണ് അയാൾ. പഴയ ഋഷികേശ് മുഖർജി ചിത്രങ്ങളിൽ അമിതാഭ് ബച്ചൻ ധരിച്ചു കണ്ടിട്ടുള്ള തൂവെള്ള പൈജാമയും കുർത്തയും വേഷം. നര കയറിയ നീണ്ട മുടി. സ്വർണനിറഫ്രെയിമുള്ള കണ്ണട. മധ്യവയസ്സ് എന്നേ പിന്നിട്ടെങ്കിലും കാഴ്ചയിൽ സുന്ദരൻ. മുറിയിലേക്ക് നടന്നുപോകവേ അയാൾ പാടിക്കൊണ്ടിരുന്ന പാട്ടിന്റെ അടുത്ത വരികൾ ബോധപൂർവം മൂളി ഞാൻ, തെല്ലുറക്കെ:

"ഖോയെ ഖോയെ സേ യേ മസ്ത് നസാരേ,
ഠഹരേ ഠഹരേ സേ യേ രംഗ് കേ ധാരേ."

കയ്യിലെ മധുപാത്രത്തിൽനിന്ന് ഒരു കവിളെടുത്തശേഷം പൊടുന്നനെ തിരിഞ്ഞു നോക്കുന്നു അയാൾ; തെല്ലൊരു അദ്ഭുതത്തോടെ... ഒരു ഹേമന്ത് ഭ്രാന്തൻ മറ്റൊരു ഭ്രാന്തനെ തിരിച്ചറിഞ്ഞ നിമിഷം.

"അരേ ബാബ, ഡു യു ലൈക് ഹേമന്ത്ദാ?" മുഖവുരയൊന്നും കൂടാതെ അയാളുടെ ചോദ്യം.

"യാ.. ഹി ഈസ് റൈറ്റ് ഹിയർ.." നെഞ്ചിലേക്ക് വിരൽ ചൂണ്ടി എന്റെ മറുപടി.

ഹൃദയത്തിന്റെ ഉള്ളറയിലല്ലാതെ മറ്റെവിടെ സൂക്ഷിക്കും ഹേമന്തിനെ?

അതായിരുന്നു തുടക്കം. നിമിഷങ്ങൾക്കകം ചിരകാല സുഹൃത്തുക്കളായി മാറി ഞങ്ങൾ. ഹേമന്തസംഗീതത്തിന്റെ പട്ടുനൂലിൽ കോർത്ത ഗാഢസൗഹൃദം. ഇന്ദ്രനീൽ - അതാണയാളുടെ പേര്. കോളേജ് പ്രൊഫസറായി വിരമിച്ചശേഷം ഗംഗാനദീ തീരത്തെ മൂർഷിദാബാദിൽ താമസിക്കുന്നു. അത്യാവശ്യം സാഹിത്യരചനയുമുണ്ട്. ചെറുപ്പത്തിലേ നന്നായി പാടിയിരുന്നു.

"ഞാൻ ഈ പാട്ടുകൾ പാടുമ്പോൾ ആളുകൾ പറയും ഹേമന്ത്ദായുടെ ശബ്ദവുമായി സാമ്യം തോന്നുന്നു എന്ന്. പിന്നെപ്പിന്നെ ഈ പാട്ടുകളെ കൂടാതെ എനിക്കൊരു ജീവിതം ഇല്ലെന്ന നില വന്നു. എന്തൊരു ഫീൽ ആണ് അദ്ദേഹത്തിന്റെ ശബ്ദത്തിൽ... അമിതമായ വികാരപ്രകടനമില്ല. വളരെ ഒതുക്കത്തോടെ ആണ് പാടുക. എന്തൊക്കെയോ ഉള്ളിൽ അടക്കിപ്പിടിച്ചപോലെ. ആർക്കും അദ്ദേഹത്തിന്റെ ആലാപനത്തിലെ ആത്മാംശം അനുകരിക്കാൻ പറ്റില്ല. ഞാനൊക്കെ ശ്രമിക്കുന്നു, അത്രമാത്രം."

അവസാന പുകയെടുത്ത് സിഗരറ്റുകുറ്റി താഴെ റോഡരികിലെ ഓടയിലേക്ക് വലിച്ചെറിഞ്ഞുകൊണ്ട് ഇന്ദ്രനീൽ ഇത്രയും കൂടി പറഞ്ഞു: "ഇനിയെനിക്ക് ഒരാഗ്രഹമേ ഉള്ളൂ. ഹേമന്ത്ദായുടെ ഒരു പാട്ട് പാടിക്കൊണ്ട് മരിക്കണം. അവസാന ശ്വാസത്തിലും കലരണം ആ പാട്ട്."

അദ്ഭുതം തോന്നിയില്ല എനിക്ക്. മുൻപും കേട്ടിട്ടുണ്ടല്ലോ. പാട്ടുപ്രേമികളുടെ അത്തരം കിറുക്കൻ ആഗ്രഹങ്ങൾ.

പാതി ചാരിയ വാതിലിനപ്പുറത്തേക്ക് കണ്ണുകൾ അറിയാതെ നീണ്ടു ചെല്ലുന്നു. ഇന്നലെ കേട്ട പെൺശബ്ദത്തിന്റെ ഉടമ ഇപ്പോൾ എന്ത് ചെയ്യുകയാവണം? ഭർത്താവിന്റെ പാതിരാഗാനമേള ആസ്വദിക്കാൻ തയ്യാറെടുക്കുകയായിരിക്കുമോ? സുന്ദരിയായിരിക്കുമോ അവർ? ഉള്ളിലെ പത്രലേഖകന്റെ ആകാംക്ഷ അടങ്ങുന്നില്ല. ഒട്ടും അസ്വാഭാവികത തോന്നാൻ ഇട നൽകാതെ ചോദിച്ചു:

"സാറിന്റെ ഭാര്യ ഉറങ്ങിയിരിക്കും അല്ലേ?" ഒന്നും മിണ്ടാതെ കുറച്ചു നേരം പകച്ചുനിന്നു ഇന്ദ്രനീൽ. എന്നിട്ട് ഉറക്കെ പൊട്ടിച്ചിരിച്ചു. ഇടയ്ക്ക് ചുമച്ചിട്ടും കണ്ണുകൾ നിറഞ്ഞിട്ടും നിർത്താതെ ചിരിച്ചുകൊണ്ടിരുന്നു അയാൾ.

ചിരിക്കൊടുവിൽ സ്നേഹപൂർവ്വം എന്റെ ചുമലിൽ തൊട്ട് അയാൾ പറഞ്ഞു: "ഭാര്യയോ? ആറു വർഷമായി അവൾ വിട്ടുപിരിഞ്ഞിട്ട്. കാൻസർ ആയിരുന്നു."

ഒട്ടും പ്രതീക്ഷിക്കാത്ത ഉത്തരമായിരുന്നതുകൊണ്ട് കുറച്ചുനേരം നിശ്ശബ്ദനായി നിന്നു ഞാൻ. പിന്നെ 'സോറി' പറഞ്ഞു.

"സ്വന്തം ഭാര്യയുടെ മരണത്തെക്കുറിച്ച് പറയുമ്പോൾ എന്താണിത്ര ചിരിക്കാൻ എന്നോർക്കുന്നുണ്ടാകും. അല്ലേ? അതവൾക്ക് ഞാൻ കൊടുത്ത വാക്കാണ്. ചിരിയോടെ മാത്രമേ അവളെ കുറിച്ച് ഓർക്കാവൂ എന്നാണ് നിബന്ധന. ഇതാ ഈ നിമിഷം വരെ ഞാനത് പാലിച്ചിട്ടേയുള്ളൂ." ഇന്ദ്രനീലിന്റെ ശബ്ദം തെല്ലൊന്ന് ഇടറിയോ?

"വരൂ, നമുക്ക് ഇരുന്നു സംസാരിക്കാം." സ്വന്തം മുറിയിലേക്ക് എന്നെ ഭവ്യതയോടെ ക്ഷണിക്കുന്നു അദ്ദേഹം. "ഇപ്പോൾ നിങ്ങളുടെ മനസ്സിലുള്ള ചോദ്യം എന്തായിരിക്കുമെന്ന് നിങ്ങൾ പറയാതെ തന്നെ എനിക്കറിയാം. ഇന്നലെ രാത്രി കേട്ട ആ ശബ്ദം ആരുടേതാണ് എന്നല്ലേ?" കട്ടിലിൽ ചാരിയിരുന്ന് തലയിണ എടുത്ത് മടിയിൽ വെച്ചുകൊണ്ട് അദ്ദേഹം പറഞ്ഞു. സത്യമായിരുന്നു. എനിക്കെന്നല്ല, ആർക്കും തോന്നാവുന്ന സംശയം. "നിങ്ങളുടെ ഊഹം ശരിയാണ്. അവൾ എന്റെ കാമുകിയാണ് അവന്തിക. ഷി ഈസ് മൈ നോട്ടി ലിറ്റിൽ സ്വീറ്റ് ഹാർട്ട്. ഞാൻ അവളെ വിളിക്കുന്നതെന്തെന്ന് അറിയുമോ? രാധ. ഹേമന്ത് ദായുടെ സ്വന്തം സിനിമ ബീസ് സാൽ ബാദിലെ വഹീദാ റഹ്മാൻ കഥാപാത്രത്തിന്റെ പേര്. തമ്മിൽ കണ്ടു സ്നേഹിച്ചുതുടങ്ങുമ്പോഴേ വിളിച്ചുതുടങ്ങിയതാണ്. ഇപ്പോഴും എനിക്കവൾ രാധ തന്നെ. അവൾക്ക് ഞാൻ നീലും."

ആറോ ഏഴോ പെഗ് അകത്താക്കിക്കഴിഞ്ഞിരുന്നതുകൊണ്ട് ശബ്ദത്തിന് അല്പം ഇഴച്ചിൽ ബാധിച്ചിരുന്നെങ്കിലും ഇന്ദ്രനീൽ സംസാരിക്കുന്നത് ഹൃദയത്തിൽ നിന്നാണെന്ന് തോന്നി എനിക്ക്. കണ്ണുകൾ കളവ് പറയില്ലല്ലോ.

ഇനിയൊരിക്കലും കണ്ടുമുട്ടില്ലെന്ന് ഉറപ്പുള്ളതിനാലാകണം, കട്ടിലിൽ ചാഞ്ഞിരുന്ന് സ്വന്തം ജീവിതകഥ പറഞ്ഞു ഇന്ദ്രനീൽ. സിനിമ പോലെ രസകരമായ കഥ. "ഞങ്ങൾ ഒരേ കോളേജിൽ പഠിച്ചതാണ്. ഞാനും രാധയും. എന്നേക്കാൾ മൂന്ന് വർഷം ജൂനിയർ ആയിരുന്നു അവൾ. ഒരിക്കൽ കാന്റീനിൽ ഇരുന്ന് കൂട്ടുകാർക്കുവേണ്ടി ഹേമന്തിന്റെ പാട്ടുകൾ പാടിക്കൊണ്ടിരിക്കേ എന്നെ കാണാൻ വന്നു അവൾ. ഇപ്പോഴും ഓർമ്മയുണ്ട് ആ രൂപം. വലിയൊരു പൊട്ട്. കുഞ്ഞു നേപ്പാളിക്കണ്ണുകൾ മാലാ സിൻഹയെപോലെ. രണ്ടു കൈയിലും കളിമൺ വളകൾ. എന്നെപ്പോലെ ഹേമന്ത്കുമാറിന്റെ ആരാധികയാണ് അവളും. വെറുതെ കണ്ടു പരിചയപ്പെടാനാണ് അവൾ വന്നത്. എങ്കിലും അന്ന് യാത്ര പറഞ്ഞുപിരിയുമ്പോൾ ഇത്തിരിപ്പോന്ന ആ കണ്ണുകളിലെ തിളക്കം ഞാൻ ശ്രദ്ധിച്ചു. ഇത് അപകടമാണല്ലോ എന്ന് മനസ്സിലോർത്തു. അതായിരുന്നു തുടക്കം. പിന്നീട് വളരെ വർഷങ്ങൾക്കുശേഷം കൊൽക്കത്ത യൂണിവേഴ്സിറ്റിയുടെ ഒരു ചടങ്ങിൽവെച്ച് ഹേമന്ത്കുമാറിനെ ആദ്യമായി നേരിൽ കണ്ടപ്പോൾ ഞാൻ അദ്ദേഹത്തോട് പറഞ്ഞിട്ടുണ്ട്, അങ്ങാണ് എന്നെ കാമുകനാക്കി മാറ്റിയത് എന്ന്..." ഇന്ദ്രനീൽ ചിരിച്ചു.

പരിചയം മെല്ലെ പ്രണയമായി വളരുന്നു. അതൊരു സാധാരണ പൈങ്കിളി പ്രണയമായിരുന്നില്ല. നന്നായി വായിക്കുകയും ചിന്തിക്കുകയും ചെയ്യുന്ന ഇടതുപക്ഷ മനഃസ്ഥിതിയുള്ള രണ്ടു പേർ തമ്മിലുള്ള ഗൗരവമാർന്ന പ്രണയം.

"ജീവിതത്തിലെ ഏറ്റവും സുന്ദരമായ കാലമായിരുന്നു അത്. സിനിമയിലെ നായികാനായകന്മാരെ പോലെ എല്ലാം പരസ്പരം പങ്കുവെച്ചു മദിച്ചു നടന്നു ഞങ്ങൾ. സാമ്പത്തികമായി അത്ര നല്ല നിലയിലല്ല അന്ന് എന്റെ കുടുംബം. പേരിനൊരു ജോലി പോലുമില്ല. അവളുടെ കുടുംബമാകട്ടെ, വലിയ തറവാടികൾ. പണക്കാരും. അച്ഛൻ കവിയും സ്വാതന്ത്ര്യസമരസേനാനിയുമൊക്കെ ആയിരുന്നു. പക്ഷേ, മകളുടെ വിവാഹക്കാര്യം വന്നപ്പോൾ ആൾ കർക്കശക്കാരനായി. നല്ലൊരു ആലോചന ഒത്തുവന്നതും അദ്ദേഹം മകളെ കെട്ടിച്ചുവിട്ടു. കരഞ്ഞുകൊണ്ട് അവളെന്നെ അവസാനമായി കാണാൻ വന്നത് ഓർമ്മയുണ്ട്. വിവാഹം കഴിക്കാം എന്ന് ഉറപ്പുകൊടുത്തിരുന്നെങ്കിൽ ക്ഷമയോടെ എത്രകാലം വേണമെങ്കിലും എന്നെ കാത്തിരുന്നേനേ അവൾ. പക്ഷേ ആ ഉറപ്പ് കൊടുക്കാൻ പറ്റുന്ന അവസ്ഥയിലായിരുന്നില്ല ഞാൻ. അതിനുള്ള ധൈര്യവും ഉണ്ടായില്ല. ഇന്നോർക്കുമ്പോൾ എന്നെക്കുറിച്ചു തന്നെ ലജ്ജ തോന്നും."

അവന്തിക എന്ന രാധ താമസിയാതെ പ്രശസ്തനായ ഒരു ന്യൂറോ സർജന്റെ ഭാര്യയായി; മൂന്നു വർഷങ്ങൾക്കുശേഷം ഇന്ദ്രനീൽ ഒരു സ്കൂൾ അധ്യാപികയുടെ ഭർത്താവും. ഗോഹട്ടി മെഡിക്കൽ കോളേജിലായിരുന്നു രാധയുടെ ഭർത്താവിന് ജോലി; ഇന്ദ്രനീലാകട്ടെ കോളേജ് ഉദ്യോഗവുമായി കൊൽക്കത്തയിലും. പിന്നീടൊരിക്കലും പരസ്പരം

കാണാനുള്ള അവസരം ഉണ്ടായില്ല. എങ്കിലും പഴയ പ്രണയിനിയെ പൂർണ്ണമായി മറക്കാൻ കഴിഞ്ഞില്ല നീലിന്. മരിക്കുന്നതിന് മുൻപ് ഒരിക്കലെങ്കിലും കാണണമെന്നുണ്ടായിരുന്നു. നടക്കില്ലെന്നറിഞ്ഞു കൊണ്ടു തന്നെ വെറുതെ ഒരു മോഹം. പക്ഷേ വിധി അവിടെയും ഇടപെട്ടു. നാല്പതു വർഷത്തിന് ശേഷം തികച്ചും യാദൃച്ഛികമായി ഇന്ദ്രനീലും രാധയും കണ്ടു. ഇത്തവണയും നിമിത്തമായത് ഹേമന്ത്കുമാർ തന്നെ. "കൊൽക്കത്തയിൽ ഹേമന്ത് ഉത്സവ് എന്ന പേരിൽ ഒരു സംഗീത പരിപാടി നടക്കുന്നു. ഹേമന്ത് ദായുടെ പാട്ടുകൾ പാടുന്ന അമേചർ ഗായകരുടെ ഒരു അപൂർവ സംഗമം. ഞാനുമുണ്ട് പാട്ടുകാരുടെ കൂട്ടത്തിൽ. ഏറെ പ്രിയപ്പെട്ട 'അമി ദൂർ ഹോത്തെ തൊമാരി ദേഖേചി' എന്ന പാട്ട് പാടി ബാക്ക് സ്റ്റേജിൽ വന്നപ്പോൾ ഒരു സ്ത്രീ എന്നെ കാത്തുനിൽക്കുന്നു അവിടെ. വെളിച്ചക്കുറവുണ്ടായിരുന്നതിനാൽ ആദ്യം ആരെന്ന് മനസ്സിലായില്ല. സാരി തലയിലൂടെ വലിച്ചിട്ടിരിക്കുകയാണ്. പക്ഷേ, ആ ശബ്ദം കേട്ടയുടൻ ഞാൻ ഞെട്ടി. ഹൃദയമിടിപ്പ് കൂടി. "ഈശ്വരാ... ഇതാ വന്നിരിക്കുന്നു എന്റെ രാധ. ആ അരണ്ട വെളിച്ചത്തിലും അവളുടെ കണ്ണുകളിലെ നീർമണിത്തിളക്കം കണ്ടു ഞാൻ..." അങ്ങേയറ്റം വികാരനിർഭരമായ മുഹൂർത്തം. മുടിയിൽ നര കയറിത്തുടങ്ങിയിരുന്നെങ്കിലും പഴയതിനേക്കാൾ സുന്ദരിയായിരുന്നു അവൾ എന്ന് തോന്നി നീലിന്.

വിധിനിയോഗമായിരുന്നു ആ പുനഃസമാഗമം. ഹേമന്തിന്റെ പാട്ടുകൾ കേൾക്കാൻ കൊതിച്ചു വന്നതാണ് രാധ. പഴയ കാമുകൻ പാടുന്നുണ്ടെന്ന് അറിഞ്ഞിട്ടല്ല. "അവളുടെ ഭർത്താവ് ഒരു റോഡപകടത്തിൽ മരിച്ചിട്ട് വർഷങ്ങളായിരുന്നു. എന്റെ ഭാര്യ യാത്രയായിട്ട് ഒരു വർഷവും. ഞങ്ങൾക്ക് രണ്ടുപേർക്കും ഓരോ പെണ്മക്കൾ. വിവാഹിതരായി വിദേശത്ത് കഴിയുന്നു അവർ. അധികം കൂട്ടുകാരില്ല ഞങ്ങൾക്കിരുവർക്കും. വിരസമായിത്തുടങ്ങിയ ജീവിതത്തിൽ എന്നെപ്പോലെ അവൾക്കും സംഗീതമാണ് ആകെയുള്ള കൂട്ട്. ആ രാത്രി ഏറെ നേരം സംസാരിച്ചു ഞങ്ങൾ. നഗരത്തിലൂടെ അലക്ഷ്യമായി നടന്നു. വഴിയോരത്തുനിന്ന് രസഗുള കഴിച്ചു. ഗോഹട്ടിയിലേക്കുള്ള ആ രാത്രിയിലെ ഫ്ളൈറ്റ് അവൾ മിസ് ചെയ്തു. ഒരുമിച്ച് ഹോട്ടലിൽ മുറിയെടുത്തു താമസിക്കുകയല്ലാതെ വേറെ വഴിയുണ്ടായിരുന്നില്ല. തെല്ലൊരു സങ്കോചത്തോടെയാണ് ആ നിർദ്ദേശം ഞാൻ മുന്നോട്ടു വെച്ചത്. എങ്ങനെയാകും പ്രതികരണം എന്നറിയില്ലല്ലോ. പക്ഷേ, അവൾ എതിർത്തതേയില്ല. ആ പഴയ തിളക്കം വീണ്ടും അവളുടെ കണ്ണുകളിൽ കണ്ടപോലെ." കോമളവിലാസിലാണ് മുറി കിട്ടിയത്. ഹോട്ടലിൽ ഒരുമിച്ചു താമസിക്കുന്ന രണ്ട് മുതിർന്ന ദമ്പതിമാരെ ആരു സംശയിക്കാൻ? നീലിനും രാധയ്ക്കും അതൊരു പുതിയ തുടക്കമായിരുന്നു. അന്ന് യാത്ര പറഞ്ഞുപിരിയുമ്പോൾ തീരുമാനിച്ചു, വർഷം തോറും കണ്ടുമുട്ടി സൗഹൃദം പുതുക്കണമെന്ന്. എല്ലാ വർഷവും രണ്ടു

ദിവസം നീലും രാധയും കൊൽക്കത്തയിൽ വരും. കോമളവിലാസ് ഹോട്ടലിൽ തങ്ങും. നാല് വർഷം പിന്നിടുന്നു അവരുടെ പുതുജീവിതം.

ഇന്ന് മുഴുവൻ ഞങ്ങൾ ഈ നഗരത്തിൽ അലഞ്ഞു. പണ്ട് കൈ കോർത്ത് നടന്നുപോയ വഴികളിലൂടെ വീണ്ടും നടന്നു, ഇഷ്ടപ്പെട്ട പുസ്തകങ്ങൾ തേടിനടന്ന സെക്കന്റ് ഹാൻഡ് ബുക്സ്റ്റാളുകളിൽ വീണ്ടും കയറിയിറങ്ങി. പാർക്കുകളിലെ സിമന്റ് ബെഞ്ചുകളിൽ ചെന്നിരുന്ന് ഹേമന്തിന്റെ പാട്ടുകൾ പാടി. സിനിമ കണ്ടു. ഒരു മിനിറ്റ് പോലും പാഴാക്കിയില്ല. പത്തുമുപ്പതു കൊല്ലം ഒറ്റയടിക്ക് ശരീരത്തിൽ നിന്നും മനസ്സിൽനിന്നും കൊഴിഞ്ഞുപോയപോലെ. വൈകുന്നേരം അവളെ ഗോഹട്ടിയിലേക്ക് ഫ്ളൈറ്റ് കയറ്റിവിറ്റിട്ടാണ് ഞാൻ മടങ്ങിയത്. ഇപ്പോൾ ആകെ ഒരു ശൂന്യത. നിങ്ങളെ കണ്ടില്ലെങ്കിൽ ഒരുപക്ഷേ ഭ്രാന്തു പിടിച്ചേനേ. ഇന്ന് രാത്രി മദ്യമാണ് എന്റെ തോഴി. യാത്ര പറയുമ്പോഴത്തെ അവളുടെ മുഖഭാവം മറക്കാൻ പറ്റുന്നില്ല. ഇനി ഒരു വർഷം കാത്തിരിക്കണ്ടേ തമ്മിൽ കാണാൻ എന്നോർക്കുമ്പോൾ...” ഒരു നിമിഷം പഴയ ടീനേജ് കാമുകനായി മാറുന്നു ഇന്ദ്രനീൽ.

കഥ കേട്ടു തീർന്നപ്പോൾ ചോദിച്ചുപോയി: “സർ, നിങ്ങളുടെ രണ്ടു പേരുടെയും മക്കൾ അറിയുമോ ഈ രഹസ്യ സമാഗമം?” പകച്ചുപോയിരിക്കണം ഇന്ദ്രനീൽ. കയ്യിലെ ഗ്ലാസിൽ അവശേഷിച്ച മദ്യം ഒറ്റ വലിക്ക് കുടിച്ചുതീർത്തശേഷം എന്റെ മുഖത്ത് നോക്കി ഒരു പ്രത്യേക ചിരി ചിരിച്ചു അയാൾ. ലജ്ജ കലർന്ന ചിരി. പിന്നെ ഒഴിഞ്ഞ ഗ്ലാസ് മേശപ്പുറത്തുവെച്ച് പറഞ്ഞു: “ശുഭരാത്രി, സുഹൃത്തേ. ഇനി നമ്മൾ കണ്ടില്ലെന്നിരിക്കും. ഇന്ന് ഞാൻ പറഞ്ഞ കഥകളെല്ലാം മറന്നുകളയുക. പോകുമ്പോൾ ആ വാതിൽ ഒന്നടച്ചേക്കുക.”

ഗുഡ്നൈറ്റ് പറഞ്ഞ് പുറത്തു വന്ന് വാതിൽ ചാരിയിട്ടും മനസ്സിൽ നിന്ന് മായുന്നില്ല ഇന്ദ്രനീലിന്റെ മുഖത്തെ ഭാവപ്പകർച്ച. എന്തായിരിക്കും ആ ചിരിയിലൂടെ അയാൾ പറഞ്ഞത്? അറിയില്ല. ഉള്ളിൽ ഹേമന്ത് കുമാർ പാടിക്കൊണ്ടേയിരിക്കുന്നു ശർത്ത് എന്ന ചിത്രത്തിലെ ആ പ്രശസ്ത ഗാനത്തിന്റെ വരികൾ...

“നയേ ചാന്ദ് ഹോഗാ ന താരേ രഹേംഗേ,
മഗർ ഹം ഹമേശാ തുംഹാരേ രഹേംഗേ...”

ഈ ചന്ദ്രനും താരകളും ഒക്കെ ഇല്ലാതായാലും എന്നും നിന്റേതു മാത്രമായിരിക്കും ഞാൻ... നിന്റേതു മാത്രം.

■

ഷെറിൻ: ഏകാകിയായ വിഷുപ്പക്ഷി

സിനിമയ്ക്കുവേണ്ടി ഷെറിൻ പീറ്റേഴ്സ് ആദ്യം പാടി റെക്കോർഡ് ചെയ്തത് വിരഹിണിയായ ഒരു വിഷുപ്പക്ഷിയുടെ പാട്ട്. നാല്പതു വർഷങ്ങൾക്കിപ്പുറവും ഏകാകിയായ ആ പക്ഷി ഷെറിന്റെ ഉള്ളിൽ പാടിക്കൊണ്ടേയിരിക്കുന്നു, തെല്ലൊരു നഷ്ടബോധത്തോടെ.

സംഗീതവേദികളിൽ നിന്നും റെക്കോർഡിംഗ് സ്റ്റുഡിയോകളിൽ നിന്നുമെല്ലാം ഏറെ അകലെ, ഏകാന്തതയുടെ തീരത്താണിപ്പോൾ ഷെറിൻ. ചെന്നൈ നുങ്കംപാക്കത്തെ വീട്ടിൽ, ശരീരത്തിന്റെ ഭാഗമായിക്കഴിഞ്ഞ ചക്രക്കസേരയിലിരുന്ന് ജനാലയിലൂടെ അനന്തമായ ആകാശ നീലിമ ആസ്വദിക്കും കുറെ നേരം. രാത്രികളിൽ റിയാലിറ്റി ഷോകളിലെ കൊച്ചുകുട്ടികളുടെ നിഷ്കളങ്കമായ സംഗീതപ്രകടനം ടി.വിയിൽ കാണും. പാടാറില്ല. പാട്ടിനൊപ്പം എല്ലാം മറന്ന് ഒഴുകിനടന്ന ഭൂതകാലത്തെക്കുറിച്ച് അധികം ചിന്തിക്കാറുമില്ല.

"ഭാവിയെ ചൊല്ലിയാണ് ഇന്നെന്റെ ആശങ്ക മുഴുവൻ. ഒറ്റയ്ക്കായിപ്പോകാതിരിക്കാൻ ദൈവത്തോട് അകമഴിഞ്ഞ് പ്രാർത്ഥിക്കുന്നു. സന്തോഷമുള്ള കാര്യങ്ങൾ മാത്രം ഓർക്കാൻ ശ്രമിക്കുന്നു. കൂട്ടിലടയ്ക്കപ്പെട്ട ഒരു കിളിക്ക് മറ്റെന്ത് ചെയ്യാൻ കഴിയും?"

പാടിയ ആദ്യ ഗാനത്തിലൂടെ തന്നെ ആസ്വാദകരുടെ ഒരു തലമുറയെ പാട്ടിലാക്കിയ ഗായിക ചിരിക്കുന്നു; നേർത്ത വിഷാദസ്പർശമുള്ള ചിരി.

ഷെറിൻ പീറ്റേഴ്സിനെ മറന്നാലും ഷെറിന്റെ ശബ്ദത്തിൽ അനശ്വരമായ ആ ഗാനം മറക്കാനാവില്ല മലയാളിക്ക്: 'അഷ്ടമുടിക്കായൽ' (1978) എന്ന ചിത്രത്തിൽ ചിറയിൻകീഴ് രാമകൃഷ്ണൻനായർ എഴുതി ദക്ഷിണാമൂർത്തി ചിട്ടപ്പെടുത്തിയ

'മേടമാസക്കുളിരിലാരെ നീ മാടിവിളിക്കുമീ ഓളങ്ങളായ്,
ഈ വിഷുപ്പക്ഷി തൻ വിരഹഗാനമോ
തീരത്തിൻ മാറിതിലലിഞ്ഞു..'

കോളേജ് ഹോസ്റ്റലിലെ സ്പീക്കറിലൂടെ ആ ഗാനം ആദ്യം വന്നു തഴുകിയതോർമ്മയുണ്ട്. ഏതാണീ വ്യത്യസ്തമായ പുത്തൻ ശബ്ദം എന്നോർത്തുപോയിരിക്കണം എന്നെപ്പോലെ ആ പാട്ട് കേട്ട പല മലയാളികളും. എസ്. ജാനകിയും പി. സുശീലയും സിനിമയിലെ നല്ല

പാട്ടുകളെല്ലാം പങ്കിട്ടെടുത്തിരുന്ന കാലമല്ലേ? പുതിയൊരു പിന്നണി ഗായിക കടന്നുവരുന്നതും ആദ്യം പാടിയ പാട്ട് തന്നെ ജനപ്രീതി നേടുന്നതും അപൂർവ സംഭവം.

“എന്റെ പാട്ട് കേരളത്തിൽ ഹിറ്റായിരുന്നു എന്ന് ഞാൻ അറിയുന്നതു പോലും അടുത്തിടെയാണ്.” ഷെറിൻ പറയുന്നു.

“അന്നൊന്നും ഇന്നത്തെ പോലെ പാട്ടുകേൾക്കാനും കേൾപ്പിക്കാനുമുള്ള മാധ്യമങ്ങൾ അധികം ഇല്ലല്ലോ. ടി.വി പോലുമില്ല. താമസം ചെന്നൈയിൽ ആയിരുന്നതുകൊണ്ട് നമ്മൾ പാടിയ പാട്ട് ജനങ്ങൾ എങ്ങനെ സ്വീകരിച്ചു എന്നറിയാനുള്ള മാർഗ്ഗവുമില്ല...”

പിന്നെയും മുപ്പതോളം പാട്ടുകൾ സിനിമയ്ക്കുവേണ്ടി പാടി ഷെറിൻ. ഏറെയും അരപ്പാട്ടുകളും മുറിപ്പാട്ടുകളും. സോളോകൾ അത്യപൂർവം. എങ്കിലും ചില പാട്ടുകളെങ്കിലും ഇന്നും കാതിലുണ്ട്. ‘കഥയറിയാതെ’ എന്ന ചിത്രത്തിൽ എം ഡി രാജേന്ദ്രൻ എഴുതി ദേവരാജൻ മാസ്റ്റർ ചിട്ടപ്പെടുത്തിയ ‘താരണിക്കുന്നുകൾ കാത്തുസൂക്ഷിച്ച തടാകം’ മറക്കാനാവില്ല. ‘കതിർമണ്ഡപ’ത്തിലെ അത്തപ്പൂക്കളം (ശ്രീകുമാരൻ തമ്പി - ദക്ഷിണാമൂർത്തി), കടമറ്റത്തച്ചനിലെ നിത്യസഹായ മാതാവേ (കൂർക്കഞ്ചേരി സുഗതൻ-എ ടി ഉമ്മർ), ‘സ്വപ്നലോക’ത്തിൽ ജയചന്ദ്രനോടൊപ്പം പാടിയ മെയ് മാസ സൗവർണ്ണ പുഷ്പങ്ങളോ (ഒ എൻ വി-ജെറി അമൽദേവ്) എന്നിവയും ശ്രദ്ധിക്കപ്പെട്ട ഗാനങ്ങളായിരുന്നു. എച്ച് എം വിക്കുവേണ്ടി റെക്കോർഡ് ചെയ്ത ഭക്തിഗാനങ്ങൾ വേറെ.

“ഏതോ പൂർവ ജന്മത്തിന്റെ ഭാഗമായിരുന്നു ആ പാട്ടുകളെല്ലാം എന്ന് തോന്നും ചിലപ്പോൾ.” ഷെറിൻ ചിരിക്കുന്നു.

“പഴയ പാട്ടുകാരിയായി എന്നെ തിരിച്ചറിയുന്നവർ ഇല്ല തന്നെ. വല്ലപ്പോഴും വിളിക്കാറുള്ളത് കണ്ണൂരിൽ നിന്ന് ഷാജി എന്നൊരു സംഗീത പ്രേമിയാണ്. എന്നെ പോലെ നടക്കാൻ വയ്യ ഷാജിക്കും. ഈയിടെ എന്റെ പാട്ടുകൾ മുഴുവൻ ശേഖരിച്ച് സി ഡിയിലാക്കി ഷാജി എത്തിച്ചുതന്നപ്പോൾ സന്തോഷം തോന്നി; അത്ഭുതവും. ഇത്രകാലം കഴിഞ്ഞും നമ്മൾ ഓർക്കപ്പെടുന്നത് വലിയ കാര്യമല്ലേ?”

ചെന്നൈയിലാണ് ഷെറിന്റെ ജനനം. അച്ഛൻ ജേക്കബ് പീറ്റേഴ്സ് കുന്നംകുളം സ്വദേശി. റോഡ് റോളറുകളും മറ്റും നിർമ്മിക്കുന്ന ഗാർലിക്ക് എന്ന ഇൻഡോ ജാപ്പനീസ് കമ്പനിയുടെ ചെന്നൈ റീജണൽ മാനേജരായിരുന്നു അദ്ദേഹം. അമ്മ ഏലിക്കുട്ടി ജനിച്ചത് എറണാകുളം ജില്ലയിലെ കാഞ്ഞൂരിലെങ്കിലും വളർന്നത് മലപ്പുറത്ത്. എം എസ് പിയിലായിരുന്നു അമ്മയുടെ അച്ഛന് ജോലി.

“വീട്ടിലാർക്കും സംഗീത ബന്ധമൊന്നും ഉണ്ടായിരുന്നില്ല.” ഷെറിൻ ഓർക്കുന്നു. “കുട്ടിക്കാലത്ത് ഡാൻസിലായിരുന്നു എനിക്ക് കുറച്ചെങ്കിലും കമ്പം. ഗുരു ഗോപാലകൃഷ്ണനിൽനിന്ന് നൃത്തം പഠിച്ചിട്ടുണ്ട്.” ചർച്ച് പാർക്ക് എൽ പി സ്കൂളിൽ മൂന്നാം ക്ലാസിൽ പഠിക്കുമ്പോഴായിരുന്നു ജീവിതത്തിലെ ആദ്യത്തെ താളപ്പിഴ. എല്ലാം തുടങ്ങിയത് ഒരു തൊണ്ട

വേദനയിൽ നിന്നാണ്. അത് പനിയായി മാറിയപ്പോഴും ആരും സംശയിച്ചില്ല. പതിവുപോലെ വന്നുപൊയ്ക്കൊള്ളും എന്നേ കരുതിയിരിക്കുള്ളു ഡാഡിയും മമ്മിയും. പക്ഷേ, അതങ്ങനെ മാറാനുള്ള പനിയായിരുന്നില്ല. നാലാം ദിവസം ഞാൻ കുളിമുറിയിൽ തളർന്നുവീണു. പോളിയോയുടെ ആക്രമണമാണെന്ന് ഡോക്ടർമാർ പോലും തിരിച്ചറിഞ്ഞത് അപ്പോഴാണ്. കാലും കൈയുമൊന്നും ചൊൽപ്പടിക്ക് നിൽക്കുന്നില്ല. ഡാഡിയുടെയും മമ്മിയുടെയും അപ്പോഴത്തെ മാനസികാവസ്ഥ ഊഹിക്കാവുന്നതേയുള്ളൂ. അവർക്ക് പത്തുവർഷം കാത്തിരുന്നു കിട്ടിയ നിധിയായിരുന്നില്ലേ ഞാൻ. ഒരേയൊരു മകൾ...” വെല്ലൂരിലെ ചികിത്സയും വ്യായാമവും കൊണ്ട് കൈകൾ പതുക്കെ പൂർവസ്ഥിതിയിലായെങ്കിലും കാലുകളുടെ തളർച്ച ഷെറിനെ വിട്ടുപോയില്ല.

കുസൃതി കാട്ടി തുള്ളിച്ചാടി നടന്നിരുന്ന ഒരു കുട്ടിയുടെ ജീവിതം പൊടുന്നനെ വീടിന്റെ നാല് ചുമരുകൾക്കുള്ളിലേക്ക് ഒതുങ്ങുകയാണ്. ആ മാറ്റം അതിന്റെ ഗൗരവത്തോടെ ഉൾക്കൊള്ളാനുള്ള പക്വതയായിട്ടില്ല അന്നത്തെ ഏഴു വയസ്സുകാരിക്ക്. നടക്കാൻ പ്രയാസമായതോടെ അധിക സമയവും വീട്ടിൽ തന്നെയായി ജീവിതം. പഴയപോലെ പുറത്തുപോയി കളിക്കാൻ വയ്യ. ഒറ്റയ്ക്കിരുന്ന് പാട്ടുകേട്ട് തുടങ്ങുന്നത് അങ്ങനെയാണ്.

“ഏതു പാട്ടും ഒരു തവണ കേട്ടാൽ അതേപടി ആവർത്തിക്കാനുള്ള കഴിവുണ്ടായിരുന്നു എനിക്ക്. സംഗീതം പഠിപ്പിക്കണമെന്ന് ഡാഡി നിശ്ചയിച്ചതും അതുകൊണ്ടാവണം.” ഷെറിൻ പറയുന്നു.

“ആയിടയ്ക്കാണ് ഡാഡിയോടൊപ്പം അമ്പിളിയുടെ ഒരു ഗാനമേള കേൾക്കാൻ പോയത്. ദക്ഷിണാമൂർത്തിയുടെ ശിഷ്യയാണ് അമ്പിളി എന്നറിഞ്ഞപ്പോൾ പീറ്റേഴ്സിന് ഒരു മോഹം: മകളെയും സ്വാമിയുടെ ശിഷ്യയാക്കണം. സുഹൃത്തും ചെന്നൈയിലെ സാംസ്കാരികരംഗത്തെ പ്രമുഖനുമായ കെ ജി മേനോൻ വഴി ദക്ഷിണാമൂർത്തിയെ തന്റെ ആഗ്രഹം അറിയിക്കുന്നു അദ്ദേഹം. സ്വാമിക്ക് വിരോധമൊന്നും ഉണ്ടായിരുന്നില്ല. വീട്ടിൽ വന്നാണ് അദ്ദേഹം ഷെറിനെ പഠിപ്പിച്ചത്. വലിയ ചിട്ടയുള്ള ആളാണ്. എങ്കിലും സ്വാമിയുടെ പ്രതീക്ഷയ്ക്കൊത്ത് ഉയരാൻ കഴിഞ്ഞു എന്നുതന്നെയാണ് എന്റെ വിശ്വാസം.” ഷെറിൻ പറയുന്നു.

മ്യൂസിയം തിയേറ്ററിൽ സാക്ഷാൽ ചെമ്പൈ വൈദ്യനാഥഭാഗവതരുടെ സാന്നിദ്ധ്യത്തിലായിരുന്നു ഷെറിന്റെ അരങ്ങേറ്റക്കച്ചേരി.

ആദ്യമായി സിനിമയിൽ പാടിച്ചതും ദക്ഷിണാമൂർത്തി തന്നെ. സ്റ്റുഡിയോയിൽ ഇരുത്തി സ്വാമി പാട്ട് പഠിപ്പിച്ചുതരുന്നത് ഓർമ്മയുണ്ട്. ഭാവം പൂർണ്ണമായി ഉൾക്കൊണ്ടാണ് അദ്ദേഹം പാടുക. അത് സ്വന്തം ആലാപനത്തിൽ അതേപടി പകർത്തുക എളുപ്പമല്ല ഗായകർക്ക്. എങ്കിലും അധികം ടേക്കുകൾ വേണ്ടിവന്നില്ല, പാട്ട് ഓക്കെ ആകാൻ എന്നോർക്കുന്നു ഷെറിൻ. ആദ്യഗാനം കേട്ട് പലരും അഭിനന്ദിച്ചിരുന്നു. എങ്കിലും ആ പാട്ടിന്റെ പേരിൽ ആരും എന്നെ ഓഫറുകളുമായി തിരഞ്ഞുവന്നതൊന്നുമില്ല. ഡാഡിയുടെ ബന്ധങ്ങളും സൗഹൃദങ്ങളും വഴിയാണ് പല

സിനിമകളിലും പാടാൻ അവസരം ലഭിച്ചത്." കുറെ ഗാനമേളകളിൽ പങ്കെടുക്കാൻ കഴിഞ്ഞു എന്നതാണ് ആ പാട്ട് കൊണ്ടുവന്ന ഒരേയൊരു ഭാഗ്യം. പ്രത്യേകിച്ച് കൊച്ചിൻ ആർട്ട്സ് ആൻഡ് കമ്മ്യൂണിക്കേഷന്സിന്റെ വേദികളിൽ. ഇടയ്ക്ക് ദുബായിലും പാടി. അപ്പോഴേക്കും വീൽ ചെയറിൽ ഒതുങ്ങിക്കഴിഞ്ഞിരുന്നു ഷെറിന്റെ ജീവിതം. സ്റ്റേജിൽ കസേരയിൽ ഇരുന്നാണ് പാടുക. പൂർണ്ണമായും സംഗീതത്തിൽ മുഴുകിയിരുന്നതുകൊണ്ട് ഭാവിയെക്കുറിച്ചൊന്നും ചിന്തയില്ല അന്ന്. നിഴൽ പോലെ ഡാഡിയും മമ്മിയും ഒപ്പമുണ്ടല്ലോ. അവരില്ലാത്തപ്പോൾ മമ്മിയുടെ അനിയത്തി അന്ന ആന്റിയും."

പക്ഷേ അപശ്രുതികളുടെ ഘോഷയാത്ര വരാനിരിക്കുന്നതേ ഉണ്ടായിരുന്നുള്ളൂ ഷെറിന്റെ ജീവിതത്തിൽ. 1983ൽ ഹൃദയാഘാതം മൂലം ഡാഡി മരിക്കുന്നു. ഏഴു വർഷം കൂടി കഴിഞ്ഞ് മമ്മിയും. "രണ്ടും പ്രതീക്ഷിക്കാത്ത ആഘാതങ്ങളായിരുന്നെങ്കിലും പിടിച്ചുനിൽക്കാൻ എന്നെ സഹായിച്ചത് അമ്മയെ പോലെ എന്നെ നോക്കിയ ആന്റിയാണ്. പിന്നെ വർഷങ്ങളായി വീട്ടിൽ ജോലിക്കുനിന്നിരുന്ന മൂന്നു പേരും. സ്വന്തം കുടുംബാംഗങ്ങൾ പോലെയായിരുന്നു എനിക്ക് അവരെല്ലാം. ഡാഡി മരിച്ചതോടെ തന്നെ മിക്കവാറും എന്റെ സിനിമാജീവിതം അവസാനിച്ചിരുന്നു. 1986ലാണ് അവസാനം പാടിയത് എന്നാണോർമ്മ. പിന്നെ ഈ വീൽചെയറും വീടുമായി എന്റെ ലോകം. 2014ൽ ആന്റി കൂടി വിടവാങ്ങിയതോടെ ശരിക്കും ഒറ്റയ്ക്കായി. പിന്നീടുള്ള ജീവിതം ഈ മൂന്ന് പേർക്കൊപ്പമാണ്. ഡാഡിയുടെ കാലം മുതലേ ഒപ്പമുള്ള കുക്ക്, ഇരുപത് വർഷമായി കൂടെയുള്ള ഡ്രൈവറും അയാളുടെ ഭാര്യയും. എത്രകാലം അവർ സഹായത്തിനുണ്ടാകും? അറിയില്ല. കൂടുതൽ കടന്നു ചിന്തിച്ചാൽ മനസ്സ് അശാന്തമാകും. വേണ്ട. വരുംപോലെ വരട്ടെ... 65 വർഷം എന്നെ കണ്ണിലെ കൃഷ്ണമണി പോലെ കാത്തുസൂക്ഷിച്ചത് യേശുദേവനാണ്. ഇനിയുള്ള കാലത്തും ആ അനുഗ്രഹം തന്നെയാകും എന്റെ തണൽ..." ഷെറിന്റെ ഇപ്പോഴത്തെ വലിയൊരു ആശ്വാസം ആഴ്ചയിൽ മൂന്ന് ദിവസമുള്ള ലേഡീസ് ക്ലബ്ബ് സന്ദർശനമാണ്. അവിടെ ചെന്ന് കുറച്ചുനേരം ചീട്ടു കളിച്ചിരിക്കും. "ആ മൂന്ന് ദിവസമെങ്കിലും പുത്തനുടുപ്പ് ധരിച്ച് വീടിന് പുറത്തിറങ്ങാമല്ലോ. പുതിയ പുതിയ മുഖങ്ങൾ കാണാമല്ലോ. അതൊരു സന്തോഷം."

ചെറുപ്പത്തിൽ എന്തുകൊണ്ട് വിവാഹത്തെക്കുറിച്ച് ചിന്തിച്ചില്ല എന്ന് ചോദിക്കാറുണ്ട് പലരും. അന്നങ്ങനെ തോന്നിയില്ല എന്നാണ് ഷെറിന്റെ ഉത്തരം. "എന്റെ പരിമിതികൾ മനസ്സിലാക്കാനും ഉൾക്കൊള്ളാനും കഴിയുന്ന ഒരാളെ കണ്ടെത്താൻ കഴിഞ്ഞിരിക്കില്ല ഡാഡിക്ക്. ആരെയും കുറ്റപ്പെടുത്തുന്നില്ല. അതായിരുന്നു വിധി. ഈ ഏകാന്തത പോലും ഹൃദയപൂർവം ആസ്വദിച്ച് പൊട്ടിച്ചിരിക്കാൻ കഴിയുന്ന കാലം വരട്ടെ എന്നാണ് ഇന്നെന്റെ പ്രാർത്ഥന. വരും; വരാതിരിക്കില്ല..." ഡാഡിയുടെ വിരൽത്തുമ്പിൽ തൂങ്ങി തുള്ളിച്ചാടി നടന്ന ആ പഴയ കുട്ടിയായി മാറുന്നു ഒരു നിമിഷം ഷെറിൻ പീറ്റേഴ്സ്.

■

പ്രണയസ്വരങ്ങൾ ഒഴുകിയ പകൽ

ഗായകനും ഗാനവും സദസ്സും ഹൃദയം കൊണ്ട് ഒന്നാകുന്ന നിമിഷങ്ങൾ. ഉദയഭാനു പാടുകയാണ്; ഇടതുകാത് കൈകൊണ്ട് പൊത്തിപ്പിടിച്ച്, കണ്ണുകൾ ചിമ്മി, കൊച്ചുകുഞ്ഞിന്റെ നിഷ്കളങ്ക ഭാവത്തോടെ...

"വാടരുതീ മലരിനി അതിനെന്തുവേണം
ആടകൾ വേണോ അലങ്കാരങ്ങൾ വേണോ
മന്ദഹാസരസമിതു മായാതിരുന്നാൽ
ഒന്നുമില്ലാശാ ഇനി എൻ ഹൃദയേശാ..."

പല്ലവി കഴിഞ്ഞു പാട്ട് ചരണത്തിലേക്ക് കടക്കവേ അടുത്ത വരി മറന്നുപോകുന്നു ഗായകൻ. മൗനമുഖരിതമായ ഒരു കൊച്ചു ഇടവേള. നിനച്ചിരിക്കാതെ ആ മൗനത്തിലേക്ക് സൗമ്യദീപ്തമായ മറ്റൊരു ശബ്ദം ഒഴുകിയെത്തുന്നു. ഉദയഭാനു പാടി നിർത്തിയേടത്തുനിന്ന് പ്രണയപൂർവം പാടിത്തുടങ്ങുകയാണ് മലയാളിയുടെ പ്രിയ ഭാവഗായകൻ ജയചന്ദ്രൻ:

"എൻ പ്രണയ വനികയിലെ പാരിജാതമേ,
പകരണമെൻ കരളിന് നീ നറുമണമെന്നും
അലിയണമീ മുരളിയിലെൻ മാനസമെന്നും
നുകരണമീ ജീവിതത്തിൻ മധുരസമെന്നും..."

പ്രേമസുരഭിലമായ ആ ഗാനപ്രവാഹത്തിൽ മുഴുകി എല്ലാം മറന്നിരുന്നു ഞങ്ങൾ. ഉദയഭാനു, ജി വേണുഗോപാൽ, ജയേട്ടന്റെ ആരാധകനും ജീവചരിത്രകാരനുമായ മനോഹരൻ, പിന്നെ ഞാനും. പാട്ടു പാടി ത്തീർന്നപ്പോൾ ഉദയഭാനു പറഞ്ഞു: "ജയൻ അസ്സലായി പാടി. ഞാൻ തന്നെ മറന്നുപോയിരുന്നു പാട്ടിന്റെ വരികൾ. ഇത്രകാലം കഴിഞ്ഞിട്ടും ഈ വരികളെല്ലാം ഓർത്തിരിക്കാൻ എങ്ങനെ കഴിയുന്നു ജയന്?"

മറുപടിയായി പഴയൊരു കഥ പറഞ്ഞു ജയചന്ദ്രൻ. കോളേജ് വിദ്യാഭ്യാസ കാലത്തെ മറക്കാനാവാത്ത അനുഭവങ്ങളിലൊന്ന്. ഉദയഭാനുവിന്റെ തെല്ലു വിഷാദം കലർന്ന കാല്പനിക നാദത്തോട് നിർവചിക്കാനാവാത്ത ഒരു സ്നേഹമുണ്ട് കുട്ടിക്കാലം മുതലേ ജയചന്ദ്രന്. എന്നെങ്കിലും പ്രിയ ഗായകനെ നേരിൽ കാണണം എന്നതായിരുന്നു വലിയൊരു മോഹം. ആയിടയ്ക്കാണ് കൊച്ചിയിൽ മലയാള സിനിമയുമായി

ബന്ധപ്പെട്ട് ഒരു ആഘോഷം നടക്കുന്നതായി ആരോ പറഞ്ഞറിഞ്ഞത്. ചെന്നു. "ദർബാർ ഹാൾ മൈതാനത്താണ് എന്നാണ് ഓർമ്മ. പലരും പാടുന്നു. പക്ഷേ, എന്നെ വിസ്മയിപ്പിച്ചത് ഭാനുച്ചേട്ടനും ലീലച്ചേച്ചിയുമാണ്. സിനിമയിൽ കേട്ട അതേ പെർഫെക്ഷനോടെ മൈക്കിന് മുന്നിൽ നിന്ന് അവർ 'സത്യഭാമ'യിലെ പാട്ട് പാടുന്നു: "വാടരുതീ മലരിനി..." കോരിത്തരിച്ചുപോയി അത് കേട്ടിട്ട്. ഇന്നും ആ നിമിഷങ്ങൾ ഓർക്കുമ്പോൾ രോമാഞ്ചം വരും. അന്ന് കേട്ട് ഹൃദിസ്ഥമാക്കിയ വരികളും ഈണവും ഇന്നും അതേ മാധുര്യത്തോടെ മനസ്സിലുണ്ട്. ഈ പാട്ട് മാത്രമല്ല അക്കാലത്ത് കേട്ട് മനസ്സിൽ പതിഞ്ഞ എല്ലാ പാട്ടുകളും."

അറിയപ്പെടുന്ന പിന്നണിഗായകനായി വളരും എന്ന് സങ്കല്പിച്ചിട്ടു പോലുമുണ്ടാവില്ല അന്നത്തെ കോളേജ് കുമാരൻ - മലയാളികളുടെ എത്രയോ തലമുറകൾ തന്റെ ഗാനങ്ങൾ ഹൃദയത്തോട് ചേർത്തു വെയ്ക്കുമെന്നും. കമുകറ പുരുഷോത്തമൻ, ഉദയഭാനു, എ എം രാജ, പി ബി ശ്രീനിവാസ് ഒക്കെയായിരുന്നു അക്കാലത്തെ മുൻനിരഗായകർ. യേശുദാസ് പ്രശസ്തിയുടെ പാരമ്യത്തിലേക്കുള്ള യാത്ര തുടങ്ങിയിട്ടേ ഉള്ളൂ.

"വളരെ കാലം കഴിഞ്ഞാണ് ഞാൻ ഭാനുച്ചേട്ടനെ നേരിൽ കണ്ടു പരിചയപ്പെടുന്നത്. അദ്ഭുതം തോന്നി. വിനയത്തിന്റെ നിറകുടംപോലെ ഒരു മനുഷ്യൻ. ആരോടും പരിഭവമില്ലാതെ, പരാതിയില്ലാതെ ഒരു ജന്മം. സിനിമാലോകത്ത് അപൂർവമായ വ്യക്തിത്വം. ഈ പാട്ട് അദ്ദേഹത്തിന് മുന്നിൽ ഇരുന്ന് ഇങ്ങനെ പാടാൻ കഴിഞ്ഞു എന്നത് എന്റെ ഭാഗ്യമായി കരുതുന്നു ഞാൻ." ജയചന്ദ്രനിലെ ആരാധകന്റെ വാക്കുകളോട് എങ്ങനെ പ്രതികരിക്കണം എന്നറിയാതെ വികാരവിവശനായിരുന്നു ഉദയഭാനു. ഒന്നും മിണ്ടാതെ, വിദൂരതയിൽ കണ്ണുനട്ട്.

മറക്കാനാവില്ല ആ ധന്യനിമിഷങ്ങൾ. പ്രണയഭരിതമായ മൂന്നു കാലഘട്ടങ്ങളാണ് എനിക്ക് ചുറ്റും. ഉദയഭാനുവും ജയചന്ദ്രനും വേണുവും. മലയാള സിനിമാസംഗീതത്തിലെ മൂന്ന് വ്യത്യസ്ത തലമുറകളുടെ പ്രതിനിധികൾ. വേറിട്ട ശബ്ദം കൊണ്ടും വ്യക്തിത്വമാർന്ന ആലാപനശൈലി കൊണ്ടും ആസ്വാദകരുടെ ഹൃദയം കവർന്നവർ. ആദ്യം രംഗത്തെത്തിയത് ഉദയഭാനുവാണ് 1958ൽ 'നായര് പിടിച്ച പുലിവാലി'ൽ പാടിക്കൊണ്ട്. എട്ടു കൊല്ലം കഴിഞ്ഞു 'കുഞ്ഞാലിമരക്കാ'റിലൂടെ ജയചന്ദ്രൻ വരുന്നു. രണ്ടു പതിറ്റാണ്ടിനുശേഷം 'ഓടരുതമ്മാവാ ആളറിയാം' എന്ന ചിത്രത്തിലൂടെ വേണുഗോപാലും. അനുകരണങ്ങൾക്ക് മുതിരാതെ സ്വയം വെട്ടിത്തെളിച്ച പാതകളിലൂടെ യാത്ര ചെയ്യാനായിരുന്നു മൂവർക്കും ഇഷ്ടം. സിനിമാസംഗീതത്തിലെ കഴുത്തറുപ്പൻ പന്തയങ്ങളിൽനിന്ന് ബോധപൂർവം അകന്നുനിന്നു അവർ; പാടിയ പാട്ടുകളുടെ എണ്ണത്തേക്കാൾ ഗുണനിലവാരത്തിൽ ശ്രദ്ധിച്ചു. അതുകൊണ്ടുതന്നെ ആ ഗാനങ്ങൾ ഭൂരിഭാഗവും മലയാളികൾ ഇന്നും മൂളിനടക്കുന്നു. തലമുറകളിൽനിന്ന് തലമുറകളിലേക്ക് സഞ്ചരിക്കുന്നു അവ.

ഒരു കിളി പാട്ട് മൂളവേ...

ആദ്യമായി ജയചന്ദ്രന്റെ ഗാനമേള കേൾക്കാൻ പോയത് രസകരമായ ഓർമ്മയാണ് വേണുവിന്. "നാലിലോ അഞ്ചിലോ പഠിക്കുന്ന കാലം. തിരുവനന്തപുരം ഗവണ്മെന്റ് വിമൻസ് കോളേജിൽ ജയേട്ടന്റെ ഗാനമേള നടക്കുന്നു എന്നറിഞ്ഞപ്പോൾ പോയേ തീരൂ എനിക്ക്. മനസ്സില്ലാ മനസ്സോടെ ആണെങ്കിലും അമ്മ വഴങ്ങി. അടുത്ത വീട്ടിലെ മൂന്നു ചേച്ചിമാരുടെ കൂടെയാണ് വിട്ടത്. ചെന്നപ്പോൾ കോളേജ് അങ്കണം ആളുകളെ ക്കൊണ്ട് നിറഞ്ഞു കവിഞ്ഞിരിക്കുന്നു. പിൻനിരയിലാണ് ഞങ്ങൾക്ക് ഇരിപ്പിടം കിട്ടിയത്. ദൂരെ സ്റ്റേജിൽ കൈയിലൊരു കൊച്ചു ഡയറിയും തുറന്നുപിടിച്ച് മൈക്കിന് മുന്നിൽ നിശ്ചലനായി ജയേട്ടൻ. പാന്റ്സും കറുത്ത പുള്ളികളുള്ള ഷർട്ടുമാണ് വേഷം. ചെറിയൊരു താടി വെച്ചിട്ടുണ്ട്. "ശ്രീശബരീശ ദീനദയാളാ" എന്ന പാട്ട് പാടിത്തുടങ്ങിയപ്പോഴേ സദസ്സിലെ ബഹളം നിലച്ചു. സൂചി വീണാൽ കേൾക്കാവുന്ന നിശ്ശബ്ദത. മഞ്ഞലയിൽ മുങ്ങിത്തോർത്തി, സന്ധ്യക്കെന്തിനു സിന്ദൂരം, അനുരാഗഗാനം പോലെ... ഹിറ്റ് ഗാനങ്ങൾ ഒന്നൊന്നായി പാടി ജയേട്ടൻ. എല്ലാ പാട്ടിനും നിലയ്ക്കാത്ത കയ്യടി. ഇടയ്ക്കെപ്പോഴോ കൂടെ വന്ന ചേച്ചിമാർ പരസ്പരം അടക്കം പറയുന്നത് കേട്ടു: "കാണാൻ സുന്ദരൻ ജയചന്ദ്രൻ തന്നെ, പക്ഷേ, ഫാൻസ് കൂടുതൽ യേശുദാസിനും. അതെങ്ങനെ ശരിയാകും?" പൊട്ടിച്ചിരിക്ക് തിരികൊളുത്തിക്കൊണ്ട് വേണു കഥ പറഞ്ഞു നിർത്തിയപ്പോൾ മുഖത്ത് കൃത്രിമ ഗൗരവം വരുത്തി ജയേട്ടന്റെ പ്രതികരണം: "എനിക്കും തോന്നാറുണ്ട്. അതെങ്ങനെ ശരിയാകും?" പിന്നാലെ ആ ട്രേഡ്മാർക്ക് ചിരി.

ഭാവഗായകനുമായുള്ള സൗഹൃദത്തിന്റെ തുടക്കം ഒരു ഫോൺ കോളിൽ നിന്നായിരുന്നു എന്നോർക്കുന്നു വേണു. ജയചന്ദ്രന്റെ സവിശേഷവ്യക്തിത്വം മുഴുവൻ പ്രതിഫലിക്കുന്ന ഹൃദ്യമായ ഒരു ഓർമ്മ. "സിനിമയിൽ ഞാൻ പാടി ശ്രദ്ധേയനായി വരുന്നേയുള്ളൂ. ഒരു ദിവസം അപ്രതീക്ഷിതമായി ജയേട്ടൻ ഫോണിൽ വിളിക്കുന്നു. തലേന്ന് വൈകുന്നേരം കൈതമുക്കിലൂടെ കാറിൽ യാത്ര ചെയ്തപ്പോൾ യാദൃച്ഛികമായി എന്റെ ഗാനമേള കേട്ടുവത്രേ അദ്ദേഹം. റോഡരികിൽ കാർ നിർത്തി മുഴുവൻ പാട്ടും ശ്രദ്ധിച്ചു കേട്ടു. അത് നേരിട്ട് പറയാൻ വേണ്ടി വിളിച്ചതാണ്. ജയേട്ടൻ പറഞ്ഞ വാക്കുകൾ ഇന്നുമുണ്ട് ഓർമ്മയിൽ: "വേണുവിന്റെ പാട്ടുകളിൽ എനിക്ക് ഏറ്റവും ഇഷ്ടപ്പെട്ട പാട്ട് ഇന്നലെ പാടിക്കേട്ടു; മനസ്സേ ശാന്തമാകൂ... അസാദ്ധ്യമായി പാടി. അക്കാര്യം നേരിട്ട് അറിയിക്കണം എന്ന് തോന്നി. അതാണ് വിളിച്ചത്." അത്രയും പറഞ്ഞു ഫോൺ കട്ട് ചെയ്തു അദ്ദേഹം. വിശ്വസിക്കാനാകാതെ തരിച്ചു നിൽക്കുകയായിരുന്നു ഞാൻ. അത്ര ഹിറ്റാകാതെ പോയ ആ പാട്ട് പോലും ജയേട്ടൻ ശ്രദ്ധിച്ചു എന്നതാണ് അദ്ഭുതം. മാത്രമല്ല, തുടക്കക്കാരനായ എന്നെ വിളിച്ച് ഹൃദയം തുറന്ന് അഭിനന്ദിക്കാനും മടിച്ചില്ല അദ്ദേഹം. ഉള്ളിൽ നന്മയുള്ളവർക്കേ അത് പറ്റൂ. അന്ന് മുതൽ എന്നെ അദ്ഭുതപ്പെടുത്തി തുടങ്ങിയതാണ് ജയേട്ടൻ. ഇന്നും അത് തുടരുന്നു." ഓർത്തുവെയ്ക്കാൻ മാത്രമുണ്ടോ ഇതൊക്കെ എന്ന മുഖഭാവത്തോടെ എല്ലാം കേട്ട് നേർത്തൊരു ചിരിയുമായി സോഫയിൽ ചാരിയിരിക്കുന്നു ജയചന്ദ്രൻ.

ഞങ്ങൾക്കുവേണ്ടി ആ ഗാനം വീണ്ടും പാടി വേണു: 'ആലിലക്കുരുവികൾ' എന്ന ചിത്രത്തിൽ ബിച്ചു തിരുമല എഴുതി മോഹൻ സിതാര ചിട്ടപ്പെടുത്തിയ 'മനസ്സേ ശാന്തമാകൂ ഉഷസ്സും പൂക്കളും നഭസ്സും വീണ്ടുമുണരും...'

പിൻതലമുറക്കാരന്റെ പാട്ടിൽ മുഴുകി കണ്ണടച്ചിരിക്കുന്ന ഉദയഭാനുവിനെയും ജയചന്ദ്രനെയും കൗതുകത്തോടെ നോക്കിയിരുന്നു ഞങ്ങൾ. "ജയനോടും വേണുവിനോടും ഒക്കെ എനിക്ക് അസൂയയാണ്."ഉദയഭാനു.

"എന്റെ തലമുറയ്ക്ക് ലഭിക്കാത്ത ഭാഗ്യമല്ലേ നിങ്ങൾക്ക് ലഭിച്ചു കൊണ്ടിരിക്കുന്നത്? ചെല്ലുന്നിടത്തെല്ലാം ആരാധികമാർ. വേണു പാടുമ്പോൾ അന്തം വിട്ട് നോക്കിയിരിക്കുന്ന പെണ്ണുങ്ങളെ കണ്ടിട്ടുണ്ട് ഞാൻ. എന്റെയൊക്കെ കാലത്ത് ഗാനമേളയ്ക്ക് സ്ത്രീകൾ വരുന്നത് തന്നെ അപൂർവമായിരുന്നു. വരുന്നവർ തന്നെ കുടുംബമായാണ് വരിക. ഇന്നത്തെ പോലെ ഓട്ടോഗ്രാഫ് ഒപ്പിടലൊന്നും അന്നില്ല. വളരെ റെസ്പെക്ടോടെ കാണാൻ വരുന്നവരാകും അധികവും. ഇന്ന് അതാണോ സ്ഥിതി? കെട്ടിപ്പിടിച്ചല്ലേ സ്നേഹം പ്രകടിപ്പിക്കുക."

ഓൾഡ് ഈസ് ഗോൾഡ് ഗാനമേളയ്ക്ക് വരുന്നവർ അധികവും സ്ത്രീകളാണല്ലോ എന്ന് വേണുവിന്റെ മറുചോദ്യം.

"അയ്യയ്യേ... എഴുപതും എൺപതും വയസ്സുള്ള ആരാധികമാരെ ആർക്കു വേണം?"

നിരാശ മറയ്ക്കാതെ ഉദയഭാനു ചേട്ടൻ.

തൊട്ടു പിന്നാലെ ജയചന്ദ്രന്റെ ആഗ്രഹത്തിന് വഴങ്ങി മറ്റൊരു പാട്ടു കൂടി പാടുന്നു ഉദയഭാനു: 'താമരത്തുമ്പീ വാ വാ..' പുതിയ ആകാശം പുതിയ ഭൂമി എന്ന ചിത്രത്തിൽ എം ബി ശ്രീനിവാസന്റെ ഈണത്തിൽ പി ലീലക്കൊപ്പം പാടിയ യുഗ്മഗാനം. പതിവ് ശൈലിയിൽനിന്ന് മാറി അല്പമൊരു വെസ്റ്റേൺ ടച്ച് നൽകി എം ബി എസ് ചിട്ടപ്പെടുത്തിയ പാട്ടാണ്. "ലീലച്ചേച്ചിയും ഭാനു ചേട്ടനും യുഗ്മ ഗാനങ്ങളിൽ മെയ്ഡ് ഫോർ ഈച്ച് അദർ ആണെന്ന് തോന്നിയിട്ടുണ്ട്. കാനന ഛായയിൽ, താരമേ താരമേ, വാടരുതീ മലരിനി.. എല്ലാം ഒന്നാന്തരം ഡ്യൂയറ്റുകൾ.

"നിങ്ങളുടെ രണ്ടു പേരുടെയും ശബ്ദങ്ങൾ തമ്മിൽ നല്ലൊരു കെമിസ്ട്രി ഉണ്ട്," ജയേട്ടന്റെ നിരീക്ഷണം.

നിഷ്കളങ്കമായ ഒരു കൗമാരകാലാനുഭവത്തിലേക്ക് ഉദയഭാനുവിന്റെ ഓർമ്മകളെ കൂട്ടിക്കൊണ്ടുപോകുന്നു ആ വാക്കുകൾ.

"പാലക്കാട്ടെ വി വി പി ഹൈസ്കൂളിൽ വിദ്യാർത്ഥിയാണ് അന്ന് ഞാൻ. പി ലീലയെ ഒരു നോക്ക് കാണാൻ, ആ ശബ്ദം ഒന്ന് കേൾക്കാൻ വേണ്ടി മാത്രം ക്ലാസ് കട്ട് ചെയ്തു ഒറ്റപ്പാലത്തേക്ക് ബസ് കയറിയിട്ടുണ്ട് ഒരിക്കൽ. സാഹിത്യ പരിഷത്തിന്റെ സമ്മേളനം നടക്കുകയാണ് അവിടെ. വൈകീട്ട് ലീലയുടെ കച്ചേരി. മൈതാനത്തെ ജനത്തിരക്കിനിടയിലൂടെ നുഴഞ്ഞു കയറി മുന്നിലെത്തി ഇഷ്ട ഗായികയെ ഞാൻ കൺ കുളിർക്കെ കണ്ടു. പരിപാടി കഴിഞ്ഞു അവർ നടന്നുപോയത് ഞാൻ ഇരുന്നതിനു

തൊട്ടുമുന്നിലൂടെയാണ്. തിരക്കിനിടയിൽ ലീലയുടെ തൂവാല നിലത്തു വീണപ്പോൾ സാഹസികമായി അത് കൈക്കലാക്കി അവരെ തിരിച്ചേല്പിച്ചത് ഓർമ്മയുണ്ട്; ചിരിച്ചുകൊണ്ട് അവർ നന്ദി പറഞ്ഞതും." തീർന്നില്ല. ആരാധന അടക്കാനാവാതെ ലീലയെ പിന്തുടർന്ന് ഉദയഭാനു പിറ്റേന്ന് ഗുരുവായൂരിൽ എത്തുന്നു. അന്നത്തെ കച്ചേരി ഗുരുവായൂരിലാണ്. ചെമ്പൈ ഉൾപ്പെടെ പല പ്രമുഖരും ഉണ്ട് നിറഞ്ഞ സദസ്സിൽ. ആ കച്ചേരി കൂടി ആസ്വദിച്ച ശേഷമേ ഉദയഭാനു നാട്ടിലേക്ക് തിരിച്ചുപോയുള്ളൂ. വർഷങ്ങൾക്കുശേഷം സിനിമയ്ക്കുവേണ്ടി ആദ്യമായി ഒരുമിച്ചു പാടാൻ രേവതി സ്റ്റുഡിയോയിലെ മൈക്കിനു മുന്നിൽ ലീലയ്ക്കൊപ്പം നിന്നപ്പോൾ മനസ്സിലേക്ക് ഇരച്ചുകയറി വന്നത് ആ ഓർമ്മകളാണെന്ന് കൂട്ടിച്ചേർക്കുന്നു ഉദയഭാനു. "നായര് പിടിച്ച പുലിവാൽ എന്ന ചിത്രത്തിന് വേണ്ടിയായിരുന്നു ഞങ്ങളുടെ ആദ്യ യുഗ്മഗാനം. രാഘവൻ മാസ്റ്റർ ഈണമിട്ട വെളുത്ത പെണ്ണേ വെളുത്ത പെണ്ണേ..."

ഓർമ്മകൾ. മായാത്ത ഓർമ്മകൾ. അകമ്പടിക്ക് പാട്ടിന്റെ മോഹിപ്പിക്കുന്ന സുഗന്ധം മാത്രം. ഉദയഭാനുവും ജയചന്ദ്രനും വേണുവും സംസാരിച്ചിരിക്കെ, മാഞ്ഞുപോയ ഒരുപാടു മുഖങ്ങൾ വീണ്ടും മനസ്സിൽ തെളിയുന്നു. കമുകറ പുരുഷോത്തമൻ, എ എം രാജ, ബാബുരാജ്, വയലാർ, ഭാസ്കരൻ മാസ്റ്റർ... മനോഹരന്റെ വീടിന്റെ പൂമുഖം പൊടുന്നനെ ഒരു മെഹ്ഫിൽ വേദിയാകുന്നു. ജയേട്ടൻ പാടുകയാണ്: "ആയേ ബഹാർ ബൻകെ ലുഭാ കർ ചലേ ഗയേ..."

മുഹമ്മദ് റഫിയുടെ അവിസ്മരണീയ വിഷാദ ഗാനം. പിന്നാലെ 'പ്യാർ കി രാഹേ'മിലെ ദോ രോസ് മേ വോ പ്യാർ കാ ആലം ഗുസർ ഗയാ എന്ന മുകേഷ് ഗാനവുമായി ഉദയഭാനു. തലത്ത് മഹ്മൂദിന് പ്രണാമമായി 'ഹം സെ ആയാ ന ഗയാ' പാടി വേണു. ഒടുക്കം മൂന്നു ഭാവഗായകരും ഒരുമിച്ച് റഫിയുടെ തേരെ മേരെ സപ്നേ... നിശ്ശബ്ദമായി ദൈവത്തിന് നന്ദി പറയുകയായിരുന്നു ഞാൻ, ഈ അസുലഭ നിമിഷങ്ങൾക്ക് സാക്ഷ്യം വഹിക്കാൻ എന്നെ തിരഞ്ഞെടുത്തതിന്.

യാത്ര പറഞ്ഞു പിരിയവേ ഉദയഭാനു പറഞ്ഞു: "ഒരു ഇരുപതു വയസ്സ് കുറഞ്ഞപോലെ തോന്നുന്നു. ഇടയ്ക്കിടെ നമുക്ക് പാട്ടുമായി കൂടണം... മനസ്സിന് ചെറുപ്പം വരട്ടെ." ഉടൻ വന്നു വേണുവിന്റെ മറുപടി: "അതെങ്ങനെ? ഉദയഭാനു ചേട്ടന് ഇപ്പോഴേ പ്രായം ഇരുപത്തഞ്ച്. അതിൽ നിന്ന് ഇരുപത് കുറഞ്ഞാൽ പിന്നെ തിരിച്ച് സ്കൂളിൽ പോകേണ്ടിവരില്ലേ?" പൊട്ടിച്ചിരിയോടെ ഞങ്ങളെ ചേർത്തുപിടിക്കുന്നു ഭാനു ചേട്ടൻ. അപൂർവ സുന്ദരമായ ഒരു ക്ലിക്കിനായി.

ആ അമൂല്യ നിമിഷങ്ങൾ അയവിറക്കാൻ ഇനി ഈ ചിത്രം മാത്രം. ഉദയഭാനു ഓർമ്മയായി; പാട്ടൊഴുകിയ ആ പകലും. പക്ഷേ ആ ശബ്ദം, അതിലെ വിഷാദ മാധുര്യം, ഇതാ ഇപ്പോഴും കാതിൽ അലയടിക്കുന്നു.

■

ജൽത്തെ ഹേ ജിസ്കേലിയെ

പാടി അഭിനയിച്ച പാട്ടുകളിൽ ഏറ്റവും പ്രിയപ്പെട്ടത് ഏതെന്ന് ചോദിച്ചിട്ടുണ്ട് സുനിൽ ദത്തിനോട്; ഉഷ സ്കൂൾ ഒഫ് അത്‌ലറ്റിക്സിന്റെ ഉദ്ഘാടനച്ചടങ്ങിൽ പങ്കെടുക്കാൻ വർഷങ്ങൾക്ക് മുൻപ് അദ്ദേഹം കോഴിക്കോട്ടെത്തിയപ്പോൾ.

കണ്ണടച്ച് അല്പനേരം ചിന്തിച്ചിരുന്നു ദത്ത് സാബ്. പിന്നെ ഘോഷയാത്ര കണക്കെ പാട്ടുകളുടെ വരവായി: ചിരാഗിലെ തേരി ആംഖോം കെ സിവാ, ഹംറാസിലെ തും അഗർ സാഥ് ദേനേ കാ വാദാ കരോ, മിലനിലെ സാവൻ കാ മഹീന, ഗുംറായിലെ ചലോ ഏക് ബാർ, ഖാന്ദാനിലെ നീലെ ഗഗൻ പേ ഉഡ്തേ ബാദൽ, ഗസലിലെ രംഗ് ഔർ നൂർ കി ബാരാത്, പഡോസനിലെ മേരെ സാംനെ വാലെ ഖിഡ്കി മേ, ഛായയിലെ ഇത്ന നാ മുജ്സെ തു പ്യാർ ബഢാ... എല്ലാം ക്ലാസിക് ഗാനങ്ങൾ. പക്ഷേ, കേൾക്കാൻ കൊതിച്ച ഗാനം മാത്രമുണ്ടായിരുന്നില്ല അക്കൂട്ടത്തിൽ. അതില്ലാതെ ഈ ഗാനശേഖരം എങ്ങനെ പൂർണ്ണമാകാൻ? ആ നിമിഷം, വിധിനിയോഗം പോലെ യാദൃച്ഛികമായി ഹോട്ടൽ മുറിയിലെ ടെലിഫോൺ ശബ്ദിക്കുന്നു. ദത്ത് സാബിന്റെ മുഖത്ത് ഒരു ചെറു പുഞ്ചിരിയുടെ തിളക്കം. ഫോണിനെ നോക്കി നന്ദിപൂർവം തൊഴുതു കൊണ്ട് അദ്ദേഹം പറഞ്ഞു: "ജൽത്തേ ഹേ ജിസ്കേലിയെ..." ഇന്ത്യൻ സിനിമയിലെ ഏറ്റവും പ്രശസ്തമായ ടെലിഫോൺ ഗാനം. അതെങ്ങനെ ഞാൻ മറന്നു?"

സന്തോഷം തോന്നി. ബിമൽ റോയിയുടെ ക്ലാസിക് ചിത്രമായ 'സുജാത'(1959)യിൽ സച്ചിൻ ദേവ് ബർമ്മന്റെ ഈണത്തിൽ തലത്ത് മഹമൂദ് പാടിയ ആ സുന്ദര ഗാനം ആദ്യമായി കാതിൽ വന്നു വീണ നിമിഷങ്ങളിലേക്ക് മടങ്ങിപ്പോയി ഒരു നിമിഷം മനസ്സ്. സ്കൂൾ ജീവിത കാലത്തെ ഓർമ്മ. വൈകിയാണ് വയനാട്ടിൽ വെയിലുദിക്കുക. വെള്ളരി മലയിറങ്ങി, പച്ച പരവതാനി വിരിച്ച തേയിലക്കാടുകളും കാപ്പിച്ചെടികളും പാടശേഖരവും ഒക്കെ കടന്ന് 42 സിമന്റു പടവുകളും കയറി ഞങ്ങളുടെ വീടിന്റെ പൂമുഖത്ത് വെയിലെത്തുമ്പോൾ പത്തു മണിയെങ്കിലുമാകും. നേർത്ത ഈർപ്പമുള്ള ആ വെയിലിനൊപ്പം ഒരു നാൾ റേഡിയോ

സിലോണിൽ നിന്ന് തരംഗമാലയായി ഒഴുകിയെത്തി മനസ്സിൽ ഇടം പിടിച്ചതാണ് ജൽത്തേ ഹേ ജിസ്കേലിയെ. പിന്നേയും വർഷങ്ങൾ കാത്തിരിക്കേണ്ടി വന്നു അതിന്റെ ചിത്രീകരണം വെള്ളിത്തിരയിൽ കാണാൻ. ടെലിഫോണിന്റെ മൗത്ത് പീസിലേക്ക് സുനിൽ ദത്ത് തെല്ലു വിറയാർന്ന ശബ്ദത്തിൽ പ്രണയാർദ്രമായി പാടുന്നു. മറുതലയ്ക്കൽ ആ ആലാപനം തേങ്ങലടക്കി കേട്ടു നിൽക്കുന്നു നൂതൻ. "ബിമൽദായ്ക്ക് മാത്രമല്ല ഛായാഗ്രാഹകൻ കമൽ ബോസിനും പ്രിയപ്പെട്ട ഗാനചിത്രീകരണം ആയിരുന്നു അത്." സുനിൽ ദത്തിന്റെ വാക്കുകൾ. പിറന്നു വീണ് ആറു ദശകം കഴിഞ്ഞിട്ടും സംഗീതപ്രേമികളെ മോഹിപ്പിച്ചു കൊണ്ടിരിക്കുന്നു ആ ഗാനവും രംഗവും.

ഓർക്കുക. ഫോണിലൂടെ പാടിക്കൊടുക്കുന്നതായി വേണം പാട്ട് ചിത്രീകരിക്കാൻ എന്ന് 'സുജാത'യുടെ റെക്കോർഡിംഗ് വേളയിൽ എസ് ഡി ബർമ്മൻ നിർബന്ധം പിടിച്ചപ്പോൾ നഖശിഖാന്തം എതിർത്തയാളാണ് ഇതേ ബിമൽ റോയ്. ഉന്നതകുലജാതനായ സുനിൽ ദത്തിന്റെ അധീർ എന്ന കഥാപാത്രവും കീഴ്ജാതിക്കാരിയായ സുജാതയും തമ്മിലുള്ള ആശയവിനിമയത്തിൽ, ധനാഢ്യർക്ക് മാത്രം അക്കാലത്ത് സ്വപ്നം കാണാൻ കഴിഞ്ഞിരുന്ന ടെലിഫോണിന് എന്തു പ്രസക്തി എന്നായിരുന്നു സംവിധായകന്റെ ചോദ്യം. എസ് ഡിയുടെ മറുപടി ഇങ്ങനെ: "പ്രേമിച്ചവർക്കേ അത് മനസ്സിലാകൂ... താങ്കൾ പ്രേമിച്ചിട്ടില്ലേ?" ഒടുവിൽ മനസ്സില്ലാമനസ്സോടെ എസ് ഡിയുടെ നിർബന്ധത്തിനു വഴങ്ങുന്നു ബിമൽ റോയ്. മറ്റൊരു കൗതുകം കൂടിയുണ്ട്. മജ്രൂഹ് സുൽത്താൻ പുരിക്ക് എസ് ഡി ഫോണിൽ മൂളിക്കൊടുത്ത ഈണമായിരുന്നു ജൽത്തേ ഹേ ജിസ്കേലിയെയുടേത്. ഈണത്തിനൊത്ത് താൻ എഴുതിയ വരികൾ മജ്രൂഹ് സംഗീതസംവിധായകനെ കേൾപ്പിച്ചുകൊടുത്തതും ഫോണിലൂടെ തന്നെ. എല്ലാ അർത്ഥത്തിലും ടെലിഫോണിൽ ജനിച്ചുവീണ് ടെലിഫോണിലൂടെ തന്നെ അനശ്വരതയാർജ്ജിച്ച ഗാനം. ടാഗോർ എഴുതി ചിട്ടപ്പെടുത്തിയ 'ഏകേദോ തുമി പ്രിയേ' എന്ന വിഖ്യാത രബീന്ദ്ര ഗീതത്തിന്റെ നിഴൽ പതിഞ്ഞുകിടക്കുന്നു ആ പാട്ടിന്റെ പല്ലവിയിൽ. എസ്.ഡിയുടെ വിഖ്യാതമായ വേറെയും ഈണങ്ങളിൽ ടാഗോർ ഗീതങ്ങളുടെ ശക്തമായ സ്വാധീനമുണ്ട്. മേരാ സുന്ദർ സപ്നാ ബീത് ഗയാ, ജായേ തോ ജായേ കഹാം, മേഘാ ഛായെ ആധീ രാത്, തേരെ മേരെ മിലൻ കി യേ രെയ്നാ എന്നിവ ഉദാഹരണം.

പാടിക്കേൾപ്പിക്കുന്നത് വിദ്യാസമ്പന്നയല്ലാത്ത 'ചണ്ഡാലിക'യെ ആയതിനാൽ, വരികൾക്ക് ഇത്രയും കാവ്യഭംഗി വേണോ എന്നായിരുന്നു 'സുജാത'യിലെ സംഗീത സംവിധാന സഹായി ജയദേവിന്റെ സംശയം. "നിന്റെ കണ്ണുകളിലെ നിറദീപങ്ങൾ ജ്വലിക്കുന്നത് എന്തിന് വേണ്ടിയാണോ അതേ പാട്ട് നിനക്കായി തേടി കണ്ടുപിടിച്ചു കൊണ്ടു വന്നിരിക്കുന്നു ഞാൻ" എന്ന കാവ്യാത്മകമായ പല്ലവിയാണ് ജയദേവിനെ

സംശയാലുവാക്കിയത്. പാടുന്നയാളുടെ സാംസ്കാരിക പശ്ചാത്തലവും സഹൃദയത്വവുമാണ് ഇവിടെ പരിഗണിക്കേണ്ടതെന്ന് മജ്രൂഹ് സുൽത്താൻപുരിയുടെ മറുപടി. കവിയും ഗവേഷകനുമാണ് സിനിമയിൽ സുനിൽ ദത്തിന്റെ കഥാപാത്രം. അതുകൊണ്ട് അല്പം ആഴമുള്ള ഇമേജറികൾ വരുന്നതുകൊണ്ടു കുഴപ്പമില്ല. സുനിൽ ദത്തിന്റെ ആലാപനത്തിൽ പ്രണയത്തെക്കുറിച്ചുള്ള പ്രതീക്ഷയും ആത്മവിശ്വാസവുമാണുള്ളതെന്ന് ചരണത്തിലെ

“ജബ് തലക് ന യേ തേരെ രസ്കെ
ഭരേ ഹോടോം സെ മിലെ,
യൂ ഹി ആവാരാ ഫിറേഗാ
യേ തേരി സുൽഫോ കെ തലേ”

(നിന്റെ മൃദുലാധരങ്ങളെ കണ്ടുമുട്ടും വരെ, എന്റെ ഗാനം നിന്റെ അളകങ്ങളുടെ ചുവട്ടിൽ അലഞ്ഞുകൊണ്ടിരിക്കും) എന്ന വരി എടുത്തുകാട്ടി മജ്റൂഹ് പറഞ്ഞു. പക്ഷേ, സുജാതയുടെ മനസ്സ് സംഘർഷഭരിതമാണ്. ഒരിക്കലും നടക്കാൻ ഇടയില്ലാത്ത മോഹങ്ങളാണ് സുനിൽ ദത്ത് പങ്കുവെക്കുന്നതെന്ന് അവൾക്കറിയാം. അതുകൊണ്ടു തന്നെ ഫോണിന്റെ ഒരു തലയ്ക്കൽ തീവ്ര പ്രണയവും മറുതലയ്ക്കൽ തീവ്രവേദനയും നിഴലിക്കുന്ന പാട്ടാണിത്. പ്രണയത്തിന്റെയും പ്രണയത്തകർച്ചയുടെയും ഇടനിലക്കാരനായി മൊബൈൽ ഫോൺ മാറിക്കഴിഞ്ഞ ഈ കാലത്തു നിന്ന് തിരിഞ്ഞുനോക്കുമ്പോൾ കൗതുകം തോന്നുന്ന കാര്യം.

മുഹമ്മദ് റഫിക്ക് പാടാൻ വേണ്ടിയാണ് എസ് ഡി ബർമ്മൻ ‘ജൽത്തേ ഹേ’ സൃഷ്ടിച്ചതെന്ന് കേട്ടിട്ടുണ്ട്. ജയദേവിന്റെയും ബിമൽ റോയിയുടെയും നിർബന്ധത്തിന് വഴങ്ങി ഒടുവിൽ തലത്തിനെ ഗായകനായി നിശ്ചയിക്കുകയായിരുന്നത്രെ അദ്ദേഹം. സത്യം എന്തായാലും തലത്തിന്റെ മധ്യസ്ഥായിയിലുള്ള ആലാപനത്തിന് ഇണങ്ങും വിധമാണ് എസ് ഡി ഇത് ചിട്ടപ്പെടുത്തിയതെന്ന് വ്യക്തം. തുടക്കത്തിലെ ഹമ്മിംഗ് കേൾക്കുമ്പോഴേ നമ്മൾ തിരിച്ചറിയുന്നു ഇത് തലത്തിനുവേണ്ടി സൃഷ്ടിക്കപ്പെട്ട പാട്ടു തന്നെ എന്ന്. തലത്ത് അല്ലാതെ മറ്റാർക്കും ആ പാട്ടിനോട് നീതി പുലർത്താൻ ആവില്ലെന്ന് പിൽക്കാലത്ത് റഫി തന്നെ പറഞ്ഞതും അതുകൊണ്ടാവാം. റെക്കോർഡിംഗിന് മുൻപ് പാട്ടിന്റെ ചരണത്തിലെ ഒരു വരി തലത്തിനെ മൂളിക്കേൾപ്പിച്ചു എസ് ഡി. “ഗീത് നാസുക്ക് ഹേ മേരാ ശീശേ സേ ഭി ടൂട്ടേ നാ കഹി..’ “പളുങ്കിനേക്കാൾ മൃദുവും ലോലവുമാണ് എന്റെ ഗാനം. അത് പൊട്ടിപ്പോകാതെ സൂക്ഷിക്കൂ... ഈ പാട്ടിനെക്കുറിച്ചും എനിക്ക് അത്രയേ പറയാനുള്ളു.” അതീവ സൂക്ഷ്മതയോടെ തന്നെ ഗാനത്തെ കൈകാര്യം ചെയ്തു തലത്ത്; നേരിയ പോറൽ പോലുമേല്പിക്കാതെ സംഗീത സംവിധായകന് തിരിച്ചുനൽകുകയും ചെയ്തു.

അർബുദരോഗ ബാധിതയായി നൂതൻ മരണത്തിന് കീഴടങ്ങിയത് 1991 ഫെബ്രുവരി 21 നാണ്. സുനിൽ ദത്ത് യാത്രയായത് 2005 മെയ് 25നും. നിരവധി ചിത്രങ്ങളിൽ തന്റെ നായികയായിരുന്ന നൂതനെ കുറിച്ചുള്ള വിഷാദഭരിതമായ ഓർമ്മ കൂടിയായിരുന്നു ദത്തിന് ഈ പാട്ട്. രോഗിണിയായി കിടക്കുമ്പോൾ ആശുപത്രിയിൽ നൂതനെ കാണാൻ ചെന്നിട്ടുണ്ട് അദ്ദേഹം. ഹൃദയസ്പർശിയായ കൂടിക്കാഴ്ച.

"ക്ഷീണിതയായിരുന്നു നൂതൻജി. എന്നെ കണ്ടയുടൻ വ്യഥാ പുഞ്ചിരിക്കാൻ ശ്രമിച്ചു അവർ. ചുണ്ടുകൾ വിറകൊള്ളുന്നതുപോലെ തോന്നി. എന്തോ മന്ത്രിക്കുന്നുണ്ടായിരുന്നു അവ. തല കുനിച്ച് കാതോർത്തപ്പോൾ കേട്ടത് ഒരിക്കലും മറക്കാനാവാത്ത ഒരു പാട്ടിന്റെ ഈണം ജൽത്തേ ഹേ ജിസ്കേലിയെ... രണ്ടുപേരുടേയും കണ്ണുകൾ അറിയാതെ നനഞ്ഞു. അതായിരുന്നു അവസാന കാഴ്ച്ച."

പാട്ടിന്റെ തുടക്കത്തിലെ ഹൃദയാവർജ്ജകമായ ഹമ്മിംഗ് കേൾക്കുമ്പോഴേ സുനിൽ ദത്തിന്റെ വാക്കുകൾ ഓർമ്മവരും. നൂതന്റെ മുഖം മനസ്സിൽ തെളിയും. നിറകണ്ണുകളോടെയല്ലാതെ കേട്ടിരിക്കാനാകാറില്ല ഇന്നും ആ ഗാനം.

■

യക്ഷിയും ഒടിയനും പിന്നെ ജി.കെ. പിള്ളയും

ചുണ്ടിൽ എരിയുന്ന പൈപ്പില്ല; കയ്യിൽ പുകയുന്ന പിസ്റ്റളും. മുട്ടിനു താഴേക്ക് ഇറങ്ങിക്കിടക്കുന്ന നൈറ്റ് ഗൗൺ, കറുത്ത കമ്പിളിരോമ ത്തൊപ്പി, പേടിപ്പെടുത്തുന്ന കൊമ്പൻമീശ, കണ്ണിറുക്കിയുള്ള വില്ലൻ ചിരി... ഇതൊന്നുമില്ലാതെ ഒരു പാവം ചിറയിൻകീഴുകാരനായി മുന്നിലി രിക്കുന്നു ജി കെ പിള്ള. സുന്ദരികളായ യുവതികളെ തിളയ്ക്കുന്ന മെഴുകി ലേക്ക് ഉന്തിത്തള്ളിയിട്ട് മനോഹര ശില്പങ്ങളാക്കി വാർത്തെടുത്തിരുന്ന 'പാതിരാപ്പാട്ടി'ലെ കണ്ണിൽച്ചോരയില്ലാത്ത കലാകാരൻ ദാസ്.

പത്തുനാല്പതു കൊല്ലമായി ഉള്ളിലൊരു ചോദ്യമുണ്ട്. എന്നെ ങ്കിലും പിള്ളസാറിനെ നേരിൽ കാണുകയാണെങ്കിൽ ചോദിക്കാൻ കരുതി വെച്ച ചോദ്യം. പ്രേതങ്ങളും യക്ഷികളും ഒടിയന്മാരും ഭൂമിയിലേക്കിറങ്ങി വന്ന ഒരു രാത്രി കോട്ടയ്ക്കൽ രാധാകൃഷ്ണ ടാക്കീസിലെ ഇരുട്ടിലി രുന്നുകൊണ്ട് ആ പഴയ നാലാം ക്ലാസുകാരൻ ചോദിച്ച അതേ ചോദ്യം തന്നെ: "മരിച്ചു കഴിഞ്ഞാലും കൃഷ്ണമണികൾ ഇളകുമോ?" തൊട്ട പ്പുറത്ത് കറുപ്പിലും വെളുപ്പിലും മിന്നിമറയുന്ന വെള്ളിത്തിരയിലെ ദൃശ്യ ങ്ങളിൽ മുഴുകി സ്വയം മറന്നിരുന്ന ഗോപിയേട്ടൻ ആദ്യം ചോദ്യം കേട്ടി ല്ലെന്നു നടിച്ചു. രണ്ടുവട്ടം തോണ്ടി ശല്യപ്പെടുത്തിയപ്പോൾ അസ്വസ്ഥത യോടെ തിരിഞ്ഞുനോക്കി ശബ്ദം താഴ്ത്തി പിറുപിറുത്തു: "ഈ ചെക്കനെക്കൊണ്ട് തോറ്റൂലോ. സിനിമ കാണാനും സൈ്വരം തരില്ല്യ. ഓരോ പൊട്ട സംശയങ്ങള്... കൃഷ്ണമണി ഇളകോ അതോ പൊട്ടി ത്തെറിക്ക്വോ എന്നൊന്നും ഇനിക്കറിയില്ല." മുഖം വെട്ടിത്തിരിച്ച് സ്ക്രീ നിലേക്ക് തിരിച്ചു യാത്രയാകുന്നു ഗോപിയേട്ടൻ.

പണ്ടേയുള്ള ശീലമാണ്. ഒരു ജിജ്ഞാസ മനസ്സിൽ മുളപൊട്ടിയാൽ അതങ്ങനെ അവിടെ കിടന്നു തിളച്ചുമറിഞ്ഞുകൊണ്ടിരിക്കും. ഉത്തരം കിട്ടും വരെ. ചിലപ്പോൾ വലിയ കഥയൊന്നുമില്ലാത്ത സംശയങ്ങളാവും. എന്നാലും ഉത്തരം കിട്ടണം. കിട്ടിയേ പറ്റൂ. ഇതും അങ്ങനെ തന്നെ. ഒരു ശ്രമം കൂടി നടത്തിനോക്കാൻ മനസ്സ് വെമ്പുന്നു. കൈമുട്ട് ശക്തമായി പിടിച്ചുകുലുക്കിക്കൊണ്ട് ചോദിച്ചു: "അല്ല ഗോപ്യേട്ടാ.... മെഴുകിൽ

മുക്കുമ്പോത്തന്നെ പൊള്ളി മരിച്ചിട്ടുണ്ടാകുമല്ലോ അവര്. ന്നാലല്ലേ അവരെ പ്രതിമ്യാക്കി മാറ്റാൻ പറ്റൂ. പ്രതിമ്യായി മാറീട്ടും ചെലരുടെ കണ്ണിലെ കൃഷ്ണമണി അനങ്ങ്ണുണ്ടല്ലോ. അതെങ്ങന്യാ?" രസച്ചരട് പൊട്ടിപ്പോയ ദേഷ്യത്തിൽ ക്രുദ്ധനായി തിരിഞ്ഞുനോക്കുന്നു ഗോപിയേട്ടൻ. ഒരടി വീഴുമെന്നാണ് കരുതിയത്. പക്ഷേ അതുണ്ടായില്ല. ക്ഷമാശീലനായത് കൊണ്ടാണ്. ശല്യക്കാരനായ അനുജന്റെ മുഖത്തു നോക്കി കുറച്ചുനേരം മിണ്ടാതിരുന്ന ശേഷം അസഹ്യതയോടെ ഗോപിയേട്ടൻ പറഞ്ഞു: "ആവോ.. ഇനിക്കറിയില്യ. പോയി ചോയ്ച്ചു നോക്ക് ജി കെ പിള്ളേനോട്.." സിനിമ തീരും വരെ മിണ്ടിയില്ല പിന്നെ. ഉള്ളിലെ സംശയജ്വാല അണഞ്ഞുമില്ല.

മാറ്റിനി കണ്ടേ ശീലമുള്ളൂ. ആദ്യമായിട്ടാണ് ഫസ്റ്റ് ഷോ കാണുന്നത്. പത്തുമണിക്ക് സിനിമ വിട്ടാൽ രണ്ടു നാഴികയോളം നടന്നുവേണം വീട്ടിലെത്താൻ. കുറ്റാക്കൂരിരുട്ടാണ്. 'രാധാകൃഷ്ണ'യ്ക്ക് പുറത്തു കദീസുമ്മ ചൂട്ട് വിൽക്കാൻ വെച്ചിട്ടുണ്ടാകും. അഞ്ചു പൈസയുടെയും പത്തു പൈസയുടെയും ചൂട്ട്. അഞ്ചുപൈസച്ചൂട്ടിന് കഷ്ടിച്ചു അരമണിക്കൂറേ ആയുസ്സുണ്ടാകൂ. മറ്റേതാണെങ്കിൽ ഒരു മണിക്കൂറോളം കത്തും. പത്തു പൈസയുടെ ചൂട്ട് വാങ്ങി കത്തിച്ചു മുന്നിൽ നടന്നു ഗോപിയേട്ടൻ. പിറകെ നിഴൽ പോലെ ഞാനും. ആൾതാമസം കുറഞ്ഞ വഴികളിലൂടെയാണ് നടത്തം. പാറ പൊട്ടിച്ചുണ്ടാക്കിയ ചെത്തിമിനുക്കപ്പെടാത്ത വഴികൾ. ചുറ്റും പൊന്തക്കാടുകൾ. ചെറുതായി ചൂളം കുത്തുന്ന കാറ്റിന്റെ പശ്ചാത്തല സംഗീതം. ശരിക്കും പേടി തോന്നും.

രാജാസ് ഹൈസ്കൂളിന്റെ ഗേറ്റും പറമ്പിലങ്ങാടിയിലെ ഒന്ന് രണ്ടു മുറുക്കാൻ കടകളും പിന്നിട്ട് ഇടുങ്ങിയ കരിങ്കൽപ്പാതയിലേക്ക് കടന്നപ്പോൾ ഞാൻ ഗോപിയേട്ടന്റെ കൈ മുറുക്കെ പിടിച്ചു. സിനിമയിലെ പേടിപ്പെടുത്തുന്ന രംഗങ്ങൾ ഒന്നൊന്നായി മനസ്സിൽ തെളിയുന്നു. ഇരുട്ടിൽ മരങ്ങൾക്കിടയിലൂടെ നടന്നുവരുന്ന ജി കെ പിള്ളയുടെ രൂപം, വാതിൽ തുറക്കുമ്പോൾ കരിമ്പടക്കെട്ടു പോലെ മുന്നിൽ വന്നു വീഴുന്ന പൂച്ചയുടെ അലർച്ച, ജനാലച്ചില്ലിനപ്പുറത്ത് തെളിയുന്ന വെളുത്ത സാരിയുടുത്ത യക്ഷിയുടെ പാട്ട്... മനസ്സിൽ നിന്ന് എത്ര മായ്ച്ചിട്ടും മാഞ്ഞു പോകാൻ കൂട്ടാക്കാത്ത ദൃശ്യങ്ങൾ. വലതുവശത്തെ പൊന്തക്കാട്ടിൽ എന്തോ അനങ്ങിയോ? ഏയ് തോന്ന്യേതാവും. അവിടെ ഈ സമയത്ത് എങ്ങനെ ആൾപെരുമാറ്റം ഉണ്ടാവാൻ? ഇല അനങ്ങുന്നുണ്ട്. ഈശ്വരാ, വല്ല ഒടിയന്മാരും ആകുമോ? രാത്രി നടന്നുപോകുന്നവരെ പിന്തുടർന്ന് തടഞ്ഞുനിർത്തി തലമണ്ട അടിച്ചുപൊളിക്കുന്ന ഒടിയന്മാരെ നേരിൽ കണ്ടയാളാണ് ഒപ്പമുള്ള ഗോപിയേട്ടൻ. ഇനി അതല്ല, കുറച്ചു നേരം മുൻപ് കണ്ട സിനിമയിലെ ക്രൂരനായ ദാസ് ആകുമോ? രാത്രി നടന്നു പോകുന്നവരെ പിന്നിൽനിന്ന് പതുങ്ങിവന്ന് മുഖം പൊത്തിപ്പിടിച്ചു ഞെക്കിക്കൊന്ന ശേഷം കാട്ടിൽ ഒറ്റപ്പെട്ടു നിൽക്കുന്ന തന്റെ ഇരുളടഞ്ഞ

ബംഗ്ലാവിലേക്ക് വലിച്ചുകൊണ്ടുപോയി ഉരുകുന്ന മെഴുകിലേക്ക് തള്ളിയിട്ട്.... ആലോചിക്കാൻ വയ്യ.

ഹൊററർ പടമായിരുന്നു 'പാതിരാപ്പാട്ട്'. വിഖ്യാത ഹോളിവുഡ് ചിത്രമായ 'ഹൗസ് ഓഫ് വാക്സി'ന്റെ വികലമായ ഒരനുകരണം. മനുഷ്യരെ കൊലപ്പെടുത്തി അവരെ ജീവസ്സുറ്റ മെഴുകുപ്രതിമകളാക്കി മാറ്റി മ്യൂസിയത്തിൽ പ്രദർശനത്തിന് വെക്കുന്ന പ്രൊഫസർ ഹെൻറി യാറഡിന്റെ കഥ ജഗതി എൻ കെ ആചാരിയുടെ തിരക്കഥയുടെ സഹായത്തോടെ കേരളത്തിലെ ഒരു നാട്ടിൻപുറത്തേക്ക് പറിച്ചുനടുകയായിരുന്നു സംവിധായകൻ പ്രകാശ്. ദുരൂഹസാഹചര്യത്തിൽ അപ്രത്യക്ഷയായ സഹോദരി നിർമ്മലയെത്തേടി നാട്ടിലെത്തുകയാണ് മുൻ പട്ടാളക്കാരനായ പ്രേംനസീറിന്റെ രഘു. കാമുകൻ ശശിയോടൊപ്പം നിർമ്മല നാടുവിട്ടു എന്നാണ് കിംവദന്തി. ആകെ തകർന്നുപോയ നസീറിന് ആശ്വാസമായത് പതിവുപോലെ നാട്ടിലെ ഒരു ഡോക്ടറുടെ മകളായ ഷീലയുടെ സാമീപ്യവും സാന്ത്വനവും തന്നെ. കാമുകിയുടെ സഹായത്തോടെ അനിയത്തിയുടെ തിരോധാനത്തിന് പിന്നിലെ രഹസ്യങ്ങൾ തിരഞ്ഞിറങ്ങിയ നസീർ എത്തിപ്പെട്ടത് ജി കെ പിള്ള എന്ന ദാസിന്റെ മണിമേടയിൽ. കാഴ്ചയിൽ മാന്യനായ ജി കെയുടെ യഥാർത്ഥ ജോലി സുന്ദരികളെ കൊന്ന് മെഴുകുപ്രതിമകളാക്കി മാറ്റുന്നതാണെന്ന് നസീർ തിരിച്ചറിയുന്നു. അതിനിടെ വെള്ളിയാഴ്ച തോറും വെള്ള സാരിയണിഞ്ഞ ഒരു യക്ഷിയുടെ നഗരപ്രദക്ഷിണവുമുണ്ട്. വിജയഭാസ്കറിന്റെ ഈണത്തിൽ 'നിഴലായ് നിന്റെ പിറകെ പ്രതികാരദുർഗ ഞാൻ വരുന്നൂ' എന്ന് ഈണത്തിൽ പാടിക്കൊണ്ടാണ് യക്ഷിയുടെ വരവും പോക്കും. പ്രേമം, ഹാസ്യം, സംഘട്ടനം എന്നീ പതിവ് ചേരുവകൾക്കൊടുവിൽ ജി കെയുടെ മുഖംമൂടി നസീർ പിച്ചിച്ചീന്തുന്നു. രഹസ്യങ്ങൾ ഒന്നൊന്നായി ചുരുളഴിയുകയായി അതോടെ. നിർമ്മലയെ കൊന്നു പ്രതിമയാക്കിയത് ജി കെ പിള്ളയുടെ ദാസ് തന്നെ. സിനിമയുടെ ഒട്ടുമുക്കാൽ ഭാഗവും അടുക്കളഹാസ്യവുമായി നിറഞ്ഞാടുന്ന, ദാസിന്റെ ഡ്രൈവർ അടൂർ ഭാസി സത്യത്തിൽ അതിബുദ്ധിമാനായ ഒരു സി ഐ ഡി ആയിരുന്നു. പ്രേതഗാനം ഒഴുകിയെത്തിയത് ഒരു ടേപ്പ് റെക്കോർഡറിൽ നിന്ന്. ഭാസിയുടെ കുറ്റാന്വേഷണ കുതുകിയായ ധർമ്മപത്നി ഇന്ദിര യക്ഷിയായി അഭിനയിച്ച് എസ് ജാനകിയുടെ പാട്ടിനൊത്ത് ചുണ്ടനക്കുക മാത്രമായിരുന്നു. സർവത്ര ഞെട്ടിക്കുന്ന സത്യങ്ങൾ. ക്ലൈമാക്സിൽ നസീറിന്റെ ഇടിയേറ്റ് കൊടുംക്രൂരനായ ദാസ് തിളക്കുന്ന മെഴുകിൽ വീണു മൃതിയടയുന്നതോടെ എല്ലാം ശുഭം.

ഇന്നോർക്കുമ്പോൾ മൊത്തം തമാശ. പക്ഷേ അന്നങ്ങിനെയല്ല. പേടിച്ചു വിറച്ചുകൊണ്ടാണ് സിനിമ കണ്ടുതീർത്തതു തന്നെ. രാത്രി വീടണഞ്ഞ ശേഷവും ഭീതി വിട്ടൊഴിഞ്ഞില്ല. മുകളിലെ മുറിയിൽ ഞങ്ങൾ ഒരുമിച്ചാണ് കിടപ്പ്. ഗോപിയേട്ടൻ കട്ടിലിലും ഞാൻ നിലത്തും. വൈദ്യുതി

വന്നിട്ടില്ല അന്ന് ഞങ്ങളുടെ എടരിക്കോട്ട്. ഉറക്കം വരാതെ തിരിഞ്ഞും മറിഞ്ഞും കിടന്നു. കണ്ണടച്ചാൽ മുന്നിൽ തെളിയുക ജി കെ പിള്ളയുടെ മുഖത്തിന്റെ പേടിപ്പെടുത്തുന്ന ക്ലോസപ്പ്. കാതിൽ മുഴക്കമുള്ള ആ ചിരി. ചുറ്റിലും മെഴുക് ഉരുകിയൊലിക്കുന്ന സ്ത്രീശരീരങ്ങൾ. തുറിച്ചു വരുന്ന യക്ഷിയുടെ കണ്ണുകൾ. പുറത്തേക്ക് നീണ്ടു വരുന്ന കൂർത്ത നഖങ്ങൾ. പശ്ചാത്തലത്തിൽ പ്രേതഗാനം.... ആകെ പ്രശ്നം. പതുക്കെ എഴുന്നേറ്റ് കട്ടിലിനടുത്തുചെന്ന് ഗോപിയേട്ടനെ കുലുക്കി വിളിച്ചു. ഉറക്കത്തിൽ നിന്ന് ഞെട്ടിയുണർന്ന് ഗോപിയേട്ടൻ അമ്പരപ്പോടെ തുറിച്ചുനോക്കിയപ്പോൾ കരച്ചിലിന്റെ വക്കോളമെത്തിയ ശബ്ദത്തിൽ ഞാൻ പറഞ്ഞു: "പേട്യാവുണു, ഞാൻ ഇബടെ കെടക്കട്ടെ?" എന്തോ പിറുപിറുത്തുകൊണ്ട് ഒരു വശത്തേക്ക് മാറിക്കിടക്കുന്നു പാവം ഗോപിയേട്ടൻ. ബാക്കിയുള്ള ഇത്തിരി സ്ഥലം ഞൊടിയിടയിൽ കരസ്ഥമാക്കി പുതപ്പിനുള്ളിലേക്ക് ചുരുണ്ടുകൂടുന്നു അനുജൻ... ഉറക്കം എന്നിട്ടും കൂടെ വന്നില്ല. ജി കെ പിള്ളയും മെഴുകുസുന്ദരിമാരും യക്ഷിയും വിട്ടുപോയതുമില്ല. കട്ടിലിന് ചുറ്റും സദാസമയവും റോന്തുചുറ്റുന്നുണ്ടായിരുന്നു അവർ. പകൽവെളിച്ചം ജനാലയിലൂടെ അരിച്ചെത്തും വരെ. പിറ്റേന്ന് എഴുന്നേൽക്കുമ്പോൾ മേലാസകലം പൊള്ളുന്നു. പനിയാണ്.

"ആ കാലമൊന്നും ഇനി തിരിച്ചുവരില്ല. ആ മനുഷ്യരും." ആരോ മൃദുവായി കാതിൽ മന്ത്രിക്കുംപോലെ. സുഖകരമായ ഒരുറക്കത്തിൽ നിന്നെന്നവണ്ണം പൊടുന്നനെ ഞെട്ടിയുണർന്നത് അപ്പോഴാണ്; ഇത്ര നേരം കടിഞ്ഞാണില്ലാതെ പിന്നിലേക്ക് സഞ്ചരിക്കുകയായിരുന്നു മനസ്സ് എന്ന് തിരിച്ചറിഞ്ഞതും. ഒടിയന്മാരും മെഴുകുപ്രതിമകളും ഭൂതപ്രേതാദികളും അപ്രത്യക്ഷരായിരിക്കുന്നു. അവശേഷിക്കുന്നത് ജി കെ പിള്ള മാത്രം. മുന്നിലെ കസേരയിലിരുന്ന് സിനിമാജീവിതം ഉറക്കെയുറക്കെ അയവിറക്കുന്നു അദ്ദേഹം. അനവസരത്തിൽ ഫ്ളാഷ് ബാക്ക് കടന്നു വരുമെന്ന് ആരോർത്തു? വിമുക്തഭട സംഘടനയുടെ ഏതോ ചടങ്ങിന്റെ വാർത്തയുമായി പത്രമോഫീസിൽ എത്തിയപ്പോൾ യൂണിറ്റ് മാനേജർക്കൊപ്പം വെറുതെ പരിചയപ്പെടാൻ വന്നതാണ് പിള്ളസാർ. പട്ടാളത്തിൽ നിന്ന് സിനിമയിലും സിനിമയിൽ നിന്ന് ടെലിവിഷനിലും അവിടെ നിന്ന് രാഷ്ട്രീയ സാമൂഹ്യ മണ്ഡലങ്ങളിലും എത്തിപ്പെട്ട കഥ രസിച്ചു വിവരിക്കുന്നു അദ്ദേഹം. വ്യക്തികളും വിഷയങ്ങളും ക്ളൈമാക്സുകളും എല്ലാം മാറിമറിഞ്ഞുകൊണ്ടിരുന്നു കഥയിൽ. പ്രേംനസീർ, അംബിക, ശശികുമാർ, മഹാത്മാഗാന്ധി, ജനറൽ തിമ്മയ്യ, കരിയപ്പ, കരുണാകരൻ, രമേശ് ചെന്നിത്തല ....അങ്ങനെയങ്ങനെ വൈവിധ്യമാർന്ന കഥാപാത്രങ്ങളുടെ ഒരു നീണ്ട ഘോഷയാത്ര.

ഇടയ്ക്കെപ്പോഴോ ശ്വാസമെടുക്കാൻ വേണ്ടി പിള്ള സാർ സംസാരം ഒരു നിമിഷം നിർത്തിയപ്പോൾ ഞാൻ പൊടുന്നനെ ഇടപെട്ട് ചോദിച്ചു: "സാർ, മരിച്ചു കഴിഞ്ഞാലും കൃഷ്ണമണികൾ ഇളകുമോ?" അമ്പരപ്പോടെ എന്റെ മുഖത്ത് നോക്കിയിരുന്നു ജി കെ പിള്ള. ഇതെന്ത് മണ്ടൻ

ചോദ്യം എന്നോർത്തിരിക്കണം അദ്ദേഹം. "സുന്ദരികളെ മെഴുകിൽ മുക്കിയെടുക്കുമ്പോഴേ പൊള്ളലേറ്റ് അവർ മരിച്ചു കാണില്ലേ?," ആവേശത്തോടെ വീണ്ടും ഞാൻ. "പിന്നെ പ്രതിമയുടെ കൃഷ്ണമണികൾ എങ്ങനെ ഇളകി?" നിമിഷങ്ങളോളം എന്റെ മുഖത്ത് കണ്ണു നട്ട് നിശ്ശബ്ദനായിരുന്നു പിള്ള സാർ. ഇത്രനേരം ചർച്ച ചെയ്ത വിഷയങ്ങളും ഇതും തമ്മിൽ എന്ത് ബന്ധം എന്നോർത്തിരിക്കണം അദ്ദേഹം. പരിഹസിച്ചതായി തോന്നിയിരിക്കുമോ സാറിന്? മോശമായിപ്പോയി. ചോദിക്കേണ്ടായിരുന്നു എന്ന് ആരോ ഉള്ളിലിരുന്ന് പറയുന്ന പോലെ.

പിരിമുറുക്കത്തിന് വിരാമമിട്ട് ജി കെ പിള്ള ചിരിക്കുന്നു. മേഘഗർജ്ജനം പോലൊരു ചിരി. പൊന്നാപുരം കോട്ടയിലെ കറുവഞ്ചേരി കുറുപ്പിനെ, ഒതേനന്റെ മകനിലെ കുങ്കനെ, നായര് പിടിച്ച പുലിവാലിലെ ഗോപിയെ, വേലുത്തമ്പി ദളവയിലെ കുഞ്ചുനീലൻ പിള്ളയെ, കൊച്ചിൻ എക്സ്പ്രസിലെ കൊലപാതകിയായ ഹോട്ടൽ മാനേജരെ, ഇരുമ്പഴികളിലെ സ്ത്രീലമ്പടനായ ജന്മിയെ, പഞ്ചവൻകാട്ടിലെ തന്ത്രശാലിയായ താണുപിള്ളയെ... പലരെയും ഓർമിപ്പിച്ച ആ ചിരിക്കൊടുവിൽ പിള്ള സാർ ചോദിക്കുന്നു: "പാതിരാപ്പാട്ട് കണ്ടിട്ടുണ്ട് അനിയൻ, അല്ലേ? ബുദ്ധിമുട്ടി അഭിനയിച്ച സിനിമയായിരുന്നു. എന്ത് ഫലം? വില്ലന്മാർക്കൊന്നും ഒരു വിലയുമില്ലല്ലോ സിനിമയിൽ. ഇത്രേം കാലത്തിനു ശേഷവും അനിയനെപ്പോലുള്ളവർ നമ്മുടെ അഭിനയം ഓർമ്മയിൽ സൂക്ഷിക്കുന്നു എന്ന അറിവാണ് നമുക്കൊക്കെ കിട്ടാവുന്ന ഏറ്റവും വലിയ അവാർഡ്." ഒരു നിമിഷം നിർത്തി മുഖത്തെ ചിരി മായ്ച്ച് പകരം കൃത്രിമ ഗൗരവം വരുത്തി പിള്ള സാർ തുടരുന്നു: "പിന്നെ അനിയൻ ചോദിച്ച മറ്റേ കാര്യം. ഇപ്പോഴാണ് ഓർത്തത്. കണ്ണ് ചൂഴ്ന്നെടുത്ത ശേഷമാണല്ലോ ഞാൻ എല്ലാറ്റിനെയും കൊന്നു മെഴുകിൽ മുക്കിയത്. പിന്നെങ്ങനെ കൃഷ്ണമണി അനങ്ങും? അനിയന് തോന്നിയതായിരിക്കും." ഉറക്കെയുറക്കെ പൊട്ടിച്ചിരിക്കുന്നു ജി കെ പിള്ള.

ഒടുങ്ങാത്ത കൗതുകത്തോടെ ആ മുഖത്ത് നോക്കിയിരുന്നു ഞാൻ. ഉള്ളിൽ വീണ്ടും പഴയ നാലാം ക്ലാസുകാരൻ ഉണരുന്നു. ഒരു ചോദ്യം ബാക്കിയുണ്ടായിരുന്നു ചോദിക്കാൻ: "അന്ന് രാത്രി ഗോപിയേട്ടനൊപ്പം രാധാകൃഷ്ണ ടാക്കീസിൽ നിന്ന് 'പാതിരാപ്പാട്ട്' കണ്ടു തിരിച്ചുപോകുമ്പോൾ ഇടവഴിയിലെ പൊന്തക്കാട്ടിൽ മറഞ്ഞുനിന്ന് പേടിപ്പിച്ചത് സാറായിരുന്നില്ലേ?" ചോദിക്കാൻ ധൈര്യം വന്നില്ല. ജീവനില്ലാത്ത മെഴുകു പ്രതിമയായി മാറാൻ ആർക്കുണ്ട് ആഗ്രഹം?

■

സിസ്റ്റർ, എന്നെ ഓർമ്മയുണ്ടോ?

അതുവരെ കണ്ടിട്ടില്ല, അത്രയും അഴകുള്ള ഒരു സിസ്റ്ററെ. നക്ഷത്ര ശോഭയുള്ള വലിയ കണ്ണുകൾ. ചുണ്ടിനു തൊട്ടു താഴെ നേർത്തൊരു കാക്കപ്പുള്ളി. ചിരിക്കുമ്പോൾ വിടരുന്ന നുണക്കുഴികൾ. ഇടംകയ്യിൽ ഒരു കെട്ട് പുസ്തകവും വലം കയ്യിൽ ചൂരലുമായി ഒരു നാൾ നിനച്ചിരിക്കാതെ സിസ്റ്റർ അനിത ക്ലാസ്സിലേക്ക് കടന്നുവന്നപ്പോൾ ഒച്ചയും ബഹളവും താനേ അടങ്ങി. സുന്ദരമായ ആ മുഖത്ത് കണ്ണു നട്ട്, ഒരക്ഷരം മിണ്ടാനാകാതെ തരിച്ചിരുന്നു ഞങ്ങൾ, എട്ട് ബി യിലെ കുട്ടികൾ.

ഇംഗ്ലീഷ് പഠിപ്പിക്കുന്ന നമ്പ്യാർ സാർ ലീവിൽ പോയിട്ട് ആഴ്ച ഒന്നായി. പകരം വന്നിരിക്കുകയാണ് അനിത സിസ്റ്റർ. സൗമ്യമധുരമായ ആ പുഞ്ചിരി കൊണ്ടുതന്നെ അരസികനായ നമ്പ്യാർ സാറിനെ ഞങ്ങളുടെ കുഞ്ഞുമനസ്സുകളിൽ നിന്ന് തൽക്ഷണം പുറത്താക്കിക്കഴിഞ്ഞിരുന്നു സിസ്റ്റർ. "ഞാൻ കണ്ടിട്ടുണ്ട് ഈ സിസ്റ്ററെ. ഞങ്ങളുടെ വീട്ടിനടുത്ത് അവരുടെ ഒരു ബന്ധുവീട്ടിൽ വന്നിട്ടുണ്ട്." തൊട്ടടുത്തിരുന്ന ജോസഫ് അടക്കം പറഞ്ഞു. സിസ്റ്ററുടെ കയ്യിലെ ചൂരലിലായിരുന്നു എന്റെ ശ്രദ്ധ മുഴുവൻ. നീണ്ടു മെലിഞ്ഞ മനോഹരമായ ആ വിരലുകൾക്ക് ചൂരൽ ഒട്ടും ഇണങ്ങാത്ത പോലെ. "ഈ സിസ്റ്റർ നമ്മളെ അടിക്കുമോ?" അറിയേണ്ടത് അതായിരുന്നു. ചിരിയടക്കി ജോസഫ് പറഞ്ഞു: "ഏയ്.. എനിക്ക് തോന്നണില്ല." പിന്നെ മുഖം കാതോടടുപ്പിച്ച് പതുക്കെ ഇത്രകൂടി: "അടിച്ചാലും ഒരു സുഖല്ലേടോ. ആ നമ്പ്യാർ സാറിന്റെ മൊശടൻ അടീനേക്കാളും എന്തായാലും ഭേദാവും."

ഇംഗ്ലീഷ് പദ്യമാണ് അന്ന് സിസ്റ്റർ പഠിപ്പിച്ചത്, ആർ എൽ സ്റ്റീവൻസണിന്റെ. അതോ ലോംഗ്ഫെലോയുടെയോ? വരികളൊന്നും ഓർമ്മയില്ല. ആശയവും. സിസ്റ്റർ അത് ഈണത്തിൽ ചൊല്ലിത്തരുന്നതിന്റെ മാധുര്യം മാത്രമുണ്ട് ഇപ്പോഴും മനസ്സിൽ. തേൻ കിനിയുന്ന ശബ്ദം. ചെറിയൊരു കൊഞ്ചലുമുണ്ടതിൽ. ഇംഗ്ലീഷ് വാക്കുകൾ നമ്പ്യാർസാറിനെ പോലെ പരുഷമായിട്ടല്ല സിസ്റ്റർ ഉച്ചരിക്കുക. മൃദുവായി, ഒരു തൂവൽ കൊണ്ട് ഉഴിയും പോലെ. ആ ചുണ്ടുകളുടെ വിറയലും ഇടയ്ക്കിടെയുള്ള കണ്ണു ചിമ്മിത്തുറക്കലും നുണക്കുഴിച്ചന്തവും നോക്കി അന്തം വിട്ടിരിക്കെ ശൂന്യതയിൽ നിന്നെന്നോണം ഉറക്കെ ഒരു ശബ്ദം: "യു

സ്റ്റാൻഡപ്പ്. സ്വപ്നം കാണുവാണ് അല്ലേ? ടെൽ മി. വാട്ട് ഈസ് ദി മീനിംഗ് ഓഫ് പാഷൻ?"

എന്നോടാണ് ചോദ്യം. ഞെട്ടിപ്പോയി. പഠിപ്പിച്ചതൊന്നും തലയിൽ കയറിയിട്ടില്ല എന്ന സത്യം തിരിച്ചറിയുന്നത് അപ്പോഴാണ്. ഫാഷൻ എന്നല്ലാതെ പാഷൻ എന്ന് കേട്ടിട്ടില്ല അതുവരെ. എന്തായിരിക്കും ആ വാക്കിന്റെ അർത്ഥം? വിഡ്ഢിയെപോലെ മിഴിച്ചുനിന്നപ്പോൾ മുന്നിൽ വന്ന് ചൂരൽ കൊണ്ട് ഡെസ്കിൽ മെല്ലെ അടിച്ചു സിസ്റ്റർ. എന്നിട്ട് കണ്ണുകളിലേക്ക് ഉറ്റുനോക്കി. ഭയമാണ് തോന്നിയത്. ആ നോട്ടത്തിനുമുന്നിൽ ചൂളിപ്പോകും പോലെ. ജാള്യത്തോടെ തല കുനിച്ചപ്പോൾ ഒരു ചോദ്യം കൂടി; ഇത്തവണ കുറെ കൂടി സൗമ്യമായി: "കുഞ്ഞിന് ഏറ്റവും ഇഷ്ടമുള്ള കാര്യം എന്താണ് ഈ ലോകത്ത്? പറയൂ. കേൾക്കട്ടെ." കുഞ്ഞ് എന്ന ആ വിളി വല്ലാതെ മനസ്സിനെ തൊട്ടു. ഉള്ളിലെ പേടിയെല്ലാം പൊടുന്നനെ ആവിയായിപ്പോയ പോലെ. അതുവരെ ഒരു ടീച്ചറും അങ്ങനെ വിളിച്ചിട്ടില്ല. തെമ്മാടി, കഴുതേ എന്നൊക്കെയാണ് നമ്പ്യാർ സാർ ഞങ്ങളെ വിളിക്കുക. തമാശയ്ക്കാണ്. എങ്കിലും ഇടയ്ക്കൊക്കെ ആ വിളി മനസ്സിനെ നോവിക്കും. ദേഷ്യം തോന്നും. "വൈ ആർ യു സൈലന്റ്? കുഞ്ഞിന് അങ്ങനെ പ്രത്യേകിച്ച് ഒന്നിനോടും ഇഷ്ടമില്ലേ?" സിസ്റ്ററുടെ ചോദ്യം വീണ്ടും.

ക്ലാസ്സിലെ നാല്പതു ജോടി കണ്ണുകൾ എന്റെ മുഖത്താണെന്ന ഉത്തമബോധ്യത്തോടെ നിമിഷങ്ങളോളം മിണ്ടാതെ നിന്നു. എന്ത് പറയണം? എന്തു പറഞ്ഞാലും കുട്ടികൾ കളിയാക്കും. എങ്കിൽ പിന്നെ സത്യം തുറന്ന് പറയാൻ എന്തിന് മടിക്കണം? തലയുയർത്തി ധൈര്യം സംഭരിച്ച് പതിഞ്ഞ ശബ്ദത്തിൽ പറഞ്ഞു: "മൈസൂർ പാക്ക്." സിസ്റ്ററുടെ മുഖത്തെ അന്ധാളിപ്പ് പതുക്കെ ഒരു പുഞ്ചിരിക്ക് വഴിമാറുന്നു. കോറസ് പോലെ പശ്ചാത്തലത്തിൽ സഹപാഠികളുടെ ചിരിമേളം. ചെവിത്തുമ്പ് പിടിച്ചു മൃദുവായൊന്ന് തിരുമ്മി സിസ്റ്റർ പറഞ്ഞു: "മൈസൂർ പാക്ക് എല്ലാർക്കും ഇഷ്ടാണ്. കിട്ടിയാൽ കഴിക്കും. അതിനെ ഇഷ്ടം എന്നാണ് നമ്മൾ പറയുക. പക്ഷേ, ദിവസവും അത് കഴിക്കണം, കഴിച്ചില്ലെങ്കിൽ ഭ്രാന്ത് പിടിക്കും ന്ന് തോന്നിയാൽ അത് വെറും ഇഷ്ടമല്ല; പാഷനാണ്. മനസ്സിലായോ?" മറ്റൊന്നും പറയാതെ ചൂരലുമായി ബോർഡിന് മുന്നിലേക്ക് തിരിച്ചുനടന്നു സിസ്റ്റർ. ചുറ്റും ചിരിയുടെ അലകൾ അടങ്ങിയിരുന്നില്ല. ചൂരൽകൊണ്ട് മേശയിൽ അടിച്ച് "സൈലൻസ്" എന്ന് ആജ്ഞാപിച്ചശേഷം സിസ്റ്റർ തിരികെ പാഠപുസ്തകത്തിലേക്ക്... ഞാൻ എന്റെ സ്വപ്നലോകത്തേക്കും.

ക്ലാസ്സ് കഴിഞ്ഞു സിസ്റ്റർ മടങ്ങിപ്പോയശേഷം ഒരു പ്രണയരഹസ്യം കൂടി പങ്കുവെച്ചു ജോസഫ്: "ഈ അനിതാ സിസ്റ്ററുണ്ടല്ലോ. മുൻപ് ഒരാളെ കല്യാണം കഴിക്കാൻ പോയതാണ്. അറിയുമോ? അയാളോട് വലിയ ലവ് ആയിരുന്നുവത്രേ." കൗതുകം തോന്നി. ലവ് അത്ര മാന്യമായ ഏർപ്പാടായി തോന്നിയിരുന്നില്ല അക്കാലത്ത്. എന്തോ ഒരു

അരുതായ്കപോലെ. സിനിമയിലൊക്കെ നായികാനായകന്മാർ വീട്ടുകാർ അറിയാതെ ചെയ്യുന്ന സംഗതിയായതുകൊണ്ടാവാം. മാത്രമല്ല, വീട്ടി നടുത്ത ഒരു ബ്രാഹ്മണ യുവാവും അന്യമതത്തിൽ പെട്ട പെൺകുട്ടിയും ലവ്വിലായി ഓടിപ്പോയതും കുറച്ചു ദിവസം കഴിഞ്ഞു പൊലീസ് അവരെ പിടിച്ചുകൊണ്ടുവന്നതും നാട്ടിലെങ്ങും പാട്ടായിരുന്നുതാനും. സിസ്റ്ററും അത്തരക്കാരിയാണോ എന്നോർത്ത് വിഷമിച്ചിരുന്നപ്പോൾ ജോസഫ് കഥ തുടർന്നു: "സിസ്റ്ററുടെ അപ്പന്റെ നേർച്ചയായിരുന്നു മൂത്ത മോളെ സിസ്റ്ററാക്കാംന്ന്. സിസ്റ്റർക്ക് കല്യാണം കഴിക്കണം എന്ന് ഉണ്ടായിരുന്നുപോലും. പക്ഷേ, അങ്ങനെ ചെയ്താൽ ദൈവത്തിന് കൊടുത്ത വാക്ക് തെറ്റിക്കുകയല്ലേ? എല്ലാരും കൂടി നിർബന്ധിച്ചപ്പോൾ സിസ്റ്റർ മഠത്തീച്ചേർന്നു. മനസ്സുണ്ടായിട്ടല്ല." ജോസഫ് പറഞ്ഞു. "അപ്പൊ ആ മറ്റേയാളോ? ലവ് ചെയ്ത ആൾ?" ആകാംക്ഷയോടെ എന്റെ ചോദ്യം. ചുമലുകൾ മെല്ലെ കുലുക്കി നിസ്സംഗതയോടെ ജോസഫിന്റെ മറുപടി. "ആ... ആർക്കറിയാം? സിസ്റ്ററായാൽ പിന്നെ എന്ത് ലവ്. അയാള് വേറെ കെട്ടിക്കാണും."

മറ്റൊരു ക്രൂരസത്യം കൂടി വെളിപ്പെടുത്തി ജോസഫ്: "നീ വിചാരിക്കുന്നത്ര ഭംഗിയൊന്നുമില്ല അനിതാ സിസ്റ്റർക്ക്. പിന്നീക്കൂടെ ചെന്ന് ആ തൊപ്പിയൊന്ന് വലിച്ചൂരി നോക്ക്. തെളങ്ങണ മൊട്ടത്തല കാണാം. സിസ്റ്റർമാരുടെ തലയിൽ ഒറ്റ മുടിപോലും ഉണ്ടാവില്ല. സഭേൽ ചേർന്നയുടൻ എല്ലാരേം മൊട്ടയടിക്കും. സമ്മതിച്ചില്ലേൽ കന്യാസ്ത്രീ ആക്കൂല. പൊറത്താക്കും." ആ വാക്കുകൾ അപ്പടി വിഴുങ്ങാൻ പ്രയാസം തോന്നി, ആദ്യം. ക്ലാസ്സെടുക്കുന്നതിനിടെ സിസ്റ്റർ അടുത്തു വന്നു നിന്നപ്പോൾ ശിരോവസ്ത്രത്തിനിടയിലൂടെ നെറ്റിയിലേക്ക് വാർന്നുകിടന്ന മുടിത്തുമ്പ് കണ്ടതാണല്ലോ ഞാൻ. അതെങ്ങനെ? എങ്കിലും ജോസഫ് പറഞ്ഞത് വെറും നുണയായി തള്ളിക്കളയാനാവില്ല. സിസ്റ്റർമാരെയും അച്ചന്മാരെയും അവനറിയും പോലെ എനിക്കറിയില്ലല്ലോ. തലയിൽ ഒറ്റ മുടി പോലുമില്ലാതെ അനിതാ സിസ്റ്ററെ സങ്കൽപ്പിച്ചു നോക്കി വെറുതെ. ഏയ്, അത്ര മോശമൊന്നുമല്ല. മുടിയില്ലെങ്കിലും അവർ സുന്ദരിയായിരിക്കും. തീർച്ച. എന്നാലും ഭംഗിയുള്ള സിസ്റ്റർമാരുടെ തലമുടി മുറിച്ചുകളയണമെന്ന് കല്പിക്കാൻ പാടുമോ സഭ? അനീതിയല്ലേ അത്?

രണ്ടോ മൂന്നോ തവണ കൂടി ഞങ്ങൾക്ക് ക്ലാസ്സെടുത്തിരിക്കണം അനിതാ സിസ്റ്റർ. അതിനകം നമ്പ്യാർ സാർ തിരികെ ഡ്യൂട്ടിക്ക് ജോയിൻ ചെയ്തിരുന്നു. പുസ്തകങ്ങളും ചൂരലുമായി വരാന്തയിലൂടെ മറ്റേതെങ്കിലും ക്ലാസ്സിലേക്ക് സിസ്റ്റർ ഒഴുകിപ്പോകുന്നത് ചെറിയൊരു അസൂയയോടെ നോക്കിനിന്നിട്ടുണ്ട്. കിളിക്കൊഞ്ചൽ പോലത്തെ ശബ്ദം വീണ്ടും കാതിൽ മുഴങ്ങും; അപ്പോൾ 'കുഞ്ഞേ' എന്ന വിളിയും. ഒരിക്കൽക്കൂടി സിസ്റ്ററുടെ ക്ലാസ്സിലിരിക്കാൻ മോഹം തോന്നിയിട്ടുണ്ട് അന്നൊക്കെ; നടക്കില്ലെന്ന് അറിഞ്ഞുകൊണ്ടുതന്നെ. ഇടയ്ക്കെപ്പോഴോ കാഴ്ചയിൽനിന്ന് മായുന്നു അവർ; എന്നെന്നേക്കുമായി. .അവസാന കൂടിക്കാഴ്ച സ്റ്റാഫ് റൂമിൽ വെച്ചായിരുന്നു. കോമ്പസിഷൻ പുസ്തകങ്ങൾ മലയാളം മാഷെ

ഏല്പിക്കാൻ ഒരുച്ചയ്ക്ക് സ്റ്റാഫ് റൂമിൽ ചെന്നതാണ്. എല്ലാവരും ഊണ് കഴിക്കാൻ പോയ സമയം. മാഷിന്റെ മേശപ്പുറത്ത് പുസ്തകങ്ങൾ ഭദ്രമായി അടുക്കിവെച്ച് തിരിച്ചുപോകാൻ തുനിയവെ മുറിയുടെ കോണിൽ നിന്ന് പതിഞ്ഞ ശബ്ദത്തിൽ ഒരു ഗാനാലാപം. തിരിഞ്ഞുനോക്കിയപ്പോൾ അനിത സിസ്റ്റർ. ചുറ്റുമുള്ളതൊന്നും ശ്രദ്ധിക്കാതെ മേശപ്പുറത്തു തുറന്നുവെച്ച പുസ്തകത്തിൽ നോക്കി കുനിഞ്ഞിരിക്കുകയാണ് സിസ്റ്റർ. ചുണ്ടിൽ ഒരു മധുരഗാനത്തിന്റെ ഇമ്പമാർന്ന ശീലുകൾ: “സുന്ദരരാവിൽ ചന്ദനമുകിലിൽ മന്ത്രങ്ങളെഴുതും ചന്ദ്രികേ, അനുരാഗത്തിൻ ആദ്യനൊമ്പരം ആത്മനാഥനോടെങ്ങനെ പറയും...” പാട്ട് മൂളുന്നതിനൊപ്പം ഭംഗിയുള്ള നീണ്ട വിരലുകൾ കൊണ്ട് മേശമേൽ താളമിടുന്നു സിസ്റ്റർ.

അദ്ഭുതം തോന്നി. കന്യാസ്ത്രീകൾ സിനിമാപ്പാട്ട് പാടുകയോ? അതും പ്രേമഗാനം? ജോസഫ് പറഞ്ഞുകേട്ടത് സത്യമെങ്കിൽ അത് പാപമല്ലേ? ഒരുപാട് ചോദ്യങ്ങൾ വന്നു നിറയുന്നു എട്ടാം ക്ലാസ്സുകാരന്റെ ചിന്തയിൽ. പാവം സിസ്റ്റർ. ആരും അടുത്തില്ലെന്ന ധൈര്യത്തിൽ മൂളിയതാകും. മേശയ്ക്കടുത്തുചെന്നു നിന്നപ്പോൾ സംഗീതത്തിന്റെ ഏകാന്തസുന്ദരമായ ലോകത്തുനിന്ന് ഞെട്ടലോടെ പുറത്തുകടന്ന് തലയുയർത്തി നോക്കി സിസ്റ്റർ. “ഇത് കൊച്ചനിയത്തി എന്ന സിനിമയിലെ പാട്ടല്ലേ സിസ്റ്ററേ?” മടിച്ചു മടിച്ച് എന്റെ ചോദ്യം. ഒന്നും മിണ്ടാതെ കുറച്ചുനേരം അമ്പരപ്പോടെ മുഖത്ത് നോക്കിയിരുന്നു അവർ. എന്നിട്ട് ചോദിച്ചു: “എങ്ങനെ അറിയാം കുഞ്ഞിന്?” മേശയോട് കുറെ കൂടി ചേർന്നുനിന്നുകൊണ്ട് ഞാൻ പറഞ്ഞു: “അമ്മ എപ്പോഴും പാടും. ഞായറാഴ്ച റേഡിയോയിലും കേട്ടിട്ടുണ്ട്.” മുന്നിലെ പുസ്തകം മടക്കിവെച്ച് മനോഹരമായി ചിരിച്ചു സിസ്റ്റർ. “മിടുക്കൻ. എനിക്കും ഇഷ്ടമാണ് ആ പാട്ട്.” പിന്നെ എന്നെ ചേർത്തുനിർത്തി എണ്ണമയമുള്ള മുടിയിലൂടെ വാത്സല്യത്തോടെ വിരലോടിച്ചു അവർ. ഭംഗിയുള്ള വിടർന്ന കണ്ണുകളിൽ വിഷാദമധുരമായ ഒരു ചിരി തെളിഞ്ഞുവോ? പാട്ടു പാടി മുഴുമിക്കാത്തത് എന്തെന്ന് ചോദിക്കാൻ തോന്നി. പക്ഷേ, ധൈര്യം വന്നില്ല. മലയാളം മാഷ് അപ്പോഴേക്കും ഊണു കഴിഞ്ഞു തിരിച്ചെത്തിയിരുന്നു. തനിക്കിവിടെ എന്താ കാര്യം എന്ന് ദയയില്ലാത്ത കണ്ണുകളാൽ ചോദിക്കുന്നു അദ്ദേഹം. ഏതോ ഉൾവിളിയാലെന്നോണം മുടിയിൽ നിന്ന് പെട്ടെന്ന് കയ്യെടുത്തു സിസ്റ്റർ. പിന്നെ, അധികനേരം അവിടെ നിന്നില്ല ഞാൻ. വാതിൽക്കലെത്തി തിരിഞ്ഞുനോക്കിയപ്പോൾ മന്ദഹസിച്ചു കൊണ്ടുതന്നെ എന്നെ നോക്കിയിരിക്കുന്നു സിസ്റ്റർ.

കുറച്ചുകാലം കൂടിയേ ഉണ്ടായുള്ളൂ സിസ്റ്റർ ഞങ്ങൾക്കൊപ്പം. കോഴിക്കോട്ടേക്ക് സ്ഥലം മാറ്റമായി എന്ന് കേട്ടിരുന്നു; പകരം മറ്റൊരു അദ്ധ്യാപിക ഇംഗ്ലീഷ് പഠിപ്പിക്കാൻ എത്തിയെന്നും. പിന്നീടൊരിക്കലും കണ്ടിട്ടില്ല സിസ്റ്ററെ. അവരെക്കുറിച്ചൊന്നും കേട്ടതുമില്ല. ഏതോ സ്കൂളിന്റെ ഹെഡ് മിസ്ട്രസ് ആയി റിട്ടയർ ചെയ്തിരിക്കണം. നാല് പതിറ്റാണ്ടുകൾക്കുശേഷം അടുത്തിടെ ഞങ്ങൾ പഴയ സഹപാഠികൾ സ്കൂൾ

ജീവിതകാലത്തിന്റെ ഓർമ്മപുതുക്കാൻ വീണ്ടും ഒന്നിച്ചപ്പോൾ, ജോസഫ് ആണ് ആ വിവരം പങ്കുവെച്ചത്: "എടോ, നമ്മുടെ അനിതാ സിസ്റ്റർ ഇല്ലേ? നിന്റെ പഴയ ആരാധനാപാത്രം. ഇപ്പോ തീരെ വയ്യത്രെ. റിട്ടയർ ചെയ്ത കന്യാസ്ത്രീകൾക്കായി സഭ നടത്തുന്ന ഒരു സ്ഥാപനംണ്ട്. അവിടെയാണ്. നല്ല പ്രായമായി. എന്തൊക്കെയോ അസുഖങ്ങളും ഉണ്ട്." സിസ്റ്ററെ ആദ്യം കണ്ട നിമിഷങ്ങളിലേക്ക് അറിയാതെ തിരിച്ചുപോയി മനസ്സ്. വിടർന്ന കണ്ണുകളും വിഷാദമധുരമായ ആ ചിരിയും വീണ്ടും ഓർമ്മയിൽ തെളിയുന്നു. വിദൂരതയിൽ ഇരുന്ന് കുഞ്ഞേ എന്ന് വാത്സല്യത്തോടെ കൈനീട്ടി വിളിക്കുന്നു അവർ. പിന്നെ വൈകിയില്ല. ഫോൺ നമ്പർ സംഘടിപ്പിച്ച് പിറ്റേന്ന് തന്നെ മധ്യകേരളത്തിലെ ആ ഓൾഡ് ഏജ് ഹോമിലേക്ക് വിളിച്ചു. ഫോണെടുത്ത സ്ത്രീ പറഞ്ഞു: "സിസ്റ്റർ അനിത? പ്രാർത്ഥനയിലാണ്. കുറച്ചു നേരം വെയിറ്റ് ചെയ്യൂ. ഇപ്പോൾ വരും." വിറയ്ക്കുന്ന കയ്യിൽ ഫോണിന്റെ റിസീവറുമായി ആകാംക്ഷയോടെ ഒരു കാത്തിരിപ്പ്. ഒടുവിൽ മറുപുറത്ത് കേൾക്കാൻ കൊതിച്ച ആ ശബ്ദം. ക്ഷീണിതമെങ്കിലും പഴയ അതേ മാധുര്യത്തോടെ: "ഹലോ. സിസ്റ്റർ അനിതയാണ്. ഹു ഈസ് ദിസ്?"

സ്വയം പരിചയപ്പെടുത്തി: "ഞാൻ രവീന്ദ്രനാഥ്. എട്ട് ബിയിലുണ്ടായിരുന്നു. സിസ്റ്റർ എനിക്ക് രണ്ടു മൂന്ന് പീരിയഡ് ഇംഗ്ലീഷ് എടുത്തിട്ടുണ്ട്. 40 കൊല്ലം മുൻപ്. നമ്പ്യാർ സാർ ലീവിലായിരുന്നപ്പോൾ... മുന്നിലെ ബെഞ്ചിലിരുന്ന ആ ചെറിയ കുട്ടിയെ ഓർമ്മയില്ലേ?" നിശ്ശബ്ദയായി എല്ലാം കേട്ടുനിന്നു സിസ്റ്റർ. എന്നിട്ട് മൃദുവായി ചിരിച്ചു. "രവീന്ദ്രനാഥ്. അല്ലേ? സോറി. ഓർമ്മ വരുന്നില്ല കുഞ്ഞേ. മൂന്ന് പീരിയഡ് അല്ലേ പഠിപ്പിച്ചുള്ളൂ. എങ്ങനെ ഓർക്കാനാ? മോനെ പോലെ നൂറു നൂറു കുഞ്ഞുങ്ങളെ പഠിപ്പിച്ചതല്ലേ? എനിക്കിപ്പോ എഴുപത് കഴിഞ്ഞു. പഴയപോലെ ഓർമ്മ നിൽക്കുന്നില്ല... എന്നാലും ഇത്ര കാലം കഴിഞ്ഞിട്ടും ഓർത്ത് വിളിച്ചതിൽ വലിയ സന്തോഷം. കുഞ്ഞിന് നന്മ വരട്ടെ." ഒരു നിമിഷം സ്വയം പഴിച്ചു. ഛേ. വിളിക്കേണ്ടിയിരുന്നില്ല. മോശമായിപ്പോയി. രണ്ടോ മൂന്നോ പീരിയഡ് മാത്രം പഠിപ്പിച്ച കുട്ടിയെ ഏത് അദ്ധ്യാപികയാണ് ഓർത്തുവെക്കുക.

യാത്രാമൊഴി ചൊല്ലും മുൻപ് വെറുതെ ഒരു പാട്ടിന്റെ വരി മൂളി ഞാൻ: "സുന്ദരരാവിൽ ചന്ദനമുകിലിൽ മന്ത്രങ്ങളെഴുതും ചന്ദ്രികേ..." ഒന്നും മിണ്ടാതെ അത് കേട്ടുനിന്നു സിസ്റ്റർ. മാഞ്ഞുപോയ പഴയൊരു കാലത്തിന്റെ ഓർമ്മകൾ വീണ്ടും വന്നു പൊതിഞ്ഞിരിക്കുമോ ആ മനസ്സിനെ? അതോ എല്ലാം മറന്നുപോയിരിക്കുമോ അവർ? ആർക്കറിയാം? വിട പറയാൻ തുടങ്ങുമ്പോൾ ഫോണിന്റെ മറുതലയ്ക്കൽ ഒരു മൃദു മന്ത്രണം. കാതിലൊരു സ്വകാര്യം പറയും പോലെ സിസ്റ്റർ പാടുന്നു; ഇടറിയ ശബ്ദത്തിൽ: "അനുരാഗത്തിൻ ആദ്യ നൊമ്പരം ആത്മനാഥനോടെങ്ങനെ പറയും..."

■

മരണതീരത്തേക്ക്, പാട്ടിന്റെ കൈപിടിച്ച്...

"ഒരു പാട്ട് കേൾക്കണം എനിക്ക്" ബോധാബോധതലങ്ങൾക്കിടയിലൂടെയുള്ള യാത്രയ്ക്കൊടുവിൽ വെളിച്ചത്തിലേക്ക് കൺതുറന്ന ഏതോ നിമിഷം ലെനിൻ രാജേന്ദ്രൻ പ്രിയ ശിഷ്യയോട് പറഞ്ഞു. "അതു കേട്ടാൽ എന്റെ എല്ലാ ക്ഷീണവും മാറും. ഞാൻ ഇവിടെ നിന്ന് എഴുന്നേറ്റു നടന്ന് വീട്ടിലേക്ക് പോകും... അത്രയും ഇഷ്ടമാണ് എനിക്കാ പാട്ട്."

അദ്ഭുതം തോന്നിയില്ല നയനയ്ക്ക്. മുൻപും ലെനിൻ പ്രകടിപ്പിച്ചു കേട്ടിട്ടുണ്ട് ഇതേ ആഗ്രഹം. അന്ന് ആവശ്യപ്പെട്ടത് ശാസ്ത്രീയ കൃതികളാണ്. കരൾമാറ്റ ശസ്ത്രക്രിയ കഴിഞ്ഞു ചെന്നൈ അപ്പോളോ ആശുപത്രിയിലെ ഐ സി യുവിൽ കഴിയുകയായിരുന്നു ലെനിൻ. ശുശ്രൂഷയുമായി നിഴൽപോലെ സംവിധായിക കൂടിയായ നയന സൂര്യനുമുണ്ട് ഒപ്പം. പാട്ടുകൾ സംഘടിപ്പിക്കാൻ വേണ്ടി പുറത്തുപോകാൻ വയ്യാത്തതിനാൽ സുഹൃത്തായ ശ്രീവത്സൻ ജെ മേനോനെയും യുവഗായകൻ വൈശാഖിനെയും അപ്പോൾ തന്നെ ഫോണിൽ വിളിച്ചു കാര്യം പറഞ്ഞു നയന. ബോംബെ ജയശ്രീയുടെയും നെയ്യാറ്റിൻകര വാസുദേവന്റെയുമൊക്കെ കൃതികൾ വാട്സാപ്പിൽ അയച്ചുകൊടുത്തത് അവരാണ്. ആശുപത്രി അധികൃതരുടെ അനുമതിയോടെ നയന വാങ്ങിക്കൊണ്ടുവെച്ച കൊച്ചുസ്പീക്കറുകളിലൂടെ ആ കീർത്തനങ്ങൾ ആവർത്തിച്ചു കേട്ടശേഷം പതുക്കെ ഒരു മയക്കത്തിലേക്ക് വഴുതിവീഴുന്നു ലെനിൻ. സുഖകരമായ ആ മയക്കത്തിൽനിന്ന് ലെനിൻ ഉണർന്നത് മറ്റൊരു മോഹവുമായാണ് ഇഷ്ടഗാനത്തിന്റെ ചിറകിലേറി വീട്ടിലേക്ക് തിരിച്ചുപോകാനുള്ള മോഹം.

"വലിയ ഉത്സാഹത്തിലായിരുന്നു ലെനിൻ സാർ. എല്ലാ തളർച്ചയും മറന്ന് ജീവിതത്തിലേക്ക് തിരിച്ചുവരാനുള്ള ഒരുക്കത്തിലാണ് അദ്ദേഹം എന്ന് തോന്നി.." സഹസംവിധായിക എന്ന നിലയിൽ ലെനിന്റെ പല ചലച്ചിത്ര സംരംഭങ്ങളുടെയും ഭാഗമായിരുന്ന നയന പറഞ്ഞു. അത്രയും പ്രസാദാത്മകമായിരുന്നു അപ്പോൾ ആ മുഖം; പ്രതീക്ഷാഭരിതവും. ഏതു ഗാനമായിരിക്കും ആ നിമിഷം അദ്ദേഹത്തിന്റെ മനസ്സിൽ എന്നോർക്കുകയായിരുന്നു നയന. സ്വന്തം സിനിമയിലെ തന്നെ പാട്ടാകുമോ?

മലയാളത്തിലെ ഏറ്റവും കാവ്യഭംഗിയാർന്ന പല ഗാനങ്ങളും നാം കേട്ടത് ലെനിൻ രാജേന്ദ്രൻ സിനിമകളിലായിരുന്നല്ലോ. പക്ഷേ, ലെനിന് കേൾക്കേണ്ടത് അവയൊന്നുമായിരുന്നില്ല; ഒരു ഉറുദു ഗസൽ. മെഹ്ദി ഹസ്സൻ പാടി അനശ്വരമാക്കിയ കവിത: “പ്യാർ ഭരേ ദോ ശർമീലേ നയൻ, ജിൻ സെ മിലാ മേരെ ദിൽ കോ ചെയ്ൻ, കോയി ജാനേനാ തൂ മുജ്സേ ശർമായെ കൈസേ മുജേ തഡ്പായെ...” 1974ൽ പുറത്തുവന്ന ‘ചാഹത്’ എന്ന പാകിസ്ഥാനി ചിത്രത്തിനുവേണ്ടി റോബിൻ ഘോഷിന്റെ സംഗീതത്തിൽ മെഹ്ദി പാടിയ ഭാവഗീതം. ഹൃദയത്തെ തഴുകി സാന്ത്വനിപ്പിക്കുന്ന കാമുകിയുടെ പ്രണയനിർഭരമായ നയനങ്ങളെ കുറിച്ചുള്ള ഖ്വാജാ പർവേസിന്റെ ഉദാത്തമായ രചന.

ഐ സി യുവിലെ സംഗീത പ്രേമിയായ ഒരു മലയാളി നഴ്സിന്റെ സഹായത്തോടെ യുട്യൂബിൽ ആ പാട്ടിന്റെ ലിങ്ക് കണ്ടെത്തി ലെനിനെ കേൾപ്പിക്കുന്നു നയന. “കണ്ണടച്ചുകിടന്നുകൊണ്ട് സാർ ആ ഗാനം കേൾക്കുന്ന ചിത്രം മറക്കാനാവില്ല. ശാന്തമായിരുന്നു അപ്പോൾ അദ്ദേഹത്തിന്റെ മുഖം. ജീവിതത്തിലേക്കും സിനിമയിലേക്കും ശക്തമായി തിരിച്ചുവരാൻ വെമ്പൽ കൊള്ളുന്ന ഒരു മനസ്സ് ആ മുഖത്തുനിന്ന് എനിക്ക് വായിച്ചെടുക്കാമായിരുന്നു.” പക്ഷേ, ആ ശാന്തത അധികനേരം നീണ്ടില്ല. ലെനിന്റെ അവസാന ആഗ്രഹങ്ങളിൽ ഒന്നായിരുന്നു “പ്യാർ ഭരേ ദോ ശർമീലേ നയൻ” എന്ന് അറിയാനിരിക്കുന്നതേ ഉണ്ടായിരുന്നുള്ളൂ നയന. അന്ന് വൈകുന്നേരത്തോടെ ലെനിന്റെ ആരോഗ്യനില വീണ്ടും വഷളായി. ഒരാഴ്ച കൂടിയെ ജീവിച്ചിരുന്നുള്ളൂ അദ്ദേഹം. ഒന്നിനൊന്ന് വ്യത്യസ്തമായ പതിനാറ് സിനിമകളും അവയിലെ കാലാതിവർത്തിയായ ഗാനങ്ങളും ഭൂമിയിൽ അവശേഷിപ്പിച്ചുകൊണ്ടായിരുന്നു ലെനിന്റെ വിടവാങ്ങൽ. “വരികളുടെ അർത്ഥമൊന്നും എനിക്കറിയില്ല. എങ്കിലും സാർ മരിച്ച ശേഷം ദിവസവും ഞാൻ ആ പാട്ട് കേട്ടുകൊണ്ടിരിക്കുന്നു. സാറിന്റെ ഓർമ്മയാണ് എനിക്കാ പാട്ട്. എപ്പോൾ അത് കേൾക്കുമ്പോഴും കരച്ചിൽ വരും..” നയനയുടെ വാക്കുകൾ. ലെനിന് തൊട്ടു പിന്നാലെ നയനയും ഒരു നാൾ യാത്ര ചൊല്ലാതെ വിടവാങ്ങുമെന്ന് ആരറിഞ്ഞു? ലെനിൻ മരിച്ച് നാല്പത്തൊന്നാം ദിവസമായിരുന്നു നയനയുടെ വേർപാട്.

ഓർമ്മവന്നത് ലെനിന്റെ പഴയൊരു ഫോൺ കോളാണ്. സംഗീത സംവിധായകൻ ദേവരാജൻ മാസ്റ്ററെക്കുറിച്ച് സംവിധാനം ചെയ്യാനിരുന്ന ഡോക്യുമെന്ററിയുമായി ബന്ധപ്പെട്ട് ചില സംശയനിവാരണങ്ങൾക്ക് വേണ്ടിയായിരുന്നു ആ വിളി. തിടുക്കത്തിൽ ഫോൺ എടുത്തപ്പോൾ ലെനിൻ പറഞ്ഞു: “ഛേ... നിങ്ങളെന്തിന് ഇത്രയെളുപ്പം ഫോണെടുത്തു? ആ ഹലോ ട്യൂൺ കേൾക്കാൻ സമ്മതിച്ചില്ലല്ലോ. കഷ്ടമായിപ്പോയി.” എങ്കിൽ ഒരിക്കൽ കൂടി വിളിക്കൂ എന്നായി ഞാൻ. ലെനിന് സന്തോഷം. ഇത്തവണ ഞാൻ കോൾ എടുത്തത് നിമിഷങ്ങളുടെ ഇടവേളയ്ക്കു ശേഷമാണ്. എടുത്തയുടൻ അദ്ദേഹം പറഞ്ഞു: “വളരെ നന്ദി. ഇനിയും വിളിക്കും ഞാൻ. അത്രയും ഇഷ്ടമാണ് നിങ്ങളുടെ ഹലോ ട്യൂണിനോട്.”

ആ സമയത്ത് എന്റെ ഫോണിലെ ഹലോ ട്യൂൺ ഏതായിരുന്നുവെന്ന് കൂടി അറിയുക: "പ്യാർ ഭരേ ദോ ശർമീലേ നയൻ..." പിന്നീടൊരിക്കൽ ലെനിനെ ഫോണിൽ വിളിച്ചപ്പോൾ കേട്ടത് അതേ ഗാനത്തിന്റെ ശീലുകൾ. ഫോണെടുത്തപ്പോൾ പരിഭവത്തോടെ ഞാൻ പറഞ്ഞു: "ലെനിൻജി... ഇത്ര വേഗം എടുത്തതെന്തിന്? പ്യാർ ഭരേ കേട്ടു തീർന്നില്ല..." അപ്പുറത്ത് സൗമ്യ മധുരമായ ആ ചിരി.

സ്വന്തം സിനിമകളിലെ സംഗീതത്തെക്കുറിച്ച് രസിച്ചു സംസാരിക്കേ, ലെനിനോട് നേരിട്ട് ചോദിച്ചിട്ടുണ്ട് ഗസൽഭാവമുള്ള ഈ പാട്ടിനോടുള്ള പ്രണയത്തിന്റെ പൊരുൾ എന്തെന്ന്. മറുപടിയായി ഒരു കഥ പറഞ്ഞു അദ്ദേഹം. 'പുരാവൃത്തം' (1988) സിനിമയുടെ ഷൂട്ടിംഗിനായി കേരളത്തിൽ വന്നപ്പോഴാണ് ഓംപുരി എന്ന നടനുമായി ഹൃദയബന്ധം സ്ഥാപിച്ചത്. എത്ര വർണ്ണ വൈവിധ്യം നിറഞ്ഞ വ്യക്തിത്വത്തിന്റെ ഉടമയാണ് ഓംപുരി എന്നറിഞ്ഞതും ആ ദിവസങ്ങളിൽ തന്നെ. പരുക്കൻ രൂപഭാവങ്ങൾക്കും പെരുമാറ്റത്തിനും പിന്നിൽ ആ മഹാനടൻ ലോലഹൃദയനായ ഒരു റൊമാന്റിക് കൂടിയാണെന്നത് രസകരമായ തിരിച്ചറിവായിരുന്നു ലെനിന്. വലിയൊരു സംഗീത പ്രേമിയാണ് ഓംപുരി. അത്യാവശ്യം പാടും. തെല്ല് പരുഷമെങ്കിലും ഭാവദീപ്തമായ ശബ്ദം. പതിവായി അദ്ദേഹം പാടിയിരുന്ന പാട്ടാണ് "പ്യാർ ഭരേ ദോ ശർമീലേ നയൻ." പടത്തിന്റെ ചിത്രീകരണം കഴിഞ്ഞു ഓംപുരി മടങ്ങിപ്പോയിട്ടും പാട്ട് ലെനിന്റെ മനസ്സിൽ തങ്ങി. പ്രത്യേകിച്ച് വരികൾ; പിന്നെ മെഹ്ദി ഹസ്സൻ അതിന് ആത്മാവ് പകർന്നുനൽകിയ ശൈലി. "യൂട്യൂബിൽ ആ പാട്ട് കേട്ടു നോക്കൂ. ഓരോ ലൈവ് പ്രോഗ്രാമിലും ഓരോ രീതിയിൽ, ഓരോ ഭാവത്തിലാണ് മെഹ്ദി സാഹിബ് അത് പാടുക." ലെനിൻ പറഞ്ഞു.

ശരി തന്നെ. ആദ്യമായും അവസാനമായും മെഹ്ദി ഹസ്സൻ ലൈവ് ആയി ആ ഗാനം പാടിക്കേട്ടത് കോഴിക്കോട് ടാഗോർ സെന്റിനറി ഹാളിലാണ്; പ്രായാധിക്യത്തിന്റെ അവശതകൾക്ക് പോലും പോറലേല്പിക്കാൻ കഴിയാത്ത ആലാപനഭംഗിയോടെ ഖാജാ പർവേസിന്റെ പ്രണയാക്ഷരങ്ങളിലൂടെ ഒഴുകവേ, മനസ്സുകൊണ്ടും ശബ്ദം കൊണ്ടും ഒരു കാമുകനായി മാറുന്നു എൺപതുകാരനായ ഗായകൻ. പാട്ട് തീർന്നപ്പോൾ ടാഗോർ ഹാളിലെ നിറഞ്ഞ സദസ്സ് ഒന്നടങ്കം എഴുന്നേറ്റുനിന്ന് കയ്യടിച്ചത് ഇന്നലെയെന്നപോൽ ഓർമ്മയുണ്ട്. കാതടപ്പിക്കുന്ന ആ ശബ്ദഘോഷത്തിൽ ലയിച്ച് നിശ്ശബ്ദനായിരുന്നു മെഹ്ദി. പിന്നെ സദസ്സിനെ താണു തൊഴുത് ഇടറുന്ന ശബ്ദത്തിൽ ചോദിച്ചു: "ഈ സ്നേഹത്തിന് എന്ത് തിരിച്ചു നൽകും ഞാൻ...?"

ഹൃദയത്തെ തൊട്ട ഈ അനുഭവം വിവരിച്ചപ്പോൾ ലെനിൻ പറഞ്ഞ വാക്കുകൾ ഇന്നുമോർക്കുന്നു: "തിരിച്ചുതരാനുള്ളത് മുഴുവൻ തന്നു കഴിഞ്ഞില്ലേ അദ്ദേഹം? അവസാന ശ്വാസം നമുക്ക് കൂടെ കൊണ്ടുനടക്കാനുള്ള പാട്ടുകളുടെ രൂപത്തിൽ..." അന്ന് ലെനിൻ ഓർത്തിരിക്കുമോ ആ പാട്ടുകളിൽ ഒന്നിന്റെ കൈപിടിച്ചാകും താൻ ജീവിതത്തോട് യാത്ര പറഞ്ഞു പിരിയുക എന്ന്? ■

അനുരാധയുടെ അമ്മ;
മലയാളത്തിന്റെ 'മകൾ'

മ്യൂസിക് സിസ്റ്റത്തിൽ രേണുക പാടിക്കൊണ്ടേയിരിക്കുന്നു; ശൈശവത്തിന്റെ നിഷ്കളങ്കത തുടിക്കുന്ന പാട്ടുകൾ. മുഗ്ദ്ധമധുരമായ ആ ഗാനപ്രവാഹത്തിൽ മുഴുകി നിശ്ശബ്ദയായി കണ്ണടച്ചിരിക്കുന്നു അനുരാധ ശ്രീറാം. "ഇതൊക്കെ എന്റെ അമ്മ പാടിയതോ? വിശ്വസിക്കാൻ പറ്റുന്നില്ല..." എല്ലാം കേട്ടുതീർന്നപ്പോൾ വികാരഭരിതയായി അനുരാധ പറഞ്ഞു. "നന്ദിയുണ്ട്, വൈകിയാണെങ്കിലും ഈ പാട്ടുകളൊക്കെ കേൾപ്പിച്ചുതന്നതിന്..."

മകൾ ആദ്യമായി കേൾക്കുകയായിരുന്നു അമ്മയുടെ പാട്ടുകൾ പലതും. "വീട്ടിലൊരിക്കലും അമ്മ മൂളിക്കേട്ടിട്ടുപോലുമില്ല ഇവയൊന്നും." രണ്ടു പതിറ്റാണ്ടു മുൻപ് 'ചെന്നൈ ഗേൾ' എന്ന തന്റെ ആദ്യ ഇൻഡി പോപ്പ് ആൽബത്തിന്റെ കോപ്പിയുമായി കോഴിക്കോട്ടെ വീട്ടിൽ കാണാൻ വന്ന അനുരാധ അന്ന് പറഞ്ഞതോർക്കുന്നു. "ആകെ അറിയാവുന്നത് അമ്മേ അമ്മേ അമ്മേ നമ്മുടെ അമ്പിളിയമ്മാവൻ എപ്പോ വരും എന്ന പാട്ടാണ്. തീരെ ചെറിയ കുട്ടിയായിരുന്നപ്പോൾ അമ്മ അത് പാടിത്തരുന്നതിന്റെ നേരിയ ഓർമ്മയുണ്ട്. മുതിർന്ന ശേഷമാണ് ഓടയിൽ നിന്ന് എന്ന സിനിമയിൽ അമ്മ തന്നെ പാടിയ പാട്ടാണത് എന്ന് ആരോ പറഞ്ഞറിഞ്ഞത്. കേരളത്തിൽ വലിയൊരു ഹിറ്റായിരുന്നു അതെന്നും..."

അന്നത്തെ തുടക്കക്കാരിയിൽനിന്ന് അനുരാധ ഏറെ വളർന്നു. തെന്നിന്ത്യൻ ഭാഷകളിലെ തിരക്കേറിയ ഗായികയായി. ഇളയരാജയും എ ആർ റഹ്മാനും വിദ്യാസാഗറും ഉൾപ്പെടെയുള്ള സംഗീതസംവിധായകർക്ക് വേണ്ടി ഹിറ്റ് ഗാനങ്ങൾ പാടി. അപ്പടി പോട് (ഗില്ലി), കറുപ്പ് താൻ എനക്ക് പുടിച്ച കളറ് (വെട്രി കൊടി കാട്ട്), ഓ പോട് (ജെമിനി), കണ്ണൻ വരും വേളൈ (ദീപാവലി), ഇഷ്ക് ബിനാ ക്യാ (താൽ), വാളെടുത്താൽ അങ്കക്കലി (മീശ മാധവൻ), പുലരിപ്പൊൻ പ്രാവേ (ഫ്ളാഷ്), വടക്കിനിക്കോലായിൽ (അയാൾ).... തുടങ്ങി വൈവിധ്യമാർന്ന ഗാനങ്ങൾ. മകളുടെ വളർച്ചയിൽ രേണുകയ്ക്ക് ആഹ്ലാദവും അഭിമാനവും മാത്രം. പക്ഷേ, അമ്മയിലെ ഗായികയെ പൂർണ്ണമായി മനസ്സിലാക്കാൻ ഇനിയും

തനിക്കായിട്ടില്ലെന്ന് തുറന്നു പറയും അനുരാധ. "സിനിമാനുഭവങ്ങളെ പറ്റി അധികം സംസാരിക്കാറില്ല അമ്മ. ഒന്ന് മാത്രം പറയും, ഒരേ തരത്തിലുള്ള പാട്ടുകൾ പാടി മടുത്തതുകൊണ്ടാണ് സിനിമയോട് വിടപറഞ്ഞതെന്ന്. കുടുംബജീവിതമായിരുന്നു എന്നും അമ്മയ്ക്ക് പ്രധാനം. സഹജമായ അന്തർമുഖത്വം കൂടി ഉള്ളതിനാൽ പിന്നീടൊരിക്കലും പൊതുവേദികളിൽ പ്രത്യക്ഷപ്പെട്ടില്ല അമ്മ. ടെലിവിഷൻ ഇന്റർവ്യൂകൾക്ക് ഇരുന്നു കൊടുത്തതുമില്ല..."

എഴുപത്തഞ്ചു വയസ്സ് തികഞ്ഞ അമ്മയ്ക്ക്, അമ്മയുടെ തന്നെ പ്രശസ്ത ഗാനങ്ങൾ കോർത്തിണക്കി ഒരു സംഗീത പ്രണാമം അർപ്പിക്കുകയായിരുന്നു അനുരാധ; പ്രശസ്ത സംഗീതസംവിധായകൻ ബിജിബാലിന്റെ പിന്തുണയോടെ. എല്ലാം ശിവമയം (കുമാരസംഭവം), കണികാണും നേരം (പി ലീലയ്ക്കൊപ്പം ഓമനക്കുട്ടനിൽ), അരിമുല്ലച്ചെടി വികൃതിക്കാറ്റിനെ (പൂമ്പാറ്റ), കമനീയ കേരളമേ (ലീലയോടൊപ്പം വിയർപ്പിന്റെ വിലയിൽ), അമ്മയ്ക്ക് ഞാനൊരു കിലുക്കാം പെട്ടി (അർച്ചന), പഞ്ചാരപ്പാലുമിട്ടായി (യേശുദാസ്, ലീല എന്നിവർക്കൊപ്പം ഭാര്യയിൽ), ഇത് ബാപ്പ ഞാൻ ഉമ്മ (കുപ്പിവള), കിഴക്ക് കിഴക്ക് കിഴക്കൻ കാട്ടിലെ (ദാഹം), നീലാഞ്ജനക്കിളി (റൗഡി), ചേട്ടത്തിയമ്മ (തറവാട്ടമ്മ), ഞാനിതാ തിരിച്ചെത്തി (ജയചന്ദ്രനൊപ്പം അസുരവിത്തിൽ), കടക്കണ്ണിൻ മുന കൊണ്ട് (തുറക്കാത്ത വാതിൽ)... എല്ലാം മലയാളികൾക്ക് സുപരിചിതമായ പാട്ടുകൾ. പക്ഷേ, അവയ്ക്ക് പിന്നിലെ ശബ്ദത്തിന്റെ ഉടമയെ ആരോർക്കുന്നു ഇന്ന്? പരിഭവമൊന്നുമില്ല രേണുകയ്ക്ക്. "അതൊക്കെ വളരെ പഴയ കഥയല്ലേ? അങ്ങനെയും ഒരു കാലമുണ്ടായിരുന്നു എന്റെ ജീവിതത്തിൽ എന്നോർക്കുന്നത് തന്നെ ഇപ്പോൾ നിങ്ങൾ പറയുമ്പോഴാണ്. വിധിയുടെ നിയോഗമായേ സിനിമയിൽ നിന്നുള്ള വിടവാങ്ങലിനെ ഞാൻ കാണുന്നുള്ളൂ." എങ്കിലും കുട്ടിപ്പാട്ടുകളുടെ ഗായികയായി മുദ്രകുത്തപ്പെട്ടതിന്റെ ദുഃഖം മറച്ചുവെച്ചില്ല രേണുക. "ഒരേ റേഞ്ചിലുള്ള പാട്ടുകളാണ് പാടിയതേറെയും. മധ്യസ്ഥായിയിലൂടെ മാത്രം സഞ്ചരിക്കുന്നവ. വ്യത്യസ്തമായി എന്തെങ്കിലും ചെയ്യാൻ കഴിയില്ലെങ്കിൽ സിനിമയിൽ തുടരുന്നതുകൊണ്ട് കാര്യമില്ലെന്ന് തോന്നി."

ജന്മം കൊണ്ട് തമിഴ്നാട്ടുകാരിയാണെങ്കിലും രേണുകയ്ക്കൊരു കേരള ബന്ധമുണ്ട്. വൈക്കത്താണ് അമ്മയുടെ കുടുംബവേരുകൾ. അച്ഛൻ നടരാജൻ തഞ്ചാവൂരിലെ അറിയപ്പെടുന്ന ബിസിനസ്സുകാരൻ. ബസ്സുടമ. ഒപ്പം നല്ലൊരു മൃദംഗ വിദ്വാനും. എൻ സി വസന്തകോകിലത്തിന്റേയും പെരിയനായകിയുടേയും ഒക്കെ കച്ചേരിക്ക് അകമ്പടി സേവിച്ചിട്ടുണ്ട് നടരാജൻ. മകൾ നല്ലൊരു സംഗീതജ്ഞയായി വളരണമെന്ന് അച്ഛൻ ആഗ്രഹിച്ചത് സ്വാഭാവികം. അടുത്ത ബന്ധുവും ആർ എസ് മനോഹറിന്റെ നാടകസംഘത്തിൽ അംഗവുമായിരുന്ന സഞ്ജയ് ബാലു

ആയിരുന്നു രേണുകയുടെ ആദ്യ സംഗീത ഗുരു. മനോഹററിന്റെ പല നാടകങ്ങളിലും പാടിയ ശേഷം പന്ത്രണ്ടാം വയസ്സിൽ 'ലില്ലി' (1958) എന്ന മലയാളചിത്രത്തിലൂടെ രേണുക സിനിമയിൽ അരങ്ങേറ്റംകുറിക്കുന്നു. "ഒരു കുടുംബ സുഹൃത്ത് വഴിയാണ് എം എസ് വിശ്വനാഥൻ സാറിന്റെ മുന്നിൽ എത്തിപ്പെടുന്നത്. എന്തെങ്കിലും ഒന്ന് പാടിക്കേൾപ്പിക്കാൻ പറഞ്ഞപ്പോൾ രാഗിണി എന്ന ഹിന്ദി ചിത്രത്തിൽ ആശാ ഭോസ്ലെ പാടിയ ഛോട്ടാ സാ ബാല്മാ എന്ന പാട്ട് പാടി ഞാൻ. അതദ്ദേഹത്തിന് ഇഷ്ടമായി എന്ന് തോന്നുന്നു. അങ്ങനെയാണ് ലില്ലിയിൽ അവസരം തന്നത്. കൽക്കണ്ട മാവിൻ ചോട്ടിൽ ആയിരുന്നു ആദ്യഗാനം. പിന്നെ അതേ പടത്തിൽ ശാന്താ പി നായർ, കുമരേശൻ എന്നിവർക്കൊപ്പം കന്യാമറിയമേ എന്ന പാട്ടു കൂടി."

താമസിയാതെ തെലുങ്കിലും തമിഴിലും കന്നടയിലും പാടിത്തുടങ്ങുന്നു രേണുക. എങ്കിലും മലയാളത്തിലായിരുന്നു കൂടുതൽ അവസരങ്ങൾ. ദേവരാജൻ, ബാബുരാജ്, ദക്ഷിണാമൂർത്തി, കെ രാഘവൻ, എം ബി ശ്രീനിവാസൻ, ചിദംബരനാഥ് തുടങ്ങി രേണുകയുടെ ശബ്ദത്തിൽ നിന്ന് ഹിറ്റുകൾ മിനഞ്ഞെടുക്കാത്ത സംഗീത സംവിധായകർ കുറവ്. ബേബി വിനോദിനി, ബേബി പദ്മിനി, പിൽക്കാലത്ത് പ്രശസ്ത നായികയായി വളർന്ന ബേബി ശ്രീദേവി തുടങ്ങിയവരാണ് ഈ പാട്ടുകൾ അധികവും വെള്ളിത്തിരയിൽ പാടി അഭിനയിച്ചത്. ഗാനമേളാവേദികളിലും സജീവമായിരുന്നു അക്കാലത്ത് രേണുക. "എന്റെ സ്റ്റേജ് പരിപാടികളിൽ പാടാൻ യേശുദാസും വരും. അദ്ദേഹം സിനിമയിൽ തുടക്കം കുറിച്ചിട്ടേയുള്ളൂ അന്ന്. റഫിയുടെ ഹിന്ദി പാട്ടുകളും പി ബി ശ്രീനിവാസിന്റെ തമിഴ് പാട്ടുകളുമാണ് യേശുദാസ് ഗാനമേളയിൽ പാടുക. പിൽക്കാലത്ത് യേശുദാസിന്റെ തമിഴ് സിനിമാ പ്രവേശത്തിന് നിമിത്തമായതും രേണുക തന്നെ. അടുത്ത ബന്ധുവായിരുന്ന വീണാ വിദ്വാൻ എസ് ബാലചന്ദർ 'ബൊമ്മയ്' എന്ന സിനിമയുടെ സംഗീത സംവിധാനം നിർവഹിക്കുന്ന കാലം. ആ പടത്തിൽ പാടാൻ ചെന്നപ്പോഴാണ് പുതിയ പാട്ടുകാരനെക്കുറിച്ച് ഞാൻ അദ്ദേഹത്തോട് പറയുന്നത്. ബാലചന്ദർ ഉടനെ ദാസിനെ വിളിച്ച് പാടിക്കുകയും ചെയ്തു. നീയും ബൊമ്മയ് നാനും ബൊമ്മയ് ആയിരുന്നു ആ ഗാനം."

'ഹിന്ദു'വിൽ ഇലക്ട്രോണിക്സ് എഞ്ചിനീയറായി വിരമിച്ച മോഹനാണ് രേണുകയുടെ ജീവിത പങ്കാളി. മൂത്ത കുട്ടിയായ അനുരാധയുടെ ജനനത്തിന് ശേഷം സിനിമയിൽ അധികകാലം തുടർന്നില്ല രേണുക. "കുട്ടിപ്പാട്ടുകൾ പാടി ശീലിച്ചതു കൊണ്ടാവാം, കുഞ്ഞിന്റെ മനസ്സ് മറ്റാരേക്കാളും അറിയാം എനിക്ക്." രേണുക ചിരിക്കുന്നു. റെക്കോർഡിംഗിന്റെ തിരക്കുകൾക്കിടെ മക്കൾക്ക് അമ്മയുടെ സാമീപ്യം നഷ്ടപ്പെടരുതെന്ന് നിർബന്ധമുണ്ടായിരുന്നു. കൈവന്ന അവസരങ്ങൾ പോലും ഉപേക്ഷിച്ച് കുടുംബത്തിനുവേണ്ടി സ്വയം സമർപ്പിക്കാനുള്ള തന്റെ തീരുമാനത്തിൽ

ഇന്നുമില്ല രേണുകയ്ക്ക് പശ്ചാത്താപം. ബേബി ശ്രീദേവിക്ക് വേണ്ടി പാടിയ പൂമ്പാറ്റ(1971)യിലെ അരിമുല്ലച്ചെടി വികൃതിക്കാറ്റിനെ അത്തർ വിൽക്കാൻ ഏൽപ്പിച്ചു (യൂസഫലി/ദേവരാജൻ) ആയിരുന്നു സിനിമയിൽ രേണുകയുടെ അവസാനത്തെ ശ്രദ്ധേയഗാനം. തൊട്ടു മുൻപത്തെ വർഷം 'തുറക്കാത്ത വാതിലി'ൽ ജാനകിയോടൊപ്പം പാടിയ കടക്കണ്ണിൻ മുനകൊണ്ട് (ഭാസ്കരൻ/രാഘവൻ) എന്ന ഗാനവും ഹിറ്റായി. മുതിർന്ന കഥാപാത്രങ്ങൾക്ക് വേണ്ടി പാടിയ അപൂർവം ഗാനങ്ങളിൽ ഒന്ന്. ജയഭാരതിക്ക് വേണ്ടിയാണ് രേണുക ശബ്ദം പകർന്നത്.

നിറവേറപ്പെടാത്ത സ്വന്തം സംഗീത സ്വപ്നങ്ങൾ മകളിലൂടെ യാഥാർത്ഥ്യമാകുന്നത് ആഹ്ലാദത്തോടെ കണ്ടു നിൽക്കുന്നു ഇന്ന് രേണുക. തഞ്ചാവൂർ എസ് കല്യാണരാമൻ, ഡോ ടി ബൃന്ദ, ഡോ ടി വിശ്വനാഥൻ എന്നിവർക്ക് കീഴിൽ കർണ്ണാടക സംഗീതവും പണ്ഡിറ്റ് മണിക്ബുവ താക്കൂർ ദാസിന്റെ കീഴിൽ ഹിന്ദുസ്ഥാനിയും അഭ്യസിച്ച അനുരാധ അമേരിക്കയിലെ കണക്റ്റിക്കട്ടിലുള്ള വെസ്ലിൻ യൂണിവേഴ്സിറ്റിയിൽ നിന്ന് പാശ്ചാത്യ ഒപേറ, ജാസ് സംഗീതശാഖകളിലും പ്രാവീണ്യം നേടിയ ശേഷമാണ് സിനിമയിൽ ഭാഗ്യപരീക്ഷണത്തിന് ഇറങ്ങിത്തിരിച്ചത്. 'ഇന്ദിര'യിൽ എ ആർ റഹ്മാൻ ഈണമിട്ട "അച്ചം അച്ചം ഇല്ലൈ" ആയിരുന്നു സിനിമയിലെ ആദ്യ സോളോ ഗാനം. മികച്ച ഗായികയ്ക്കുള്ള തമിഴ്നാട്, കർണാടക, ബംഗാൾ സംസ്ഥാന അവാർഡുകളും തമിഴ്നാട് സർക്കാരിന്റെ കലൈമാമണി അവാർഡും ഉൾപ്പെടെ ബഹുമതികളുടെ നീണ്ട നിര തന്നെയുണ്ട് അനുരാധയുടെ ഷോകേസിൽ. ഭർത്താവ് ശ്രീറാം പരശുറാം അറിയപ്പെടുന്ന സംഗീതജ്ഞൻ. അനുരാധയുടെ ഇളയ സഹോദരൻ മുരുകനും സംഗീത സംവിധാന രംഗത്തുണ്ട്.

"നഷ്ടബോധം തോന്നിയിട്ടുണ്ടോ, സിനിമാജീവിതത്തോട് നേരത്തെ വിട പറഞ്ഞതിൽ?"

"എന്തിന്?"

പുഞ്ചിരിയോടെ രേണുകയുടെ മറുചോദ്യം.

"ശ്രുതിശുദ്ധമായ കുടുംബജീവിതത്തിലും ആസ്വാദ്യകരമായി മറ്റെന്ത് സംഗീതമുണ്ട്?" ■

‘ഗോളടിച്ചത്’ യേശുദാസ്; കപ്പ് നേടിയത് വിജയൻ

രണ്ടു ഗന്ധർവ്വന്മാർ. ഒരാൾ സാക്ഷാൽ ഗാനഗന്ധർവൻ. മറ്റെയാൾ കളിക്കളത്തിലെ ഗന്ധർവ്വൻ. ശൂന്യതയിൽനിന്ന് ഗോളുകൾ മിനഞ്ഞെടുക്കുന്ന ഐന്ദ്രജാലികൻ. ഇരുവരും തമ്മിലുള്ള അപൂർവ സമാഗമത്തിന് നിമിത്തമാകാൻ, സാക്ഷിയാകാനും കഴിഞ്ഞത് കളിയെഴുത്തുകാലത്തെ മറക്കാനാവാത്ത അനുഭവങ്ങളിലൊന്ന്.

രണ്ടായിരാമാണ്ടിലെ കഥ. സ്വന്തമായൊരു ഫുട്ബാൾ പരിശീലന സ്ഥാപനത്തിന് തുടക്കമിടുകയാണ് ഐ എം വിജയൻ. താരങ്ങൾ അണിനിരക്കുന്ന സിലബ്രിറ്റി ഫുട്ബാൾ മത്സരത്തോടെയാണ് ഫൗണ്ടേഷന്റെ ഉദ്ഘാടനം. മോഹൻലാലും മമ്മുട്ടിയും മുകേഷും ശ്രീനിവാസനും ഉൾപ്പെടെയുള്ളവരെല്ലാം മത്സരത്തിൽ പങ്കെടുക്കാമെന്ന് ഉറപ്പു നൽകിക്കഴിഞ്ഞു. എന്നിട്ടും ഒരു മോഹം വിജയന് ബാക്കി: യേശുദാസിനേയും ഉദ്ഘാടനച്ചടങ്ങിൽ പങ്കെടുപ്പിക്കണം. ഓർമ്മവെച്ച നാൾ മുതൽ കേൾക്കുന്ന ശബ്ദമാണ്. ജീവിതത്തിലെ പ്രതിസന്ധി ഘട്ടങ്ങളിലെല്ലാം തുണയും തണലുമായിരുന്ന ശബ്ദം. താരങ്ങൾ വരും പോകും, പക്ഷേ, യേശുദാസ് എന്ന പ്രതിഭാസം ഒന്നല്ലേ ഉള്ളൂ... കുട്ടിക്കാലത്ത് ദാസേട്ടന്റെ ഗാനമേള കേൾക്കാൻ പോയിട്ടുണ്ട് വിജയൻ. പൂരത്തിനുള്ള ആളുണ്ടാകും മൈതാനത്ത്. ശബ്ദം മാത്രമേ കേൾക്കൂ. ആളെ ദൂരെ ഒരു പൊട്ടുപോലെ കാണാൻ കഴിഞ്ഞെങ്കിൽ ഭാഗ്യം. അന്നേയുണ്ട് ദാസേട്ടനെ ഒന്ന് അടുത്തുനിന്ന് കാണണം, പരിചയപ്പെടണം എന്ന മോഹം...

കോഴിക്കോട്ടെ താജ് ഹോട്ടലിൽ യേശുദാസ് വന്ന് താമസിക്കുന്നുണ്ടെന്ന് അറിഞ്ഞപ്പോൾ വിജയനോട് പറഞ്ഞു: “എന്നാൽ പിന്നെ നേരെയങ്ങു പോയി ക്ഷണിച്ചൂടെ? ഇതിലും നല്ലൊരു അവസരം കിട്ടാനുണ്ടോ? നീ നേരിട്ട് പറഞ്ഞാൽ അദ്ദേഹം വരും.” വിജയൻ ചിരിച്ചു എന്നോട് വേണോ ഈ അടവ് എന്ന മട്ടിൽ.

“അത് പോട്ടെ രവിയേട്ടാ. ശരിയാവൂല. ദാസേട്ടൻ ന്ന് പറഞ്ഞാ ആരാ? പുലിയെന്ന് പറഞ്ഞാൽ പോരാ, പുപ്പുല്യാ. മൂപ്പരുടെ മുൻപിൽ ചെന്നു നിക്കാൻ വയ്യ ഇനിക്ക്. മേലാകെ വിറയ്ക്കും. അത്രയും ബഹുമാനാണ്

അങ്ങേരോട്. മിണ്ടാൻ പോലും പറ്റൂല. മാത്രല്ല, മൂപ്പർക്ക് ന്നെ അറിയണം ന്നും ഇല്യല്ലോ. ഇരുപത്തിനാല് മണിക്കൂറും പാട്ടിൽ മുങ്ങിനിക്കണെ ആളല്ലേ? ആളറിയാതെ ഗെറ്റൗട്ട് അടിച്ചാലോ? വലിയ ദേഷ്യക്കാരനാ ന്നാ കേട്ടിരിക്കണേ. മൂപ്പരെ ശല്യപ്പെടുത്താൻ ഇനിക്ക് ഇഷ്ടല്ല."

ഒരു നിമിഷം നിർത്തി വിജയൻ പറഞ്ഞു: "രവിയേട്ടൻ തന്നെ പോയി ക്ഷണിച്ചാ മതി; നിക്ക് വേണ്ടി."

കളിക്കളത്തിൽ എതിരാളികളെ പിച്ചിച്ചീന്തുന്ന കണ്ണിൽ ചോരയില്ലാത്ത ആ "പടക്കുതിര" തന്നെയോ ഈ പാവം വിജയൻ എന്ന് അദ്ഭുതപ്പെട്ടുപോയ നിമിഷം. "നിനക്ക് നിന്റെ വില അറിയില്ലല്ലോ മോനേ" എന്ന് പറയാനാണ് തോന്നിയത്. പക്ഷേ, പറഞ്ഞത് ഇത്ര മാത്രം: "എന്തിനാ നീ പേടിക്കണേ? പോയാ ഒരു വാക്ക്. കിട്ടിയാലോ? മൂപ്പര് വന്നാൽ അതൊരു സംഭവല്ലേ? ഇനി ഗെറ്റൗട്ട് അടിച്ചാലും എന്തിന് വെഷമിക്കണം? മ്മടെ ദാസേട്ടനല്ലേ? വാ... നമുക്കൊരുമിച്ച് പോയി നോക്കാം." എന്നിട്ടും വീഴുന്നില്ല വിജയൻ. ഒഴിഞ്ഞു മാറാനാണ് ശ്രമം. "അത് ശരിയാവില്ല" എന്ന ഒരൊറ്റ മറുപടി മാത്രം. നിരന്തരമായ സമ്മർദ്ദത്തിനൊടുവിൽ വിജയൻ വഴങ്ങുന്നു; ഒരൊറ്റ ഉപാധിയിൽ: "ശരി. വരാം. പക്ഷേ, ഞാൻ പിന്നില് നിക്കേള്ളു ട്ടാ. നിങ്ങള് സംസാരിച്ചാ മതി."

താജിലെ ദാസേട്ടന്റെ സ്യൂട്ടിൽ ചെന്നപ്പോൾ മുന്നിലെ മുറിയിൽ ആരുമില്ല. പാതി തുറന്ന വാതിലിനപ്പുറത്ത് ബെഡ് റൂം കാണാം. ഭാര്യയോട് എന്തോ സംസാരിച്ചുകൊണ്ട് കിടക്കയിൽ ചാരിയിരിക്കുകയാണ് ഗാനഗന്ധർവ്വൻ. വാതിൽപ്പൊളിയിൽ ചെറുതായി ഒന്ന് മുട്ടിയപ്പോൾ ഞെട്ടി തലയുയർത്തി നോക്കി അദ്ദേഹം. ചിരിച്ചുകൊണ്ട് കൈ ഉയർത്തിക്കാട്ടി. എനിക്ക് പിന്നിൽ നിന്നയാളെ അപ്പോഴാണ് ദാസേട്ടൻ ശ്രദ്ധിച്ചത്. പൊടുന്നനെ ഇരുന്നിടത്തുനിന്ന് ചാടിയെഴുന്നേറ്റു അദ്ദേഹം. എന്നിട്ട് അദ്ഭുതത്തോടെ പറഞ്ഞു: "ഹായ് ഇതാരപ്പാ. ഇയാളെ എവിടുന്നു കിട്ടി?" വിടർന്ന ചിരിയോടെ വാതിൽ തുറന്ന് പുറത്തേക്ക് ഇറങ്ങിവരുന്നു ദാസേട്ടൻ. പിന്നിലൊതുങ്ങി നിന്നിരുന്ന വിജയന്റെ ഹൃദയതാളം പടിപടിയായി ഉയരുന്നത് കേൾക്കാമായിരുന്നു എനിക്ക്. വെറുതെ തിരിഞ്ഞു നോക്കിയപ്പോൾ അവിശ്വസനീയതയോടെ തരിച്ചു നിൽക്കുന്നു ഇന്ത്യൻ ഫുട്ബാളിലെ സൂപ്പർ സ്ട്രൈക്കർ.

"ദാസേട്ടാ... ഞാൻ ഐ എം വിജയൻ. ഫുട്ബാളർ..." മുന്നിൽ വന്നു നിന്ന യേശുദാസിനോട്, ഭവ്യതയോടെ കൈകൾ കൂപ്പി തെല്ലു വിറയാർന്ന ശബ്ദത്തിൽ വിജയൻ പറഞ്ഞു. പൊടുന്നനെ ദാസേട്ടന്റെ ചിരി മാഞ്ഞു. മുഖത്ത് കൃത്രിമ ഗൗരവം വരുത്തി അദ്ദേഹം പറഞ്ഞു: "എനിക്ക് കാഴ്ചക്കുറവൊന്നുമില്ല. വിജയനെ അറിയാത്ത ആരുണ്ട്? നിന്റെ കളി ഞാൻ ടി വിയിൽ കണ്ടിട്ടുണ്ട്. ധാരാളം പറഞ്ഞുകേട്ടിട്ടുമുണ്ട്. എന്നെങ്കിലും കാണണം എന്ന് വിചാരിച്ചിരുന്നു. എന്തു ചെയ്യാം? ഗ്രൗണ്ടിലെ തിരക്കിലും ബഹളത്തിലും പൊടിയിലും പോയി ഇരിക്കാൻ പറ്റില്ലല്ലോ

ഞങ്ങൾ പാട്ടുകാർക്ക്. ഏതായാലും ഇപ്പൊ നീ വന്നത് നന്നായി. നേരിട്ട് കാണാനായല്ലോ." എല്ലാം കേട്ട് അന്തം വിട്ടു നിൽക്കുകയാണ് വിജയൻ. മിണ്ടാട്ടമില്ല. നിന്ന നിൽപ്പിൽ ഐസായ പോലെ എന്നാണ് പിന്നീട് ആ നിമിഷങ്ങളെക്കുറിച്ച് വിജയൻ പറഞ്ഞത്.

മുറിയിലെ സോഫയിൽ ഞങ്ങളെ നിർബന്ധിച്ചിരുത്തിയശേഷം ഫുട്ബാളിനെക്കുറിച്ച് വാചാലനാകുന്നു യേശുദാസ്. കുട്ടിക്കാലത്ത് വീട്ടുകാരുടെ കണ്ണ് വെട്ടിച്ചു കളിക്കളത്തിലേക്ക് ഓടിയിരുന്ന വൈകുന്നേരങ്ങളെ കുറിച്ച്, ആവേശം പകർന്ന കൊച്ചിയിലെ പഴയ കളിക്കാരെ കുറിച്ച്, ഇന്ത്യൻ ഫുട്ബാളിന്റെ സമകാലികാവസ്ഥയെ കുറിച്ച്... അദ്ഭുതത്തോടെ ആ വാക്കുകൾ കേട്ടിരുന്നു ഞങ്ങൾ. "ഫുട്ബാൾ അന്നും ഇന്നും എനിക്ക് ഇഷ്ടമുള്ള കളിയാണ്. ടെന്നിസും. പക്ഷേ, നമ്മുടെ ഉപജീവനമാർഗ്ഗം സംഗീതമായതുകൊണ്ട് കളിച്ചു വിയർത്തു നടന്നാൽ ശരിയാവില്ലല്ലോ. എങ്കിലും ഇന്നും ഫുട്ബാൾ വാർത്തകൾ ശ്രദ്ധിക്കും. അതുകൊണ്ട് നിന്നെ കുറിച്ച് നന്നായറിയാം.നമ്മുടെയൊക്കെ അഭിമാനമല്ലേ?" സന്തോഷംകൊണ്ട് കരച്ചിലിന്റെ വക്കിലെത്തിയിരുന്നു വിജയൻ.

വന്ന കാര്യം ചുരുങ്ങിയ വാക്കുകളിൽ ഞങ്ങൾ അവതരിപ്പിച്ചപ്പോൾ യേശുദാസ് പറഞ്ഞു: "മത്സരത്തിന് വരണമെന്ന് ആഗ്രഹം ഇല്ലാഞ്ഞിട്ടല്ല. വേണമെങ്കിൽ കളിക്കാനും റെഡി. ഗോളും അടിക്കും. പക്ഷേ, എന്റെ ഭാര്യ സമ്മതിക്കില്ലല്ലോ." അടുത്തിരുന്ന പ്രഭയെ നോക്കി കണ്ണിറുക്കി ചിരിച്ച് യേശുദാസ് പറഞ്ഞു. "നിങ്ങൾ വിഷമിക്കേണ്ട. ഞാനില്ലെങ്കിലും വിജു വരും കളിക്കാൻ. ബാസ്കറ്റ്ബാളും ഫുട്ബാളും ഒക്കെയാണ് അവന്റെ ഇഷ്ടകളികൾ." (പറഞ്ഞപോലെ വിജയ് യേശുദാസ് മത്സരത്തിൽ പങ്കെടുത്തു. ആവേശകരമായ ചില നീക്കങ്ങളിലൂടെ തൃശൂർ മുൻസിപ്പൽ സ്റ്റേഡിയം ഗാലറികളുടെ കയ്യടി നേടുകയും ചെയ്തു.) യാത്ര പറഞ്ഞു തിരിച്ചു പോരും മുൻപ് തലകുനിച്ച് യേശുദാസിന്റെ കാലുകളിൽ തൊട്ടു വന്ദിച്ചു വിജയൻ. "ഹേയ് എന്താണിത് വിജയാ" എന്നു പറഞ്ഞുകൊണ്ട് സ്നേഹപൂർവ്വം വിജയനെ പിടിച്ചുയർത്തി ദാസേട്ടൻ. പിന്നെ വരാന്തവരെ ഞങ്ങളെ അനുഗമിച്ചു; യാത്രയാക്കി.

ലിഫ്റ്റ് കാത്തുനിൽക്കുമ്പോൾ എന്നെ കെട്ടിപ്പിടിച്ചു വിജയൻ. എന്നിട്ട് പറഞ്ഞു: "രവിയേട്ടാ, വേൾഡ് കപ്പ് ജയിച്ച സന്തോഷാണ് ഇപ്പൊ എന്റെ മനസ്സിൽ. എല്ലാം ഒരു സ്വപ്നം പോലെ. നമ്മൾ പന്ത് കളിക്കാരനായത് കൊണ്ട് കിട്ടിയ ഭാഗ്യങ്ങളല്ലേ ഇതൊക്കെ? ഇല്ലെങ്കിൽ ആരെങ്കിലും മ്മളെ മൈൻഡ് ചെയ്യ്വോ?"

മുൻപ് മനസ്സിൽ പറഞ്ഞ കാര്യം അപ്പോൾ തെല്ലുറക്കെ പറഞ്ഞുപോയി ഞാൻ: "വിജയാ, നിനക്ക് നിന്റെ വില അറിയില്ലല്ലോ..." ഒരു നിമിഷം എന്റെ മുഖത്ത് നോക്കി നിന്നശേഷം വിജയൻ ആത്മഗതമെന്നോണം പറഞ്ഞു: "അത് നമ്മൾ അറിയാണ്ടിരിക്ക്യല്ലേ നല്ലത് രവിയേട്ടാ? അറിഞ്ഞാ അതിന്റെ ത്രില്ല് പോയീലെ...?" ■

ബഡി ദൂർ സേ ആയേ ഹേ...

മുന്നിലിരുന്ന് മുഹമ്മദ് റഫിയുടെ പാട്ടുകൾ ഹൃദയം തുറന്നു പാടുന്ന നാടോടിപ്പാട്ടുകാരനിൽ പഴയൊരു കൗമാരപ്രതിഭയെ തിരയുകയായിരുന്നു; മുംബൈ മെഹബൂബ് സ്റ്റുഡിയോയുടെ അകത്തളത്തിലെവിടെയോ കോറസ് പാടാനുള്ള ഊഴം കാത്ത് പരുങ്ങിനിന്ന നിഷ്കളങ്കനായ ഒരു പതിനെട്ടുകാരനെ. പുറത്ത് കൺസോളിൽ കയ്യും കലാശവുമായി സംഗീതസംവിധായകരായ കല്യാൺജി ആനന്ദ്ജിയുണ്ട്. വോയ്സ് ബൂത്തിൽ മായാത്ത പുഞ്ചിരിയുമായി ഗന്ധർവ്വഗായകൻ മുഹമ്മദ് റഫിയും.

ഷൊർണൂരിൽ നിന്ന് കോഴിക്കോട്ടേക്കുള്ള വൈകുന്നേരത്തെ പാസഞ്ചർ ട്രെയിനിലാണ് ശ്യാംലാലിനെ കണ്ടത്; വർഷങ്ങൾക്ക് മുൻപ്. മുഷിഞ്ഞ കുപ്പായം. ചുമലിലേക്ക് ഒഴുകിക്കിടക്കുന്ന നര കയറിയ മുടി. ഏഴോ എട്ടോ വയസ്സ് തോന്നിക്കുന്ന ഒരു പെൺകുട്ടിയുമുണ്ട് കൂടെ. വഴിക്കുള്ള ഏതോ സ്റ്റേഷനിൽനിന്ന് കയറിക്കൂടിയതാവണം. വണ്ടി പള്ളിപ്പുറം വിട്ടപ്പോൾ തോളിൽ തൂക്കിയിട്ട ഹാർമോണിയത്തിന്റെ കട്ടകളിലൂടെ ചടുലവേഗത്തിൽ വിരലോടിച്ചുകൊണ്ട് അയാൾ കമ്പാർട്ട്മെന്റിൽ കടന്നുവന്നു. ഒപ്പം 'പർദാ ഹേ പർദാ' എന്ന് തൊണ്ടപൊട്ടുമാറുച്ചത്തിൽ പാടിക്കൊണ്ട് പെൺകുട്ടിയും. സന്ധ്യ മയങ്ങിയിരുന്നതിനാലും ഞായറാഴ്ചയായിരുന്നതിനാലും വണ്ടിയിൽ തീരെ ആളില്ല. മെഹ്ഫിൽ ആസ്വദിക്കാൻ കുറെ ഒഴിഞ്ഞ ഇരിപ്പിടങ്ങൾ മാത്രമേയുള്ളൂ എന്ന് തിരിച്ചറിഞ്ഞപ്പോൾ പെൺകുട്ടിയോട് ഉറക്കെ വിളിച്ചുപറഞ്ഞു അയാൾ: "ചുപ്... കോയി നഹി ഹേ യഹാം..." സ്വിച്ചിട്ടപോലെ പാട്ടു നിർത്തുന്നു ചപ്രത്തലമുടിക്കാരിയായ ബാലിക.

കാലപ്പഴക്കത്താൽ കട്ടകൾ പലതും കൊഴിഞ്ഞുപോയിരുന്ന ഹാർമോണിയം ജനാലയ്ക്കരികിലേക്ക് നീക്കിവെച്ച് സീറ്റിൽ ചമ്രം പടിഞ്ഞിരുന്നു അയാൾ. തൊട്ടരികെ കൈയിലെ കുപ്പിവളകളിൽ കൗതുകത്തോടെ തിരുപ്പിടിച്ചുകൊണ്ട് പെൺകുട്ടിയും. ക്ഷീണിതരായിരുന്നു ഇരുവരും. മുന്നിലെ സീറ്റിൽ പുസ്തകവായനയിൽ മുഴുകിയിരുന്ന സഹയാത്രികനെ ശ്രദ്ധിച്ചിട്ടുണ്ടാവില്ല അവർ. ഇടയ്ക്കെപ്പോഴോ, ഇഴഞ്ഞുനീങ്ങുന്ന

വണ്ടിയുടെ മുരൾച്ചയ്ക്ക് മുകളിലൂടെ അയാളുടെ ശബ്ദം കാതിൽ വന്നു പതിച്ചപ്പോഴാണ് ഞെട്ടി തലയുയർത്തി നോക്കിയത്. എന്റെ കൈയിലെ പുസ്തകത്തിന്റെ പുറംചട്ടയിലേക്ക് ചൂണ്ടി ശ്യാംലാൽ ഉറക്കെ വിളിച്ചു പറയുന്നു: "ഉസ്താദ്... വോ ഹേ ഹമാരാ ഉസ്താദ്." മുഹമ്മദ് റഫി യുടെ തിരഞ്ഞെടുത്ത നൂറോളം പാട്ടുകൾ ഉൾക്കൊള്ളിച്ച ഒരു പുസ്തക മായിരുന്നു അത്. കവറിൽ റഫിയുടെ പുഞ്ചിരിക്കുന്ന മുഖം. ഒന്ന് കണ്ടോട്ടെ എന്ന അപേക്ഷയോടെ പാട്ടുപുസ്തകം എന്റെ കൈയിൽ നിന്ന് വാങ്ങി കൗതുകത്തോടെ മറിച്ചുനോക്കുന്നു അയാൾ. "ഉസ്താദിന്റെ പാട്ടുകളാണ് അല്ലേ? വലിയ മനുഷ്യൻ. ബഹുത് ബഡാ ആദ്മി..." ഹിന്ദി യിലും അറിയാവുന്ന മലയാളത്തിലുമായി ആവേശപൂർവം അയാൾ പറഞ്ഞു.

അദ്ഭുതം തോന്നിയില്ല. ജീവിക്കാൻവേണ്ടി റഫിയുടെ പാട്ടുകൾ ക്കൊപ്പം സദാസമയവും സഞ്ചരിക്കുന്ന ഒരാൾക്ക് എങ്ങനെ ആ മഹാ ഗായകനെ നമിക്കാതിരിക്കാനാകും? പക്ഷേ, ഹൃദയസ്പർശിയായ ഒരു അനുഭവകഥ കൂടിയുണ്ടായിരുന്നു ആ ആരാധനയ്ക്ക് പിന്നിൽ എന്നറി ഞ്ഞത് പിന്നീടാണ്. ആവശ്യപ്പെടാതെതന്നെ സ്വന്തം ജീവിതം എന്റെ മുന്നിൽ തുറന്നുവെച്ചു ശ്യാംലാൽ. മുംബൈ അന്ധേരിയിലെ തകരം പാകിയ കൊച്ചുകൂരയിലായിരുന്നു അയാളുടെ ബാല്യകൗമാരങ്ങൾ. ഉത്തർപ്രദേശിൽനിന്ന് ജോലി തേടി മുംബൈയിൽ കുടിയേറിയ ഗ്രാമീണ കുടുംബത്തിലെ അംഗം. അച്ഛൻ ചെറുപ്പത്തിലേ മരിച്ചു. സിനിമയിലെ ജൂനിയർ ആർട്ടിസ്റ്റ് ആയ പിതൃസഹോദരന്റെ സംരക്ഷണയിലാണ് ജീവിതം. അമ്മയെ രണ്ടാമത് വിവാഹം ചെയ്തതും അമ്മാവൻ തന്നെ. ഒരു തീപ്പിടിത്തം ചിത്രീകരിക്കുന്നതിനിടെ പൊള്ളലേറ്റ് ദീർഘകാലം ആശുപത്രിയിൽ കിടക്കേണ്ടി വന്നതോടെ സിനിമയിൽ നിന്നുള്ള അദ്ദേഹ ത്തിന്റെ വരുമാനം കുറഞ്ഞു. ശ്യാംലാലിന്റെ ഒരേയൊരു ജ്യേഷ്ഠൻ സമീപത്തുള്ള മില്ലിൽ ജോലി ചെയ്തു സമ്പാദിക്കുന്ന തുച്ഛമായ പണ മാണ് കുടുംബത്തിന്റെ ആകെയുള്ള വരുമാനം. വീട്ടുകാർ നിർബന്ധി ച്ചിട്ടും സമപ്രായക്കാരായ കുട്ടികളെപ്പോലെ പാട്ട പെറുക്കാനും ഷൂ പോളിഷ് ചെയ്യാനുമൊന്നും പോയില്ല സ്വപ്നജീവിയായ ശ്യാം. പകരം പാട്ടു പാടി നടന്നു. റഫിയുടെയും ലതാ മങ്കേഷ്കറുടെയും കിഷോർ കുമാറിൻെറയും ഒക്കെ പാട്ടുകൾ. "ഞങ്ങളുടെ വീട്ടിൽ അന്ന് ഒരു പഴയ ട്രാൻസിസ്റ്റർ റേഡിയോ ഉണ്ടായിരുന്നു. വിവിധ് ഭാരതിയിലും റേഡിയോ സിലോണിലും മറ്റും വരുന്ന പാട്ടുകൾ ഞാൻ ശ്രദ്ധിച്ചു കേൾക്കും. അപ്പോൾതന്നെ ഏറ്റുപാടി മനഃപാഠമാക്കും."

ജൂനിയർ ആർട്ടിസ്റ്റുകൾക്ക് അന്നൊരു ശക്തമായ സംഘടനയുണ്ട് ബോളിവുഡിൽ. ആ സംഘടനയിലെ സുഹൃത്തുക്കൾ വഴി ശ്യാമിനെ കോറസ് ഗായകരുടെ സംഘടനയിൽ അംഗമാക്കാൻ ശ്രമിക്കുന്നു അമ്മാവൻ. പക്ഷേ, അന്നതത്ര എളുപ്പമുള്ള കാര്യമല്ല. ഒരു രാഷ്ട്രീയ

കക്ഷിയുടെ പിടിയിലാണ് ആ സംഘടന. മറാഠികളെ മാത്രമേ അവർ കൂട്ടത്തിൽ കൂട്ടൂ. എന്നിട്ടും തോറ്റുകൊടുത്തില്ല ശ്യാംലാൽ. നിരന്തര ശ്രമത്തിനൊടുവിൽ ഒരു സുഹൃത്ത് വഴി കോറസ് പാടാൻ അവസരം നേടിയെടുത്തു അവൻ. മെഹബൂബ് സ്റ്റുഡിയോയിൽ ചെന്നപ്പോൾ ജീവിതത്തിലൊരിക്കലും മറക്കാൻ പറ്റാത്ത കാഴ്ച കണ്ടു ശ്യാംലാൽ തരിച്ചു നിന്നു. ഈശ്വരനെപോലെ കരുതിയിരുന്ന റഫി സാഹിബ് തൊട്ടുമുന്നിൽ; കയ്യെത്തും ദൂരെ. റഫിയുടെ കൂടെയാണ് പാടേണ്ടത്; ഒരു സംഘഗാനം. "ഫരിഷ്ത യാ ഖാത്തിൽ" അതാണ് പടത്തിന്റെ പേര്. പാട്ട് "അരേ ബാതോം കേ ഹം ബാദ്ഷ."

പക്ഷേ, ആഹ്ലാദവും ആവേശവും അധികം നീണ്ടില്ല. റിഹേഴ്സലിന് ചെന്ന 'പീറപ്പയ്യ'നെ കണ്ടപ്പോൾ കോറസ് പാടാൻ നിന്നവരുടെ മുഖം ചുളിഞ്ഞു. എല്ലാവരുടെയും മുഖത്ത് ഇവനാരെടാ ഞങ്ങളുടെ അന്നം മുടക്കാൻ വന്നവൻ എന്ന ഭാവം. സ്വന്തം സംഘടനയിൽ അംഗമല്ല എന്നറിഞ്ഞതോടെ ഗായികാഗായകന്മാർ ഒന്നടങ്കം ശ്യാമിനെതിരെ തിരിയുന്നു. എന്തുവന്നാലും പാടാൻ സമ്മതിക്കില്ല എന്നായി അവർ. പാടിയേ അടങ്ങൂ എന്ന് കണ്ണീരോടെ ശ്യാമും. ഒച്ചപ്പാടും ബഹളവും കേട്ട് റഫി സാഹിബ് അകത്തു കടന്നു വന്നപ്പോൾ സകലരും നിശ്ശബ്ദർ. "തൂവെള്ള ഷർട്ടും പാന്റ്സുമായിരുന്നു ഉസ്താദിന്റെ വേഷം. ആ വിഷമവേളയിലും ഞാൻ അദ്ദേഹത്തെ അന്തം വിട്ടു നോക്കിനിന്നുപോയി." – ശ്യാംലാൽ. അതിനിടെ ഗായകരിൽ നിന്ന് വഴക്കിന്റെ കാരണം ചോദിച്ചറിഞ്ഞ റഫി 'കൗമാരക്കാരനായ കലാപകാരി'യെ അടുത്തുവിളിക്കുന്നു. ശ്യാമിന്റെ കരഞ്ഞുകലങ്ങിയ കുഞ്ഞുമുഖം കണ്ട് അദ്ദേഹത്തിന് അലിവ് തോന്നിയിരിക്കണം. "ഏതായാലും വന്നില്ലേ, ഇന്ന് അയാൾ കൂടി പാടട്ടെ" എന്നായി റഫി സാഹിബ്. പറയുന്നത് റഫി ആയതിനാൽ മറ്റു പാട്ടുകാർക്ക് വഴങ്ങാതെ വയ്യ. അങ്ങനെയാണ് ജീവിതത്തിൽ ആദ്യമായും അവസാനമായും ശ്യാംലാൽ ഒരു പാട്ടിന് കോറസ് പാടിയത്.

പാടിത്തീർന്നപ്പോൾ റഫി കോറസ് ഗായകർക്ക് നേരെ തിരിഞ്ഞു കൈകൂപ്പി. ഓരോരുത്തരോടായി നന്ദി പറഞ്ഞു. "കൂട്ടത്തിൽ പ്രായം കുറഞ്ഞവൻ ആയതുകൊണ്ടാവണം, എന്നെ മാത്രം അദ്ദേഹം ആശ്ലേഷിച്ചു. കോറസ് പാടിനടന്നാൽ പോരാ, ഒറ്റയ്ക്കുള്ള പാട്ടുകളും പാടണം എന്ന് സ്നേഹപൂർവ്വം ഉപദേശിച്ചു." കാറിൽ കയറി പോകുംവരെ 'ഉസ്താദി'നെ പിന്തുടർന്നു ശ്യാംലാലിന്റെ നനവാർന്ന കണ്ണുകൾ. നടന്നതൊന്നും കിനാവല്ലെന്ന് സ്വയം വിശ്വസിപ്പിക്കാൻ ശ്രമിക്കുകയായിരുന്നു അയാൾ. "പിറ്റേന്നും സ്റ്റുഡിയോയിൽ ചെന്നു. പക്ഷേ, അവരെന്നെ അകത്തുകയറ്റിയില്ല. നിരന്തരം ശ്രമിച്ചിട്ടും യൂണിയനിൽ അംഗമാക്കിയതുമില്ല. അപ്പോഴേക്കും ജീവിതം വഴിമുട്ടിയിരുന്നു. പകർച്ചവ്യാധി പിടിപെട്ട് അമ്മാവനും അമ്മയും വഴിക്കുവഴിയായി മരിച്ചു. ജ്യേഷ്ഠൻ അതിനകം വിവാഹം കഴിച്ച് യു.പിയിലേക്ക് പോയിരുന്നു. ഞങ്ങളുടെ

താൽക്കാലിക വീട് പുറമ്പോക്കിലായിരുന്നതിനാൽ താമസിയാതെ അതും നഷ്ടപ്പെട്ടു. അങ്ങനെ ഒരു നാൾ ഗതി കെട്ട് വീട്ടിലുണ്ടായിരുന്ന ഈ പഴയ ഹാർമോണിയവുമായി മുംബൈയിൽ നിന്ന് വണ്ടി കയറിയതാണ്. വന്നെത്തിയത് ഷൊർണൂരിൽ. വിശപ്പകറ്റാൻവേണ്ടി അന്ന് തുടങ്ങിയ പാട്ട് ഇതാ ഇപ്പോഴും തുടരുന്നു..." രാവും പകലുമെന്നില്ലാത്ത യാത്രകൾക്കിടയിൽ ഒരു സന്ധ്യയ്ക്ക് തിരുപ്പൂരിൽ നിന്ന് 'വീണുകിട്ടി' യതാണ് ഒപ്പമുള്ള പെൺകുട്ടിയെ. നാടും വീടുമേതെന്നറിയില്ല. കാണുമ്പോൾ റെയിൽവേ സ്റ്റേഷന്റെ ഒരു മൂലയിൽ ഒറ്റയ്ക്കിരുന്ന് കരയുകയാണ്. വിളിക്കാതെ തന്നെ അവൾ കൂടെവന്നു. അന്ന് തുടങ്ങിയതാണ് ഒരുമിച്ചുള്ള ഈ പാട്ടുയാത്ര.

മുഹമ്മദ് റഫിയുടെ പാട്ടുകളേ പാടാറുള്ളൂ ശ്യാംലാൽ. റഫിയെ നേരിൽ കണ്ട ശേഷം മറ്റാരുടെയും പാട്ടുകൾ പാടാൻ തോന്നിയിട്ടില്ലത്രേ അയാൾക്ക്. ആളുകൾ ആവർത്തിച്ച് ആവശ്യപ്പെടുന്നതും റഫിയുടെ പാട്ടുകൾ തന്നെ. കോഴിക്കോട്, തിരൂർ, തലശ്ശേരി ഭാഗങ്ങളിൽ നിന്നുള്ളവർ അടുത്തു വിളിച്ചിരുത്തി ഇഷ്ടഗാനങ്ങൾ പാടിക്കും. ഏറ്റവുമധികം പാടിയിട്ടുള്ളത് 'ബൈജുബാവ്ര'യിലെ ഓ ദുനിയാ കേ രഖ് വാലേ എന്ന ഗാനം. ബഹാരോം ഫൂൽ ബർസാവോ, ക്യാഹുവാ തേരാ വാദാ, സുഹാനി രാത് ഡൽ ചുകി, ജോ വാദാ കിയാ വോ, ചാഹൂംഗാ മേ തുജേ എന്നീ പാട്ടുകൾക്കുമുണ്ട് ആവശ്യക്കാരേറെ. "ആയുഷ്കാലം മുഴുവൻ ഞാൻ ഉസ്താദിന്റെ പാട്ടുകളേ പാടൂ. മരിച്ചുകിടക്കുന്ന റഫി സാഹിബിനെ കാണാൻ കരുത്തില്ലായിരുന്നതിനാൽ ഖബർസ്ഥാനിലേക്ക് പോകാതിരുന്ന ആളാണ് ഞാൻ. റഫിയില്ലാത്ത മുംബൈയിലേക്ക് ഇനിയൊരു തിരിച്ചുപോക്കില്ല." ജന്മദേശമായ ഉത്തർപ്രദേശിൽ ചെന്ന് എന്തെങ്കിലും ജോലി ചെയ്ത് ജീവിക്കണമെന്നായിരുന്നു ശ്യാമിന്റെ ആഗ്രഹം. അവിടെ ജ്യേഷ്ഠൻ ഭേദപ്പെട്ട നിലയിലാണ്. "ശരീരം അനങ്ങിയുള്ള ജോലിയൊന്നും ഇനി വയ്യ. പാട്ടുപാടിത്തന്നെയാകും അവിടെയും കഴിഞ്ഞുപോകുക. മറ്റൊരു പണിയും എനിക്കറിയില്ലല്ലോ." വണ്ടിയുടെ ജനാലയിലൂടെ പുറത്തെ ഇരുട്ടിലേക്ക് നോക്കി പിറുപിറുക്കുന്നു ശ്യാംലാൽ.

ഏറ്റവും പ്രിയപ്പെട്ട ഒരു റഫി ഗാനം പാടാമോ എന്ന് ചോദിച്ചപ്പോൾ സന്തോഷത്തോടെ തലകുലുക്കി ശ്യാംലാൽ. എന്നിട്ട്, മടിയിൽ തളർന്നു മയങ്ങുന്ന പെൺകുട്ടിയുടെ എണ്ണമയമില്ലാത്ത ചെമ്പൻ മുടിയിലൂടെ സ്നേഹപൂർവ്വം വിരലോടിച്ച് പാടി; സഞ്ചാരിയുടെ സ്നേഹഗീതം:

"ബഡി ദൂർ സേ ആയേ ഹേ
പ്യാർ കാ തോഫാ ലായേ ഹേ..."

■

അരങ്ങിതിൽ ആളൊഴിഞ്ഞു

ഉറങ്ങുകയാണ് ബ്രഹ്മാനന്ദൻ; സ്വച്ഛശാന്തമായ ഉറക്കം. അന്ത്യാഞ്ജലി അർപ്പിക്കാൻ ഗായകന്റെ ഭൗതികശരീരത്തിന് ചുറ്റും തിക്കിത്തിരക്കുന്ന ആരാധകർക്കിടയിൽ നിശ്ശബ്ദനായി തലതാഴ്ത്തി നിൽക്കുന്നു കെ.പി. ഉദയഭാനു. എന്നും പ്രസാദാത്മകമായി മാത്രം കണ്ടിട്ടുള്ള ആ മുഖത്ത് വിഷാദത്തിന്റെ നേർത്ത അലകൾ. പതിറ്റാണ്ടുകൾക്ക് മുൻപ് ആകാശ വാണി സ്റ്റുഡിയോയിലെ മൈക്കിന് മുന്നിൽ അളവറ്റ ആത്മവിശ്വാസ ത്തോടെ പാടാൻ വന്നുനിന്ന പഴയൊരു കൗമാരക്കാരനെ ഓർമ്മവന്നിരി ക്കണം അദ്ദേഹത്തിന്. ആ വോയ്സ് റൂമിന്റെ ഏകാന്തതയിൽ നിന്നാ ണല്ലോ മലയാളിയുടെ സംഗീതഹൃദയത്തിലേക്ക് ബ്രഹ്മാനന്ദൻ യാത്ര തുടങ്ങിയത്. മെലഡിയുടെ നാട്ടുവഴികളിലൂടെ, കയറ്റിറക്കങ്ങളും കയ്പും മധുരവും ഇടകലർന്ന യാത്ര.

പൊടുന്നനെ ആൾക്കൂട്ടത്തിനിടയിൽനിന്ന് ഒരു മൈക്ക് ഉദയഭാനു വിന്റെ മുഖത്തിനു നേർക്ക് നീളുന്നു. ഏതോ ടെലിവിഷൻ ചാനലിന്റെ പ്രതിനിധിയാണ്. "സാർ, ബ്രഹ്മാനന്ദൻ എന്ന ഗായകനെക്കുറിച്ച് അങ്ങേ യ്ക്ക് എന്താണ് പറയാനുള്ളത്?" തെല്ലും നിനച്ചിരിക്കാതെ വന്ന കൗമാര ക്കാരിയുടെ ചോദ്യത്തിനു മുന്നിൽ ഒരു വേള പകച്ചുപോയി ഉദയഭാനു. ഇന്റർവ്യൂവിന് നിന്നുകൊടുക്കാനുള്ള സമയമല്ല ഇതെന്ന് പറയണമെന്നു ണ്ടായിരുന്നു അദ്ദേഹത്തിന്. പക്ഷേ, ജീവിതത്തിലുടനീളം ആരോടും മറുത്തുപറഞ്ഞു ശീലമില്ലാത്ത, ആരുടേയും മുഖം കറുത്തുകാണുന്നത് ഇഷ്ടമില്ലാത്തയാൾക്ക് എങ്ങനെ ഉള്ളിലുള്ളത് വെട്ടിത്തുറന്നു പറയാൻ പറ്റും? പതുക്കെ, വളരെ പതുക്കെ അദ്ദേഹം പറഞ്ഞു: "നല്ലൊരു ഗായക നായിരുന്നു. എന്റെ വലിയ കൂട്ടുകാരനും. സങ്കടമുണ്ട് ഇത്ര നേരത്തെ വിട്ടുപോയതിൽ..." തനിക്ക് പറയാനുള്ളതെല്ലാം മൂന്നേ മൂന്നു വാചക ങ്ങളിൽ ഒതുക്കി, മൈക്കിന്റെ പരിധിയിൽ നിന്ന് മാറി നിന്നു ഭാനു.

പക്ഷേ, മൈക്കുണ്ടോ ഉദയഭാനുവിനെ വിടുന്നു. "പോരാ. കുറച്ചു കൂടി നീണ്ട ബൈറ്റ് വേണം സാർ. ലൈവ് ടെലികാസ്റ്റ് ആണ്..." റിപ്പോർ ട്ടർ വീണ്ടും. എന്നെ വെറുതെ വിടൂ എന്ന നിശ്ശബ്ദമായ അപേക്ഷയോടെ പെൺകുട്ടിയെ ദയനീയമായി നോക്കിനിന്നു മലയാളികളുടെ പ്രിയ

വിഷാദഗായകൻ. ക്യാമറ അപ്പോഴും അദ്ദേഹത്തെ വട്ടമിട്ടു പറക്കുകയാണ്. തന്നിലേക്ക് തന്നെ ഒതുങ്ങിക്കൂടി ഒന്നും മിണ്ടാതെ നിന്ന ഉദയഭാനുവിനോട് അതാ വരുന്നു അടുത്ത ചോദ്യം: "ബ്രഹ്മാനന്ദന്റെ പാട്ടുകളിൽ സാറിന് ഏറ്റവും ഇഷ്ടപ്പെട്ട പാട്ട് ഏതാണ്? പ്രേക്ഷകർക്ക് വേണ്ടി അതിന്റെ രണ്ടുവരി ഒന്ന് പാടാമോ?" ടെലിവിഷൻ ക്യാമറയ്ക്ക് മുന്നിലെന്നല്ല മൊബൈൽ ഫോൺ ക്യാമറയ്ക്ക് മുന്നിൽപോലും സങ്കോചത്തോടെ മാത്രം നിന്ന് ശീലിച്ചിട്ടുള്ള ഗായകന്റെ മുഖം തെല്ലൊന്ന് വിളറിയോ? "കുറെ പാട്ട് ഇഷ്ടമാണ്. ഇപ്പോൾ വരികളൊന്നും ഓർത്തെടുക്കാൻ പറ്റുന്നില്ല. ക്ഷമിക്കണം." വിനയത്തോടെ ചുരുങ്ങിയ വാക്കുകളിൽ മറുപടി.

റിപ്പോർട്ടറുടെ മുഖത്ത് നിരാശ ഇരുൾ പരത്തുന്നു. ട്രെയിനീ ജേർണലിസ്റ്റ് ആയിരിക്കണം. എന്തെങ്കിലും കാര്യമായി തടയാതെ ലൈവ് പോയതെന്തിന് എന്ന് ഡെസ്കിൽ നിന്ന് ചോദ്യം വരാം. ഔചിത്യവും ഔപചാരികതയുമൊക്കെ തീർത്തും അപ്രസക്തമാകുന്ന ഘട്ടം. തെല്ലും കൂസലില്ലാതെ പെൺകുട്ടി പറഞ്ഞു: "എന്നാൽ പിന്നെ സാറിന്റെ തന്നെ ഒരു പാട്ട് പാടിയാലും മതി. സാറും സിംഗർ ആണല്ലോ. ദുഃഖഗാനമായാൽ കൊള്ളാം." ഉദയഭാനു മാത്രമല്ല ഒപ്പമുള്ള സുഹൃത്തുക്കളും ഞെട്ടിപ്പോയ നിമിഷം. സ്വന്തം മൂക്കിന് നേരെ നീണ്ട മൈക്കിലേക്കും റിപ്പോർട്ടറുടെ കണ്ണുകളിലേക്കും മാറിമാറി നോക്കി ഉദയഭാനു ചോദിച്ചു: "അത് ശരിയാണോ? ഇപ്പൊ ഈ അവസ്ഥയിൽ...? എന്റെ പാട്ടിന് ഇവിടെ എന്ത് പ്രസക്തി... ബ്രഹ്മാനന്ദനോടുള്ള അനാദരവാവില്ലേ അത്...?"

റിപ്പോർട്ടറുടെ മുഖത്ത് അതേ കൂസലില്ലായ്മ. "കുഴപ്പമില്ല സാർ. സാറിന്റെ വക ഒരു ഗാനാഞ്ജലി ആയിക്കോട്ടെ." ക്യാമറയിലേക്ക് തിരിഞ്ഞു തിടുക്കത്തിൽ എന്തോ പിറുപിറുത്തശേഷം മൈക്ക് വീണ്ടും ഉദയഭാനുവിന് നേർക്ക് നീട്ടുന്നു പെൺകുട്ടി. നിസ്സഹായതയോടെ, അതിലേറെ ജാള്യത്തോടെ തന്റെ ഏറ്റവും പ്രശസ്തമായ വിഷാദഗാനത്തിന്റെ പല്ലവി മൂളുന്നു ഗായകൻ:

"അനുരാഗ നാടകത്തിൻ അന്ത്യമാം രംഗം തീർന്നു
അരങ്ങിതിൽ ആളൊഴിഞ്ഞു കാണികൾ വേർപിരിഞ്ഞു..."

പൊടുന്നനെ ചുറ്റും നിശ്ശബ്ദത പരക്കുന്നു. അന്ത്യാഞ്ജലി അർപ്പിക്കാൻ എത്തിയ പലർക്കും അദ്ഭുതം. മുഴുവൻ പാടുമോ എന്നോർത്ത് കാതോർക്കുന്നു മറ്റു ചിലർ. ആരൊക്കെയോ അഭിനന്ദിക്കാനായി ഉദയഭാനുവിന് നേർക്ക് കൈകൾ നീട്ടുന്നു. ഒന്നും ശ്രദ്ധിക്കുന്നുണ്ടായിരുന്നില്ല ഭാനു. പാടാനുള്ളത് പാടിത്തീർത്ത് പെട്ടെന്ന് ആൾക്കൂട്ടത്തിൽ മറയുന്നു അദ്ദേഹം... റിപ്പോർട്ടറും ക്യാമറാമാനും അടുത്ത ഇരയെ തേടി വീണ്ടും മൃതദേഹത്തിനരികിലേക്ക്...

തിരിച്ചുപോകുമ്പോൾ വെറുതെ ചോദിച്ചു: "ഈ കോമഡിക്ക് ഉദയ ഭാനു ചേട്ടൻ നിന്നുകൊടുക്കേണ്ടിയിരുന്നോ? ഒഴിഞ്ഞുമാറുകയായിരുന്നില്ലേ ഉചിതം?" വിഷാദസ്പർശമുള്ള ഒരു ചിരിയോടെ ഉദയഭാനു പറഞ്ഞു: "ഞാൻ പിന്നെന്തു ചെയ്യും? പറ്റില്ല എന്ന് പറഞ്ഞാലും പ്രശ്നമാകും. ലൈവ് ആയി കാണുകയല്ലേ ആളുകൾ? ഔചിത്യം കാണിക്കേണ്ടത് ആ റിപ്പോർട്ടറല്ലേ?"

പിന്നെ, ആത്മഗതമായി ഇത്ര കൂടി: "ബ്രഹ്മാനന്ദൻ ഇപ്പോൾ വേറെ ഏതോ ലോകത്തിരുന്ന് ഊറിച്ചിരിക്കുന്നുണ്ടാകും; ഓർത്തോ, നിനക്കും ഒരുനാൾ ഈ ഗതി തന്നെ വരും എന്ന് പറഞ്ഞുകൊണ്ട്..." ∎

നസീം പാടുന്നു, ഹൃദയംകൊണ്ട്

ഒന്നല്ല, രണ്ടു നസീംമാരാണ് മുന്നിൽ. ഒരാൾ ഓൾഡ് ഈസ് ഗോൾഡ് ഗാനമേളാവേദികളിലൂടെ ലോകമെങ്ങുമുള്ള മലയാളികളുടെ മനം കവർന്ന സുന്ദരനായ യുവഗായകൻ. മറ്റേയാൾ, വിധിയേൽപ്പിച്ച അപ്രതീക്ഷിത മായ പ്രഹരത്തിനുമുന്നിൽ തളർന്നുപോയ 67കാരൻ.

യുവകോമളനായ നസീം പാടിക്കൊണ്ടിരിക്കുകയാണ് മുറിയിലെ ടെലിവിഷൻ സ്ക്രീനിൽ: "കാട്ടുചെമ്പകം പൂത്തുലയുമ്പോൾ/കടമ്പു മരം തളിരണിയുമ്പോൾ." എ.എം. രാജയുടെ ശബ്ദത്തിൽ അനശ്വരമായ 'വെളുത്ത കത്രീന'യിലെ ഗാനം. രാജയുടെ ആലാപനത്തിലെ ഭാവ മാധുര്യം മുഴുവൻ സ്വന്തം ശബ്ദത്തിലേക്ക് ആവാഹിച്ചുകൊണ്ട് ചെറി യൊരു മന്ദഹാസത്തോടെ നസീം പാടുമ്പോൾ സ്ക്രീനിന് മുന്നിലിരുന്ന് പണിപ്പെട്ട് ആ ഗാനം ഏറ്റുപാടാൻ ശ്രമിക്കുന്നു മറ്റേ നസീം. അക്ഷര ങ്ങൾ തെല്ലും ചൊൽപ്പടിക്ക് നിൽക്കുന്നില്ല എന്ന സത്യം തിരിച്ച റിഞ്ഞുകൊണ്ടുതന്നെ. എവിടെയൊക്കെയോവെച്ച് ശബ്ദം മുറിയുമ്പോൾ ആ കണ്ണുകൾ നിറയുന്നു. നിസ്സഹായനായി ജനലിലൂടെ പുറത്തെ പച്ചപ്പി ലേക്ക് നോക്കിയിരിക്കുന്നു പഴയ പാട്ടുകളെ എന്നും ജീവനുതുല്യം സ്നേഹിച്ച, സ്നേഹിച്ചുകൊണ്ടിരിക്കുന്ന പാട്ടുകാരൻ.

ഇന്ത്യയിലും വിദേശത്തുമുള്ള നൂറുകണക്കിന് വേദികളിൽ മുഴങ്ങി ക്കേട്ടിട്ടുണ്ട് എം.എസ്. നസീമിന്റെ ശബ്ദം. രാജയുടെയും പി.ബി. ശ്രീനി വാസിന്റെയും പാട്ടുകളാണ് അധികവും പാടുക. ടെലിവിഷൻ സംഗീത പരിപാടികളിലൂടെയും മലയാളികൾക്ക് നസീം സുപരിചിതൻ. സംഗീത ത്തിൽ പൂർണമായി മുഴുകാൻവേണ്ടി വിദ്യുച്ഛക്തി വകുപ്പിലെ ഉന്നത ഉദ്യോഗംവരെ ഉപേക്ഷിച്ച ചരിത്രമാണ് ഈ കഴക്കൂട്ടം സ്വദേശിയുടേത്. വിടർന്ന പുഞ്ചിരിയോടെ തലസ്ഥാനത്തെ സാംസ്കാരികപരിപാടികളിൽ വർഷങ്ങളോളം നിറഞ്ഞുനിന്ന നസീം ഒരുനാൾ വേദികളിൽനിന്ന് അപ്രത്യക്ഷനാകുന്നു. ആരോടും യാത്ര പറയാതെ ഒരു വിടവാങ്ങൽ. പക്ഷാഘാതത്തിന്റെ രൂപത്തിൽ വന്ന് വിധി നസീമിനെ കിടക്കയിൽ തളച്ചിട്ട കാര്യം അടുത്ത സുഹൃത്തുക്കൾപോലും അറിഞ്ഞത് പിന്നീ ടാണ്. പലർക്കും അവിശ്വസനീയമായി തോന്നിയ വാർത്ത. പക്ഷേ,

ശരീരത്തിനേറ്റ ആഘാതം മനസ്സിനെ ബാധിക്കാതിരിക്കാൻ ശ്രദ്ധിച്ചു നസീം. പതിമൂന്ന് വർഷങ്ങൾക്ക് ശേഷവും വിധിയുമായുള്ള പോരാട്ടം തുടർന്നുകൊണ്ടിരിക്കുന്നു അദ്ദേഹം; നിറഞ്ഞ കണ്ണുകളിൽപോലും ഒരു പുഞ്ചിരി വാടാതെ നിർത്തിക്കൊണ്ട്.

എം.എസ്. നസീമിനെ ആദ്യം കണ്ടുമുട്ടിയതെന്നാവണം? വർഷങ്ങൾ പഴക്കമുണ്ട് ആ കഥയ്ക്ക്. 'അനന്തവൃത്താന്തം' എന്ന സിനിമയിലൂടെ പിന്നണി ഗായകനായി അരങ്ങേറിയിട്ടേയുള്ളൂ നസീം. ചിത്രയോടൊപ്പം പാടിയ 'നിറയും താരങ്ങളേ' എന്ന പാട്ടിന് പ്രത്യേകതകൾ കുറവായിരുന്നെങ്കിലും വേറിട്ട ആ ശബ്ദവും ആലാപനശൈലിയും അന്നേ ശ്രദ്ധിച്ചു. പ്രമുഖ സിനിമാവാരികയിലെ പതിവുപംക്തിയിൽ പുതിയ ഗായകനെക്കുറിച്ച് പരാമർശിക്കുകയും ചെയ്തു. തന്നെ കുറിച്ചെഴുതിയ ആളെ നേരിട്ട് കണ്ടു പരിചയപ്പെടാൻ ഒരു നാൾ തിരുവനന്തപുരം ചന്ദ്രശേഖരൻനായർ സ്റ്റേഡിയത്തിലെ പ്രസ് ഗാലറിയിലെത്തുന്നു നസീം. 1990ലെ നെഹ്റു കപ്പ് ഫുട്ബാൾ ടൂർണ്ണമെന്റ് റിപ്പോർട്ട് ചെയ്യാൻ എത്തിയതാണ് ഞാൻ. കെ.എസ്.ഇ.ബിയിൽ ഉദ്യോഗസ്ഥനായ നസീം സംഘാടകന്റെ റോളിലും. സുദീർഘമായ ഒരു സൗഹൃദത്തിലേക്ക് വഴിതുറന്നു ആ കൂടിക്കാഴ്ച. അന്ന് വൈകുന്നേരം പൂർണ്ണ ഹോട്ടലിലെ മുറിയിലിരുന്ന് നസീം എനിക്ക് വേണ്ടി ഹൃദയം തുറന്നു പാടി എ.എം. രാജയുടെയും പി.ബി. ശ്രീനിവാസിന്റെയും ഗാനങ്ങൾ. "ഈ പാട്ടുകളേയും അവയുടെ ശില്പികളേയുമൊക്കെ ആരോർക്കുന്നു ഇന്ന്?" മെഹ്ഫിലിന് ഒടുവിൽ ആത്മവേദനയോടെ നസീം പറഞ്ഞു. "പറ്റുമെങ്കിൽ അവരെയൊക്കെ വീണ്ടും വെള്ളിവെളിച്ചത്തിൽ കൊണ്ടുവന്നു നിർത്തണമെന്നുണ്ട്. പുതിയ തലമുറ അവരെയൊക്കെ അറിയേണ്ടതല്ലേ?"

1990കളുടെ മധ്യത്തിൽ 'ആയിരം ഗാനങ്ങൾ തൻ ആനന്ദ ലഹരി' എന്ന ദൂരദർശൻ പരമ്പര പിറക്കുന്നത് ആ ആഗ്രഹത്തിൽ നിന്നാണ്. സ്ക്രിപ്റ്റും അഭിമുഖങ്ങളും എന്റെ വക. സംവിധാനം നസീം. നിർമല (1948) തൊട്ടുള്ള മലയാള സിനിമാ പിന്നണിഗാന ചരിത്രമായിരുന്നു ആ മെഗാ പരമ്പരയുടെ കാതൽ. ആദ്യഗായകരായ ടി.കെ. ഗോവിന്ദറാവുവും സരോജിനി മേനോനും മുതലിങ്ങോട്ട് പുതിയ തലമുറയിലെ ഗാനരചയിതാക്കളും സംഗീത സംവിധായകരും ഗായകരും വരെ അണിനിരന്നു ആ പ്രതിവാര പരിപാടിയിൽ. വിസ്മൃതിയുടെ തീരത്തുനിന്ന് ഒരു കൂട്ടം പ്രതിഭാശാലികളെ കരുതലോടെ വീണ്ടെടുക്കുകയായിരുന്നു നസീം. പലരെയും കണ്ടെത്തിയത് മാസങ്ങളുടെ കഠിനാധ്വാനത്തിനൊടുവിൽ. ജിക്കി, സുലോചന, എ.പി. കോമള, ജമുനാറാണി, രേണുക, പുകഴേന്തി, ചിദംബരനാഥ്, ഗോകുലപാലൻ, സി.കെ. രേവമ്മ, അഭയദേവ്... അങ്ങനെ മലയാളികൾ മറന്നുതുടങ്ങിയ ഒട്ടേറെ പേർ ആ പരിപാടിയിലൂടെ പ്രേക്ഷകരുടെ മുന്നിലെത്തി. "എനിക്കിതൊരു പ്രാർത്ഥനയാണ്." ഷൂട്ടിംഗിനായി തുടർച്ചയായുള്ള ചെന്നൈ യാത്രകളിലൊന്നിൽ നസീം വികാരാധീനനായി പറഞ്ഞ വാക്കുകൾ ഇപ്പോഴുമുണ്ട് ഓർമ്മയിൽ. "കുട്ടിക്കാലം

മുതലേ കാണാൻ ആഗ്രഹിച്ചവരെ നേരിൽ കാണുക. അവരുടെ ജീവിതം അവരുടെ തന്നെ വാക്കുകളിലൂടെ അവതരിപ്പിക്കുക. ഇതൊന്നും സ്വപ്നത്തിൽപോലും നടക്കുമെന്ന് പ്രതീക്ഷിച്ച കാര്യങ്ങളല്ല." പിൽക്കാലത്ത് നിരവധി ടി.വി. ഡോക്യുമെന്ററികളിലും പങ്കാളികളായി ഞങ്ങൾ ഇരുവരും. സി.ഒ. ആന്റോ, ജോബ് മാസ്റ്റർ, എ.ടി. ഉമ്മർ, എ.എം. രാജ തുടങ്ങിയവരെക്കുറിച്ചുള്ള ആ ഹ്രസ്വചിത്രങ്ങൾക്ക് എത്രത്തോളം ആർക്കൈവൽ മൂല്യം ഉണ്ടെന്ന് തിരിച്ചറിയുന്നു ഇന്ന് അവ കാണുമ്പോൾ.

മറ്റൊരു സംഗീത ഡോക്യുമെന്ററിയുടെ ആലോചനയുമായി നടക്കുമ്പോഴാണ് വിധിയുടെ ക്രൂരമായ ഇടപെടൽ. സുഹൃത്തും കീബോർഡ് കലാകാരനുമായ രാജ്മോഹൻ ഒരു ദിവസം കാലത്ത് ഫോൺ വിളിച്ചു പറയുന്നു: "നമ്മുടെ നസീം ചേട്ടൻ ആശുപത്രിയിലാണ്. സ്ട്രോക്ക് ആണത്രെ. ബോധമില്ലെന്ന് കേൾക്കുന്നു." വിശ്വസിക്കാനായില്ല ആദ്യം. ചെന്ന് കണ്ടപ്പോൾ മുകളിലെ കറങ്ങുന്ന ഫാനിൽ കണ്ണുനട്ട് ആശുപത്രിക്കിടക്കയിൽ നിശ്ചലനായി മലർന്നു കിടക്കുകയാണ് നസീം. വലതുവശം മിക്കവാറും പൂർണമായി തളർന്നിരിക്കുന്നു. ഒപ്പം സംസാരശേഷി കൂടി നഷ്ടപ്പെട്ട കാര്യം അറിഞ്ഞപ്പോൾ ശരിക്കും ഞെട്ടിപ്പോയി. "നമുക്ക് റഫി സാഹിബിന്റെ ഡോക്യുമെന്ററി ഏതെങ്കിലും ചാനലിൽ കൊടുക്കണം; അദ്ദേഹത്തിന്റെ ചരമദിനം വരികയല്ലേ..." എന്ന് ഉറക്കെ വിളിച്ചുപറഞ്ഞ് ഞാൻ താമസിക്കുന്ന ലോഡ്ജിൽനിന്ന് വിടർന്ന ചിരിയോടെ യാത്ര പറഞ്ഞു പിരിഞ്ഞ മനുഷ്യനാണോ രണ്ടേ രണ്ടു ദിവസങ്ങൾക്കകം ഈ അവസ്ഥയിൽ? ശരീരത്തിന്റെ തളർച്ചയേക്കാൾ, ഇനിയൊരിക്കലും പാടാനാവില്ല എന്ന ക്രൂര സത്യമായിരിക്കണം നസീമിനെ കൂടുതൽ നോവിച്ചിരിക്കുക. പാട്ടായിരുന്നല്ലോ നസീമിന്റെ പ്രാണവായു.

ആരാണെങ്കിലും ജീവിതത്തെ വെറുത്തുപോകുമായിരുന്ന ഘട്ടം. പക്ഷേ, നസീം സാധാരണക്കാരനല്ലല്ലോ. ആർക്ക് മുന്നിലും കീഴടങ്ങാൻ തയ്യാറല്ലാത്ത ഒരു പോരാളി ചെറുപ്പം മുതലേ അദ്ദേഹത്തിന്റെ ഉള്ളിലുണ്ട്. അടിയന്തരാവസ്ഥക്കാലത്ത് പൊലീസിന്റെ കർശന വിലക്ക് ലംഘിച്ച് സെക്രട്ടേറിയറ്റ് പരിസരത്ത് പ്രതിഷേധ ഗാനമേള നടത്താൻ മടികാണിക്കാതിരുന്ന ഒരു പോരാളി. തന്നെ കിടക്കയിൽ തളച്ചിട്ട വിധിയെ ഒരിക്കലും പഴിച്ചില്ല നസീം. പകരം പാട്ടിലൂടെ തന്നെ എല്ലാ പ്രതിസന്ധികളെയും അതിജീവിക്കാൻ ശ്രമിച്ചു അദ്ദേഹം. സഹതാപവുമായി കാണാനെത്തുന്നവരെപ്പോലും പ്രസാദാത്മകമായ പുഞ്ചിരിയിലൂടെ നിരായുധരാക്കി. ഭാര്യ ഷാഹിദയും മക്കളായ നദിയയും നസ്മിയും ആ പോരാട്ടത്തിൽ നസീമിനൊപ്പം നിന്നു. കഴക്കൂട്ടത്തെ വീട്ടിൽ തന്നെ കാണാൻ എത്തുന്നവർക്ക് വേണ്ടി റഫിയുടെയും രാജയുടെയും പി.ബി.എസ്സിന്റെയും പാട്ടുകൾ ഓർമ്മയിൽനിന്ന് വീണ്ടെടുത്ത് ഭാവാർദ്രമായി പാടി അദ്ദേഹം. അക്ഷരങ്ങളില്ലാതെ, ഈണത്തിലൂടെ മാത്രം ഒഴുകിക്കൊണ്ട്. ഉള്ളിലുള്ള

ചിന്തകളും സ്വപ്നങ്ങളുമൊന്നും പങ്കുവെക്കാൻ വാക്കുകൾ കൂട്ടിനെത്തു ന്നില്ലല്ലോ എന്നൊരു ദുഃഖം മാത്രമേയുള്ളൂ നസീമിന്. വാക്കുകൾ വെളിയിൽ വരാൻ അറച്ചു നിന്നപ്പോൾ പലപ്പോഴും ആ കണ്ണുകൾ നനഞ്ഞു; കണ്ടുനിന്നവരുടെയും.

ഓർമ്മയിൽ പഴയൊരു ചെന്നൈ യാത്രയുണ്ട്. സി.ഒ. ആന്റോ എന്ന ഗായകനെ കാണാൻ വേണ്ടിയുള്ള യാത്ര. വടപളനിയിലെ വീട്ടിൽ ഞങ്ങളെ കാത്തിരുന്നത് ചിരിച്ചും കളിച്ചും തമാശ പറഞ്ഞും വേദികളെ ഇളക്കിമറിച്ചിരുന്ന ആ പഴയ പാട്ടുകാരനല്ല. പ്രായാധിക്യവും ഒരു ശസ്ത്ര ക്രിയയുടെ പിഴവുകൾ വരുത്തിവെച്ച പ്രശ്നങ്ങളുമെല്ലാം ചേർന്ന് തളർ ത്തിയ ഒരു പാവം മനുഷ്യൻ. തന്നെ താനാക്കി മാറ്റിയ പാട്ടുകൾ പോലും പാടി മുഴുമിക്കാനാവാതെ ഞങ്ങളുടെ ക്യാമറയ്ക്ക് മുന്നിൽ വിതുമ്പി ക്കൊണ്ട് നിസ്സഹായനായിരുന്നു അദ്ദേഹം. തിരിച്ചുപോരുമ്പോൾ നസീം പറഞ്ഞു; ആത്മഗതമെന്നോണം: "ദൈവമേ, ഒരു പാട്ടുകാരനും ഈ ഗതി വരുത്തരുതേ... പാടാൻ ആഗ്രഹിച്ചിട്ടും പാടാൻ കഴിയാതിരിക്കുക. എന്ത് ദയനീയമാണ് ആ അവസ്ഥ..."

ആ വാക്കുകൾക്ക് അറം പറ്റിയോ? ഇല്ലെന്ന് തോന്നും നസീമിന്റെ പുഞ്ചിരിക്കുന്ന മുഖം കാണുമ്പോൾ. ഇതാ ഈ നിമിഷവും പാടിക്കൊണ്ടി രിക്കുകയല്ലേ നസീം? ഹൃദയം കൊണ്ടാണെന്ന വ്യത്യാസം മാത്രം. ∎

ജാനെ കഹാം ഗയേ വോ ദിൻ...

ഭഗവത് സുബ്രഹ്മണ്യം ചന്ദ്രശേഖർ. പോളിയോ ബാധിച്ച കൈവിരലുകളുടെ ഇന്ദ്രജാലത്താൽ ക്രിക്കറ്റിലെ ലോകോത്തര ബാറ്റ്സ്മാന്മാരെ രണ്ടു ദശകത്തിലേറെക്കാലം പിടിച്ചുകെട്ടിയ കിടിലൻ ലെഗ് സ്പിന്നർ. ആ ചന്ദ്രയെപോലും 'പിടിച്ചുകെട്ടിയ" ഒരാളേയുള്ളൂ ഉലകത്തിൽ; മുകേഷ് ചന്ദ്ര മാഥൂർ. പാട്ടുകാരനായ നമ്മുടെ മുകേഷ് തന്നെ.

ആദ്യമായും അവസാനമായും ചന്ദ്രയെ നേരിൽ കണ്ടു സംസാരിച്ച ദിവസം ഓർമ്മയുണ്ട്. മേരാ നാം ജോക്കറിലെ "ജാനേ കഹാം ഗയേ വോ ദിൻ..." എന്ന ഗാനത്തിന്റെ ശീലുകൾ സ്വരശലഭങ്ങളായി ചുറ്റിലും പാറിനടക്കുന്നുണ്ടായിരുന്നു അപ്പോൾ. ഹോട്ടൽ മുറിയിലെ സി.ഡി. പ്ലെയറിൽ ഇടതടവില്ലാതെ പാടിക്കൊണ്ടിരിക്കുകയാണ് മുകേഷ്. സോഫയിൽ ചാരിയിരുന്ന് സ്പോർട്സ് സ്റ്റാറിന്റെ പുതിയ ലക്കം മറിച്ചുനോക്കുന്ന ചന്ദ്രയെ ആരാധനാപൂർവം നോക്കിനിന്നു കുറെ നേരം. ഉള്ളിലെ ആ ക്രിക്കറ്റ്പ്രേമിയായ സ്കൂൾ കുട്ടി മരിക്കുന്നില്ലല്ലോ ഒരിക്കലും. പിന്നെ പതുക്കെ പറഞ്ഞു: "അങ്ങയുടെ ബൗളിങ് ആസ്വദിക്കാൻ ഊണും ഉറക്കവും ഉപേക്ഷിച്ച് വീട്ടിലെ കൊച്ചു മർഫി റേഡിയോയ്ക്ക് മുന്നിൽ തപസ്സിരുന്നിട്ടുണ്ട് ഞാനും എന്റെ അനിയനും; ചെറുപ്പത്തിൽ..." വർഷങ്ങളായി കേട്ട് ശീലിച്ച ആ ആരാധനാവചസ്സുകൾ ഹൃദയപൂർവം സ്വീകരിച്ച് തിരികെ മറ്റൊരു 'ഗൂഗ്ലി' എറിയുന്നു അദ്ദേഹം: "ഞാനും റേഡിയോയ്ക്ക് മുന്നിൽ തപസ്സിരുന്നിരുന്നു ഒരു കാലത്ത്. കമന്ററി കേൾക്കാനല്ല; മുകേഷ് ജിയുടെ പാട്ടുകൾ കേൾക്കാൻ."

ദിവസവും കൊച്ചുവെളുപ്പാൻ കാലത്ത് എഴുന്നേറ്റ് ടെലിവിഷൻ ചാനലുകളിൽ വരുന്ന പഴയ ഹിന്ദി സിനിമകൾ മുടങ്ങാതെ കണ്ട്, അവയിലെ അപൂർവങ്ങളായ മുകേഷ് ഗാനങ്ങൾ തന്റെ ശേഖരത്തിലേക്ക് മുതൽകൂട്ടുന്ന ചന്ദ്രയെക്കുറിച്ച് അന്നാണ് അദ്ഭുതത്തോടെ കേട്ടറിഞ്ഞത്. "ജീവിതത്തിലെ എല്ലാ പ്രതിസന്ധിഘട്ടങ്ങളിലും തുണയായി, തണലായി എനിക്കൊപ്പമുണ്ട് മുകേഷ്. ഓരോ തവണയും വിധി എന്നെ അപ്രതീക്ഷിതമായ ലെഗ് ബ്രേക്കുകളിലൂടെ പരീക്ഷിക്കുമ്പോൾ, ആ വീഴ്ചകളിൽ നിന്ന് സ്നേഹത്തോടെ കൈപിടിച്ചുയർത്തും മുകേഷിന്റെ പാട്ടുകൾ.

ടെസ്റ്റ്ക്രിക്കറ്റിൽ നിന്ന് ലഭിച്ച 242 വിക്കറ്റുകളും അടിയറവെച്ചാലും മുകേഷിനോടുള്ള ആ കടപ്പാടിന് പകരമാവില്ല." ആത്മാർത്ഥതയുടെ തെളിച്ചമുള്ള വാക്കുകൾ. "ഞാൻ ബൗളിങ് റണ്ണപ്പിനായി ഒരുങ്ങുമ്പോൾ ഗാലറിയിൽ ഇരുന്ന് മുകേഷിന്റെ ഹിറ്റ് പാട്ടുകൾ ഉറക്കെ പാടിയിരുന്നവ രുണ്ട്; ടേപ്പ് റെക്കോർഡറിൽ മുകേഷിന്റെ പാട്ടുകൾ ഉറക്കെ വെച്ചവരും. ആ പാട്ടുകളോളം എന്നെ ഉത്തേജിതനാക്കുന്ന മറ്റൊന്നുമില്ലെന്ന് അവർക്ക് നന്നായി അറിയാം. സുനിൽ (ഗാവസ്കർ) പോലും എന്റെ സമീപത്തു കൂടി നടന്നുപോകുമ്പോൾ മുകേഷിന്റെ പാട്ടുകൾ പാടും. അതൊരു കാലം. ഇനിയൊരിക്കലും തിരിച്ചുവരാത്ത വസന്തകാലം..." ചലച്ചിത്ര ങ്ങളിൽനിന്നും അല്ലാതെയുമായി മുകേഷിന്റെ ആയിരത്തോളം ഗാന ങ്ങളുടെ ശേഖരം അഭിമാനത്തോടെ സൂക്ഷിക്കുന്ന ചന്ദ്ര പറയും.

മുകേഷ് എപ്പോൾ, എങ്ങനെ തന്റെ ജീവിതത്തിന്റെ ഭാഗമായിത്തീർന്നു എന്ന് ഓർത്തെടുക്കാനാവുന്നില്ല ചന്ദ്രയ്ക്ക്. കുട്ടിക്കാലത്ത് പൊതുവെ അന്തർമുഖനായിരുന്നു ചന്ദ്ര; ഏകാന്തപഥികനും. വിരസമായ ആ ഏകാകിതയിലേക്കാണ് ഒരു നാൾ മുകേഷ് ഗന്ധർവ്വഗായകനെപ്പോലെ കടന്നുവന്നത് റേഡിയോ സിലോണിലൂടെ. എന്നെങ്കിലും പ്രിയഗായകനെ ഒന്ന് നേരിൽ കാണണം എന്നായിരുന്നു അക്കാലത്തെ ഏറ്റവും വലിയ മോഹം. "ഹിന്ദി ഭാഷയിൽ വലിയ പിടിപാടില്ല അന്ന്. വാക്കുകളുടെ അർത്ഥവും അറിയില്ല. എന്നിട്ടും ആ പാട്ടുകളിലെ ആശയം എനിക്ക് ഉൾക്കൊള്ളാനായെങ്കിൽ അത് മുകേഷിന്റെ മാത്രം മിടുക്ക് എന്ന് പറയും ഞാൻ. വളരെ വർഷങ്ങൾക്കുശേഷം ആ പാട്ടുകളിലെ കവിതയുടെ അർത്ഥഗാംഭീര്യം മുകേഷിൽനിന്ന് തന്നെ ചോദിച്ചു മനസ്സിലാക്കിയപ്പോ ഴാണ് എന്റെ അനുമാനങ്ങൾ തെറ്റായിരുന്നില്ല എന്ന് ബോധ്യമായത്."

1970കളുടെ തുടക്കത്തിൽ മുംബൈയിലെ ഒരു റെക്കോർഡിംഗ് സ്റ്റുഡി യോയിൽവെച്ച് തന്റെ ആരാധനാപാത്രത്തെ ആദ്യമായി നേരിൽ കണ്ടു ചന്ദ്ര. ജ്യോത് ജലേ എന്ന സിനിമയുടെ റെക്കോഡിംഗിന് ചന്ദ്രയെ കൂട്ടി ക്കൊണ്ടുപോയത് സംഗീതപ്രേമിയായ സുഹൃത്ത്. ടെസ്റ്റ് ക്രിക്കറ്റ് താരം എന്ന നിലയ്ക്ക് ഇന്ത്യയൊട്ടുക്കും പ്രശസ്തനായിക്കഴിഞ്ഞിരുന്നു അതി നകം ചന്ദ്ര. മുകേഷിനാകട്ടെ തെല്ലുമില്ല ക്രിക്കറ്റ് ഭ്രമം. കളിക്കാരെയൊട്ട് അറിയുകയുമില്ല. പക്ഷേ, തന്റെ ഏറ്റവും അപ്രശസ്തമായ പാട്ടുകളെ ക്കുറിച്ചുപോലും സൂക്ഷ്മമായി പഠിച്ചുവെച്ചിരുന്ന ബാംഗ്ലൂർ സ്വദേശിയായ ചെറുപ്പക്കാരൻ മുകേഷിനെ അമ്പരപ്പിച്ചു. സുദീർഘമായ ഒരു സൗഹൃദ ത്തിന്റെ തുടക്കമായി ആ കൂടിക്കാഴ്ച. 1976ൽ മുകേഷിന്റെ അകാല നിര്യാണത്തോളം നീണ്ട ഗാഢമായ സംഗീതസൗഹൃദം. "എത്രയോ റെക്കോർഡിംഗുകൾക്ക് മുകേഷ്ജിയെ അനുഗമിച്ചിട്ടുണ്ട് ഞാൻ. മും ബൈയിൽ ചെല്ലുമ്പോഴെല്ലാം ഞങ്ങൾ ഒരുമിച്ചുകൂടും. സംഗീതത്തെ ക്കുറിച്ചുമാത്രമായിരിക്കും സംഭാഷണം. പഴയ പാട്ടുകളുടെ പിന്നിലെ അറിയാക്കഥകൾ അദ്ദേഹം പങ്കുവെക്കും. രാത്രി മുഴുവൻ നീളുന്ന

സദിരുകൾ... അവയൊന്നും റെക്കോർഡ് ചെയ്യാനായില്ലല്ലോ എന്നൊരു ദുഃഖം മാത്രം ബാക്കി. മൊബൈൽ ഫോൺ എന്ന സങ്കല്പം പോലും ഇല്ലാതിരുന്ന കാലമല്ലേ?" 1976ൽ മുംബൈയിലെ ഒരു ചൈനീസ് റെസ്റ്റോറണ്ടിൽ വെച്ചായിരുന്നു അവസാന കൂടിക്കാഴ്ച്ച. അന്നും പഴയ പാട്ടുകൾ മതിമറന്നു പാടി മുകേഷ്. അവയ്ക്ക് പിന്നിലെ കഥകൾ വിസ്തരിച്ചു. ഏതാനും മാസങ്ങൾക്കകം അമേരിക്കയിലെ ഡെട്രോയിറ്റിൽ ഒരു ഗാനമേളയ്ക്കിടെ ഹൃദയസ്തംഭനംമൂലം മുകേഷ് അന്തരിച്ച വാർത്ത അറിഞ്ഞപ്പോൾ ഞെട്ടിപ്പോയി ചന്ദ്ര. ജീവിതത്തിന്റെ താളം ഒരു മാത്ര പിഴച്ചപോലെ.

മുകേഷിന്റെ മകന്റെ പേരാണ് സ്വന്തം മകനും ചന്ദ്ര നൽകിയത് നിതിൻ. വെറുമൊരു സംഗീതാസ്വാദകൻ മാത്രമെന്ന് ആവർത്തിച്ചു പറയുമ്പോഴും സൗഹൃദസദസ്സുകളിൽ മുകേഷിന്റെ ഗാനങ്ങൾ പാടാൻ മടിക്കാറില്ല ചന്ദ്ര. ഏതു സ്ഥായിയിലൂടെയും അനായാസം സഞ്ചരിക്കുന്ന ചന്ദ്രയുടെ ആലാപനത്തെക്കുറിച്ച് ഒരിക്കൽ പ്രശസ്ത ക്രിക്കറ്റ് ലേഖകൻ സുരേഷ് മേനോൻ എഴുതിയതോർക്കുന്നു. കളിക്കളത്തിൽ ചന്ദ്ര പാടിയിരുന്ന മൂളിപ്പാട്ടുകൾ ഗാവസ്കറെപോലുള്ള കൂട്ടുകാരുടെ ഓർമ്മയിൽ ഇന്നുമുണ്ട്: യേ മേരാ ദീവാനാപൻ ഹേ, ജിസ് ദേശ് മേ ഗംഗാ ബഹ്തീ ഹേ, സാരംഗാ തേരി യാദ് മേ... "മുകേഷിന്റെ ഏതു പാട്ടാണ് കൂടുതൽ ഇഷ്ടമെന്ന് എന്നോട് ചോദിക്കാതിരിക്കൂ. നൂറു നൂറു പാട്ടുകൾ ഓർമ്മയിൽ തിക്കിത്തിരക്കി കടന്നുവരും. ഏറ്റവും പ്രിയപ്പെട്ട സ്വന്തം പ്രകടനം ഏതെന്ന് ചോദിക്കുന്നത് പോലെയാണത്." ചന്ദ്ര.

സ്വന്തം ജീവിതത്തിൽനിന്ന് മുകേഷ് യാത്രപറയാതെ പടിയിറങ്ങിപ്പോയി എന്ന സത്യം ഉൾക്കൊള്ളാൻ തയ്യാറായിട്ടില്ല ഇന്നും ചന്ദ്രയുടെ മനസ്സ്. "ഇതാ ഈ നിമിഷവും എനിക്കൊപ്പമുണ്ട് മുകേഷ് ജി. ദിവസവും ഞാൻ അദ്ദേഹത്തിന്റെ പാട്ടുകൾ കേൾക്കുന്നു. കൂടുതൽ കൂടുതൽ അവയെക്കുറിച്ച് അറിയാൻ ശ്രമിക്കുന്നു." 1990കളുടെ മധ്യത്തിൽ ഒരു കാറപകടത്തിൽ കാലുകളുടെ ചലനശേഷി നഷ്ടപ്പെട്ട് മിക്കവാറും ശയ്യാവലംബിയായി മാറിയപ്പോഴും ചന്ദ്രയ്ക്ക് ആശ്വാസമേകിയത് മുകേഷിന്റെ പാട്ടുകൾ തന്നെ. വേദനയുടെ കാലമായിരുന്നു അത്. ചികിത്സകൾ ഒന്നും ഫലം ചെയ്യാതിരുന്ന ആ നാളുകളിലും അദൃശ്യനായ ഒരു സ്നേഹിതനെ പോലെ മുകേഷ് ഒപ്പമുണ്ടായിരുന്നു; ജീ ചാഹേ ജബ് ഹം കോ ആവാസ് ദോ, ഹം ഹേ വഹീ ഹം ഥേ ജഹാം... (എന്നെ കാണാൻ തോന്നുമ്പോൾ വിളിക്കുക, നേരത്തെ ഉണ്ടായിരുന്നിടത്ത് തന്നെ ഞാൻ ഉണ്ടാകും...) എന്ന് പാടിക്കൊണ്ട്. മേരാ നാം ജോക്കർ എന്ന സിനിമയ്ക്ക് വേണ്ടി ശൈലേന്ദ്ര രചിച്ച ജീനാ യഹാം മർനാ യഹാം എന്ന പ്രശസ്തഗാനത്തിന്റെ വരികൾ... ■

തോട്ടുംകരയിൽ വിമാനമിറങ്ങിയ കാലം

മുട്ടിന്മുട്ടിന് പാലങ്ങൾ, വിളക്കുമരങ്ങൾ, പാർക്കുകൾ, റോഡുകൾ, തോടുകൾ. പോരാത്തതിന് തോട്ടുംകരയിൽ വിമാനത്താവളവും. ആനന്ദ ലബ്ധിക്കിനിയെന്തുവേണം?

വെറുമൊരു പഞ്ചായത്ത് വാർഡിലെ സ്ഥാനാർത്ഥിയുടെ മോഹന വാഗ്ദാനങ്ങളാണ്. 'സ്ഥാനാർത്ഥി സാറാമ്മ'(1966)യ്ക്കുവേണ്ടി വിഖ്യാത മായ ആ ഇലക്ഷൻ ഗാനം കുരുവിപ്പെട്ടി നമ്മുടെ പെട്ടി പാടി റെക്കോഡ് ചെയ്തതും രംഗത്തഭിനയിച്ചതും സാക്ഷാൽ അടൂർഭാസി. ആക്ഷേപ ഹാസ്യത്തിൽ പൊതിഞ്ഞ് വയലാർ എഴുതിയ ആ വരികൾക്ക് അര നൂറ്റാണ്ടിനിപ്പുറവും പ്രസക്തി നഷ്ടപ്പെട്ടിട്ടില്ല എന്നതല്ലേ സത്യം. തിര ഞ്ഞെടുപ്പ് പ്രചരണങ്ങളിൽ വീരവാദങ്ങളും പൊള്ളയായ വാഗ്ദാനങ്ങളും ഇന്നും സുലഭം: കൃഷിക്കാർക്ക് കൃഷിഭൂമി, പണക്കാർക്ക് മരുഭൂമി, എൻ.ജി.ഒമാർക്കെല്ലാം നാലിരട്ടി ശമ്പളം, പൂർണ്ണ നികുതിയിളവ്... അങ്ങനെയങ്ങനെ നൂറുകൂട്ടം. തിരഞ്ഞെടുപ്പ് പ്രചരണവേദികളിലെ പ്രൊഫഷണൽ ഗായകനായ ശാസ്ത്രിയുടെ റോളിലാണ് 'സ്ഥാനാർത്ഥി സാറാമ്മ'യിൽ അടൂർഭാസി. പണം കിട്ടിയാൽ ഏതു കക്ഷിക്ക് വേണ്ടിയും തൊണ്ടകീറി പാടാൻ ശാസ്ത്രി തയ്യാർ. കുരുവിപ്പെട്ടി നമ്മുടെ പെട്ടി കടുവാപ്പെട്ടിക്കോട്ടില്ല എന്ന് പാടിയ അതേ നാവുകൊണ്ട് "കടുവാപ്പെട്ടി നമ്മുടെ പെട്ടി കുരുവിപ്പെട്ടിക്കോട്ടില്ല" എന്ന് മാറ്റിപ്പാടാനും മടിക്കില്ല ശാസ്ത്രി.

വയലാറിന്റെ വരികൾക്കും എൽ.പി.ആർ. വർമ്മയുടെ സംഗീത ത്തിനും മാത്രമല്ല അടൂർഭാസിയുടെ രസികൻ അവതരണത്തിനുമുണ്ട് ആ പാട്ടിന്റെ ജനപ്രീതിയിൽ നല്ലൊരു പങ്കെന്ന് പറയും. 'സ്ഥാനാർത്ഥി സാറാമ്മ'യുടെ സംവിധായകൻ കെ.എസ്. സേതുമാധവൻ. "എന്റെ ആദ്യ മലയാള ചിത്രമായ ജ്ഞാനസുന്ദരിയുടെ കാലം മുതൽക്കേ ഭാസിയെ അറിയാം. സകലകലാവല്ലഭനാണ്. അസാമാന്യ താളബോധമുള്ള കലാ കാരൻ. അസാധ്യമായി പാടും. ആ പ്രതിഭാവിലാസം സിനിമ വേണ്ട വിധം പ്രയോജനപ്പെടുത്തിയില്ലല്ലോ എന്ന കാര്യത്തിലേ ഉള്ളു സങ്കടം."

കുരുവിപ്പെട്ടി എന്ന ഗാനം രേവതി സ്റ്റുഡിയോയിൽ പിറന്നുവീണ നിമിഷങ്ങൾ ഇന്നുമുണ്ട് സേതുമാധവന്റെ ഓർമ്മയിൽ. പാടുന്നത് ഭാസിയായതിനാൽ ആഘോഷാന്തരീക്ഷമാണ് സ്റ്റുഡിയോയിൽ. റെക്കോർഡിസ്റ്റ് കണ്ണൻ വരെ കൺസോളിൽ ഇരുന്ന് ചിരിച്ചുകൊണ്ട് പാട്ട് ആസ്വദിക്കുന്നു. മനോധർമ്മം കലർത്തിയുള്ള ഭാസിയുടെ ആലാപനം മറക്കാൻ വയ്യ. ചെന്നൈ നഗരപ്രാന്തത്തിലുള്ള പോരൂരിൽ വെച്ച് ഗാനരംഗം ചിത്രീകരിക്കുമ്പോഴും അതേ മനോധർമ്മപ്രകടനം പുറത്തെടുത്ത് വിലസി ഭാസി. ചിരിയോടെയല്ലാതെ ഇന്നും കണ്ടിരിക്കാനാവില്ല ഭാസിയിലെ ഗായകന്റെ "കൈവിട്ട കളി." (ഇവിടെ മറ്റൊരു കൗതുകം കൂടി: സിനിമയിൽ സജീവമായിത്തുടങ്ങുന്ന കാലത്ത് രാഷ്ട്രീയത്തിലും ഒരു കൈ നോക്കിയിട്ടുണ്ട് അടൂർഭാസി. തിരുവനന്തപുരം കോർപ്പറേഷൻ തിരഞ്ഞെടുപ്പിൽ വഴുതക്കാട് വാർഡിൽ ആർ.എസ്.പിയുടെ സ്ഥാനാർത്ഥിയായി മത്സരിച്ച ഭാസി 32 വോട്ടിന് തോറ്റു!)

കഥാപശ്ചാത്തലം തോട്ടുംകര പഞ്ചായത്തിലെ ഏഴാം വാർഡ് ആണെങ്കിലും സാർവലൗകികമായിരുന്നു "സ്ഥാനാർത്ഥി സാറാമ്മ"യുടെ ആശയം എന്നോർക്കുന്നു സേതുമാധവൻ. ഏതു തിരഞ്ഞെടുപ്പിലുമെന്നപോലെ അഴിമതിയും കുതികാൽ വെട്ടും അപവാദ പ്രചരണവും പണക്കൊഴുപ്പും വർഗീയതയും കാലുവാരലും എല്ലാമുണ്ട് മുട്ടത്തു വർക്കിയുടെ കഥയിലെ ഇലക്ഷൻ പോരാട്ടത്തിൽ; അന്തർധാരയായി ഒരു നിഷ്കളങ്ക പ്രണയവും. നസീറിന്റെ ജോണിക്കുഞ്ഞും കാമുകിയായ ഷീലയുടെ സാറാമ്മയും തമ്മിലാണ് സിനിമയിലെ ബാലറ്റ് ബലാബലം. സ്വന്തം ഇഷ്ടത്തിന് വിരുദ്ധമായി ചില തത്പരകക്ഷികളുടെ സമ്മർദ്ദത്തിന് വഴങ്ങി പരസ്പരം മത്സരിക്കേണ്ടി വന്ന കമിതാക്കൾ. നിർമ്മാതാവ് ടി.ഇ. വാസുദേവന്റെ താത്പര്യപ്രകാരം ചുരുങ്ങിയ ചെലവിൽ തീർത്ത പടമായിരുന്നു "സാറാമ്മ" എന്നോർക്കുന്നു സേതുമാധവൻ. ഭൂരിഭാഗവും ചിത്രീകരിച്ചത് ശ്യാമള സ്റ്റുഡിയോയിൽ. ദയനീയമായിരുന്നു അന്ന് അവിടത്തെ അവസ്ഥ. ഫ്ളോറുകൾ ആകെ പൊടിപിടിച്ചു കിടക്കുന്നു. ആവശ്യത്തിന് ലൈറ്റ് ഇല്ല. വൈദ്യുതി കണക്ഷൻപോലും അപര്യാപ്തം. നിരവധി പരിമിതികൾക്കുള്ളിൽ നിന്ന് വേണം ചിത്രീകരിക്കാൻ. പക്ഷേ, ക്യാമറാമാൻ മെല്ലി ഇറാനി ആ വെല്ലുവിളി ധീരമായി ഏറ്റെടുത്തു. അതുകൊണ്ടാവണം ആ സിനിമ അന്ന് ജനങ്ങൾ സ്വീകരിച്ചതും ഇന്നും ഒട്ടൊക്കെ ചർച്ച ചെയ്യപ്പെടുന്നതും.

മറ്റൊരു രസകരമായ അനുഭവം കൂടിയുണ്ട് സേതുമാധവന്റെ ഓർമ്മയിൽ. സിനിമയുടെ ചർച്ച നടക്കുമ്പോൾ നിർമ്മാതാവിന്റെ വക ഒരു നിർദ്ദേശം. ഷീല ഒരു പുഴക്കടവിൽ ഇരുന്ന് എണ്ണ തേച്ചുകൊണ്ട് പാടുന്ന സീൻ വേണം. കേട്ടപ്പോൾ ചിരിക്കാതിരിക്കാൻ കഴിഞ്ഞില്ല സംവിധായകന്. കുട്ടികളെ പഠിപ്പിക്കുന്ന മാന്യയായ ഒരു സ്കൂൾ അദ്ധ്യാപിക പൊതുസ്ഥലത്തിരുന്ന് അല്പവസ്ത്രധാരിണിയായി എണ്ണ തേച്ചു

കുളിക്കുന്ന കാര്യം ചിന്തിക്കാൻ പോലുമാകുമായിരുന്നില്ല അദ്ദേഹത്തിന്. പക്ഷേ, വാസുസാർ വിടുന്നില്ല. അതിലെന്താണ് കുഴപ്പം എന്നാണ് അദ്ദേഹത്തിന്റെ ചോദ്യം. സേതുമാധവൻ പറഞ്ഞു: "എന്റെ ഒരു അനിയത്തി തമിഴ്നാട്ടിലെ ഒരു സർക്കാർ സ്കൂളിൽ ടീച്ചറാണ്. അവളിൽ നിന്ന് ഒരിക്കലും പ്രതീക്ഷിക്കാത്ത കാര്യം എന്റെ സിനിമയിൽ ഉൾപ്പെടുത്താൻ താൽപ്പര്യമില്ല." എന്നിട്ടും വഴങ്ങുന്നില്ല വാസുദേവൻസാർ എന്നായപ്പോൾ അവസാനത്തെ ബ്രഹ്മാസ്ത്രം എടുത്തു തൊടുത്തു. സേതുമാധവൻ: "സാറിന്റെ മകൾ വിദ്യാർത്ഥിനിയല്ലേ? ഈ സിനിമ തിയേറ്ററിൽ കണ്ട്, നിന്റെ അച്ഛൻ ഇങ്ങനെ ആഭാസകരമായ ഒരു പടം എടുത്തതെന്തിന് എന്ന് സഹപാഠികൾ അവളോട് ചോദിക്കുന്നത് ആലോചിച്ചു നോക്കൂ. എന്തൊരു കുറച്ചിലാവും അത്?" ഇത്തവണ വാസുദേവൻ പതറി; "എങ്കിൽ പിന്നെ നിങ്ങൾ ഇഷ്ടംപോലെ ചെയ്യൂ" എന്ന് പറഞ്ഞു സ്ഥലം വിട്ടു അദ്ദേഹം. സേതുമാധവന് ആശ്വാസം. "അതുപോലൊരു രംഗം ചിത്രീകരിക്കുന്നതിൽ എതിർപ്പുണ്ടായിട്ടല്ല. പക്ഷേ, കഥ അതാവശ്യപ്പെടണം. മാത്രമല്ല കുടുംബസമേതം പടം കാണാൻ വന്നിരിക്കുന്നവർക്ക് അരോചകമായി തോന്നുന്ന രംഗങ്ങൾ സിനിമയിൽ വേണ്ടെന്ന് നേരത്തെ തീരുമാനിച്ചിരുന്നു ഞാൻ. സെക്സ് കലർന്ന രംഗങ്ങൾ പോലും മിതത്വത്തോടെ മാത്രമേ എന്നും ചിത്രീകരിച്ചിട്ടുള്ളൂ."

സിനിമയ്ക്ക് വേണ്ടി അടൂർഭാസി പാടിയ ഏറ്റവും വലിയ ഹിറ്റ് ഗാനങ്ങളിൽ ഒന്നായി മാറി കുരുവിപ്പെട്ടി. ലോട്ടറി ടിക്കറ്റിലെ ഒരു രൂപാ നോട്ട് കൊടുത്താൽ, ആഭിജാത്യത്തിലെ തള്ള് തള്ള് പന്നാസ് വണ്ടി (അമ്പിളി, ലത എന്നിവർക്കൊപ്പം), അമൃതവാഹിനിയിലെ അങ്ങാടിമരുന്നുകൾ ഞാൻ ചൊല്ലിത്തരാം (ശ്രീലതയോടൊപ്പം), വിദ്യാർത്ഥികളെ ഇതിലെ ഇതിലെയിലെ ചിഞ്ചിലം ചിലുചിലം (മനോരമയ്ക്കൊപ്പം) എന്നിവയും ഭാസിയുടെ ശബ്ദത്തിൽ പിറന്ന വിശ്രുത ഹാസ്യഗാനങ്ങൾ. ഇവയിൽ "അങ്ങാടിമരുന്നുകൾ" എന്ന പാട്ടെഴുതിയതും ഭാസി തന്നെ. മറ്റുള്ളവർ പാടിയ പാട്ടുകൾക്കൊത്ത് ചുണ്ടനക്കി അഭിനയിക്കുന്നതിലുമുണ്ട് ഭാസിക്ക് സ്വതസിദ്ധമായ ശൈലി. "കള്ളിച്ചെല്ലമ്മ"യിലെ "ഉണ്ണിഗ്ഗണപതിയേ", വീണ്ടും പ്രഭാതത്തിലെ "എന്റെ വീടിനു ചുമരുകളില്ല", വിരുതൻ ശങ്കുവിലെ "പുഷ്പങ്ങൾ ചൂടിയ", കറുത്ത കൈയിലെ "പഞ്ചവർണ്ണ തത്തപോലെ", പദ്മവ്യൂഹത്തിലെ "പഞ്ചവടിയിലെ വിജയശ്രീയോ", അരക്കള്ളൻ മുക്കാൽക്കള്ളനിലെ "കനകസിംഹാസനത്തിൽ", വേലുത്തമ്പി ദളവയിലെ "വിരലൊന്നില്ലെങ്കിലും", മയിലാടുംകുന്നിലെ "പാപ്പീ അപ്പച്ചാ" തുടങ്ങി എണ്ണമറ്റ ഹാസ്യഗാനരംഗങ്ങളിൽ നിറഞ്ഞാടിയ അതേ നടൻ തന്നെയാണ് മോഹിനിയാട്ടത്തിലെ "സ്വന്തമെന്ന പദത്തിനെന്തർത്ഥം" എന്ന വിഷാദസ്പർശമുള്ള ഗാനം ഹൃദയത്തിൽ തട്ടും വിധം പാടി അഭിനയിച്ചതെന്നോർക്കുമ്പോൾ ആ പ്രതിഭാവിലാസത്തിനു മുന്നിൽ നമിക്കാതിരിക്കാനാവില്ല ആർക്കും.

ഒരു കിളി പാട്ട് മൂളവേ...

മലയാള സിനിമ കണ്ട ഏറ്റവും വലിയ ജീനിയസ്സുകളുടെ കൂട്ടത്തിലാണ് അടൂർ ഭാസിയുടേയും തിക്കുറിശ്ശിയുടേയും സ്ഥാനം എന്ന് വിശ്വസിക്കുന്നു സേതുമാധവൻ. "സ്വന്തം പ്രതിഭ ധൂർത്തടിച്ചു കളയുകയാണ് നിങ്ങൾ എന്ന് കൂടെക്കൂടെ ഇരുവരെയും ഓർമ്മിപ്പിച്ചിട്ടുണ്ട് ഞാൻ. നിർഭാഗ്യവശാൽ പരദൂഷണക്കാരും പാരഡിപ്പാട്ടുകാരും മാത്രമായേ പലരും അവരെ കണ്ടുള്ളു. യഥാർത്ഥത്തിൽ അതിനെല്ലാം അപ്പുറത്തായിരുന്നു ഭാസിയും തിക്കുറിശ്ശിയും; തൊട്ടതെല്ലാം പൊന്നാക്കാനുള്ള അപൂർവ സിദ്ധിയുടെ ഉടമകൾ. ആ കൂട്ടത്തിൽപ്പെടുത്താവുന്ന മറ്റൊരു ജീനിയസ് കൂടിയുണ്ട് നമുക്കിടയിൽ, നെടുമുടി വേണു. എല്ലാ അർത്ഥത്തിലും ഒരു ആൾറൗണ്ടർ." ∎

മാനത്തൊരു മയിലാട്ടം,
പീലിത്തിരുമുടിയാട്ടം

"**ക**റുകറ കാർമുകിൽ കൊമ്പനാനപ്പുറത്തേറി" എന്ന് പാടുമ്പോൾ ശരിക്കും കൊമ്പനാനയായി മാറും കാവാലം. "തുടം തുടം കുടം കുടം നീ വാർത്തേ" എന്ന് പാടുമ്പോൾ കർക്കിടകത്തേവരാകും; "മാനത്തൊരു മയിലാട്ടം" എന്ന് പാടുമ്പോൾ പീലിവിടർത്തിയാടുന്ന മയിലാകും; "ജികി ജികി തക്കം തെയ് തെയ്" എന്ന് പാടുമ്പോൾ തിമിർത്തു പെയ്യുന്ന മഴയാകും... വിസ്മയകരമായ ആ പകർന്നാട്ടം കണ്ട് അന്തം വിട്ടിരുന്നിട്ടുണ്ട് തൃക്കണ്ണാപുരത്തെ 'സോപാന'ത്തിന്റെ പൂമുഖത്ത്. മാതൃഭൂമി ന്യൂസ് ടെലിവിഷനുവേണ്ടി "ചക്കരപ്പന്തൽ" ചിത്രീകരിക്കാൻ ചെന്നപ്പോഴത്തെ അപൂർവ്വാനുഭവം.

മ്യൂസിക് ബാൻഡുകളായ ബാൻഡുകൾ മുഴുവൻ "കുമ്മാട്ടി" (1979) യിലെ ആ ഗാനം സ്വതസിദ്ധമായ ശൈലിയിൽ അവതരിപ്പിച്ചു കേട്ടിട്ടുണ്ടെങ്കിലും കാവാലത്തിന്റെ ആലാപനം പകർന്നുതന്ന അനുഭൂതിയുമായി താരതമ്യം പോലും അർഹിക്കുന്നില്ല ആ പ്രകടനങ്ങളൊന്നും. കാടും മലയും കടലും കടന്ന് ആഘോഷപൂർവം മഴ വരികയാണ്. ആകാശത്ത് കാർമേഘങ്ങൾ ഉരുണ്ടുകൂടുന്നു. ചാറ്റൽമഴയുടെ നേർത്ത മർമ്മരം പതുക്കെ മേഘഗർജ്ജനമായി വളരുന്നു. മഴയുടെ ഈ ഭാവപ്പകർച്ച ഏതാനും വരികളിലൂടെ സിനിമയിൽ ആവിഷ്കരിക്കേണ്ട ഘട്ടം വന്നപ്പോൾ കാവാലത്തിന്റെ മനസ്സ് അറിയാതെ ഒരു രാഗം മൂളി, സാമന്തമലഹരി. പാടിപ്പതിഞ്ഞ കർണ്ണാടക സംഗീത രാഗമല്ല; ദേശാക്ഷി, പുറനീര്, ശ്രീകണ്ഠി, നളത്ത, മലഹരി, ഭൂപാളി, ഭൗളി, അന്തരി, അന്ധാരി, മാളവി എന്നിവ പോലെ ക്ഷേത്രത്തിലെ യാമങ്ങൾക്കും പൂജകൾക്കും അനുസരിച്ച് ആലപിക്കേണ്ട സോപാനസംഗീത രാഗം.

സോപാന സംഗീതാചാര്യനായ തൃക്കാംപുറം കൃഷ്ണൻകുട്ടിമാരാർ ആ രാഗത്തിൽ "നീലകണ്ഠ മനോഹര" എന്ന ത്യാണി (സ്തുതി) ഇടയ്ക്ക കൊട്ടി പാടിക്കേട്ടിട്ടുണ്ട് കാവാലം. അന്ന് തുടങ്ങിയതാണ് സാമന്തമലഹരിയോടുള്ള സ്നേഹം. എന്നെങ്കിലുമൊരിക്കൽ ആ രാഗത്തിൽ ഒരു ഗാനം സൃഷ്ടിക്കണമെന്ന മോഹം എം.ജി. രാധാകൃഷ്ണനുമായി

പങ്കുവെച്ചിട്ടുണ്ട് പലപ്പോഴും. അവസരം ഒത്തുവന്നത് "കുമ്മാട്ടി"യിലാണെന്ന് മാത്രം. "കറുകറ കാർമുകിൽ" എന്ന ഗാനം രാധാകൃഷ്ണന് കവി ചൊല്ലിക്കൊടുത്തതുതന്നെ സാമന്തമലഹരിയിലാണ്. 'അസംസ്കൃത'മായ ആ ആലാപനത്തിൽ നിന്ന് രാധാകൃഷ്ണൻ മനോഹരമായ ഒരു ഗാനശില്പം വാർത്തെടുക്കുന്നു. പശ്ചാത്തലത്തിൽ പേരിനൊരു ചിലമ്പിന്റെ നാദം മാത്രം. "ഇതാണ് ഞാൻ ഉദ്ദേശിച്ച താളം. ഇതിലും മനോഹരമായി ഈ ഗാനം ചെയ്യാനാവില്ല.." പാട്ട് കേട്ട് സംവിധായകൻ അരവിന്ദൻ പറഞ്ഞു. സ്വന്തം സിനിമകളിലെ പാട്ടുകളിൽ അരവിന്ദന് ഏറ്റവും പ്രിയപ്പെട്ടതായിരുന്നു കറുകറ കാർമുകിൽ. സുഹൃദ് സദസ്സുകളിൽ അദ്ദേഹം പതിവായി പാടിക്കേട്ടിരുന്ന ഗാനം.

തൈക്കാട്ടെ എം.ജി. രാധാകൃഷ്ണന്റെ വസതിയുടെ മുകൾത്തട്ടിൽ വെച്ചായിരുന്നു ഗാനസൃഷ്ടി. "രാധാകൃഷ്ണൻ ചേട്ടനും കാവാലം ചേട്ടനും ചേർന്നാൽ നാടൻപാട്ടിന്റെ വൈവിധ്യമാർന്ന ഒരു ലോകം തന്നെ നമുക്ക് തുറന്നുകിട്ടും." എം.ജി. രാധാകൃഷ്ണന്റെ പത്നി പദ്മജയുടെ ഓർമ്മ. "സാഹിത്യബോധമുള്ള സംഗീതജ്ഞനാണ് ചേട്ടൻ. കാവാലമാകട്ടെ നല്ല സംഗീതബോധവും താളബോധവും ഉള്ള കവിയും. ഫോക് സംഗീതമാണ് ഇരുവർക്കും ഇഷ്ടപ്പെട്ട തട്ടകം. പാടുന്ന ഓരോ ഈണത്തിലും കേൾക്കാം നാടൻ പാട്ടിന്റെ താളം." ചിലപ്പോഴൊക്കെ പദ്മജയുടെ അമ്മ അമ്മുക്കുട്ടിയമ്മയും ചേരും ഈ സംഗീതസംഗമത്തിൽ. കണ്ണൂർ ചിറക്കലിൽ ജനിച്ചുവളർന്ന അമ്മുക്കുട്ടി അമ്മയ്ക്ക് വടക്കേ മലബാറിലെ അനുഷ്ഠാനകലകളെക്കുറിച്ച് ആഴത്തിൽ അറിവുണ്ട്. നാടൻ പാട്ടുകൾ മാത്രമല്ല പഴഞ്ചൊല്ലുകളും സമസ്യാപൂരണവുമൊക്കെ ഇഷ്ടമേഖലകൾ. "അമ്മയുടെ അത്തരം അറിവുകൾ എത്രയോ പാട്ടുകളുടെ സൃഷ്ടിയിൽ പ്രയോജനപ്പെടുത്തിയിട്ടുണ്ട് രാധാകൃഷ്ണൻ ചേട്ടൻ. ഉദാഹരണത്തിന് ചെറുപ്പത്തിൽ കേട്ട് മനസ്സിൽ പതിഞ്ഞ ഒരു തോറ്റം പാട്ടിന്റെ ഓർമ്മയിൽ അമ്മ പാടിക്കൊടുത്തതാണ് "ജികി ജികി തക്കം തെയ് തെയ്" എന്ന വായ്ത്താരി. അത് കേട്ട് കാവാലവും ചേട്ടനും ഒരേ സ്വരത്തിൽ പറഞ്ഞു: "കൊള്ളാം, അസ്സലായിരിക്കുന്നു. ഈ ചൊല്ല് കൂടി നമുക്ക് പാട്ടിൽ ചേർക്കണം. അങ്ങനെയാണ് 'കറുകറ കാർമുകിൽ' എന്ന പാട്ടിനിടയ്ക്ക് 'ജികി ജികി തക്കം തെയ് തെയ്' കടന്നുവന്നത്. ഇന്ന് ആ വരി ഇല്ലാതെ ആ പാട്ടിനെക്കുറിച്ച് ചിന്തിക്കാൻ പോലുമാവില്ല നമുക്ക്."

"കറുകറ കാർമുകിൽ" എന്ന പാട്ടിനോടും സാമന്തമലഹരിയോടുമുള്ള സ്നേഹം തന്നെയാണ് പിൽക്കാലത്ത് "ദേവാസുര"ത്തിനുവേണ്ടി അതേ രാഗത്തിൽ "വന്ദേ മുകുന്ദ ഹരേ ജയ ശൗരേ" എന്ന അഷ്ടപദി മാതൃകയിലുള്ള ഗാനം ചിട്ടപ്പെടുത്താൻ എം.ജി. രാധാകൃഷ്ണന് പ്രചോദനമായതും. ഇതേ രാഗത്തിൽ ഒരു ചലച്ചിത്രേതര ഗാനംകൂടി സൃഷ്ടിച്ചിട്ടുണ്ട് രാധാകൃഷ്ണൻ. തരംഗിണി 1985ൽ പുറത്തിറക്കിയ "ഗ്രാമീണ

ഗാനങ്ങൾ" (വാല്യം 2) എന്ന ആൽബത്തിലെ "നിലാവ് നിളയിൽ നീരാടി" (ഗായിക: ആശാലത). കറുകറ കാർമുകിൽ ഉൾപ്പെടെ കുമ്മാട്ടിയിലെ പാട്ടുകൾ എല്ലാം സിനിമയിലെ സന്ദർഭങ്ങൾക്ക് വേണ്ടി എഴുതിയതാണ് കാവാലം എന്നോർക്കുന്നു മകനും സംഗീതജ്ഞനുമായ കാവാലം ശ്രീകുമാർ. ആണ്ടിയമ്പലമോന്തായത്തുമ്മേല്, ആരമ്പത്താരമ്പത്തീരമ്പത്ത്, മാനത്തെ മച്ചോളം തലയെടുത്ത്, മുത്തശ്ശിക്കഥയിലെ... പരമ്പരാഗത ഫോക് ഗാനങ്ങളാണെന്ന് കരുതി യഥാർത്ഥ അവകാശികൾക്ക് ക്രെഡിറ്റ് പോലും നൽകാതെ ആ ഗാനങ്ങൾ പുനരാവിഷ്കരിക്കുന്നു പല ബാൻഡുകളും.

"കുമ്മാട്ടി"യിലെ സംഘഗാനങ്ങൾക്കും പശ്ചാത്തലഗാനങ്ങൾക്കും ശബ്ദം പകർന്ന കുട്ടിപ്പാട്ടുകാരിൽ പിൽക്കാലത്ത് തെന്നിന്ത്യയുടെ വാനമ്പാടിയായി വളർന്ന കെ.എസ്. ചിത്രയും ഉണ്ടായിരുന്നു എന്നത് മറ്റൊരു കൗതുകം. മഞ്ജു മേനോൻ, ആർ. ഉഷ, ജെ.പി. ആശ, അൽഫോൻസ, ജയലക്ഷ്മി, കല, രാധികാശേഖർ, കമല ലക്ഷ്മി, രതിറാണി, രാഗിണി, ഹരികൃഷ്ണൻ, ശ്യാമകൃഷ്ണൻ, രാജീവ്, ശ്യാമ തുടങ്ങിയവരായിരുന്നു മറ്റു ഗായകർ. ഗുരു ഗോപിനാഥ് നടനഗ്രാമത്തിലെ ഒരു മണ്ഡപത്തിൽ വെച്ചാണ് കുമ്മാട്ടിയിലെ പാട്ടുകൾ റെക്കോർഡ് ചെയ്തതെന്നാണ് ചിത്രയുടെ ഓർമ്മ. "പ്രകൃതിയിൽ നിന്നുള്ള സ്വാഭാവിക ശബ്ദങ്ങളും പാട്ടിൽ വേണം എന്നത് അരവിന്ദൻ സാറിന്റെ നിർബന്ധമായിരുന്നു. അതാണ് റെക്കോർഡിംഗ് പുറത്തുവെച്ചാക്കാൻ കാരണം." വെറുമൊരു സംവിധായകൻ മാത്രമായിരുന്നില്ല അരവിന്ദൻ. ഹിന്ദുസ്ഥാനി ഉൾപ്പെടെയുള്ള സംഗീതശാഖകളിൽ പ്രാവീണ്യമുള്ള ആളാണ്. സ്വന്തം സിനിമയിലെ സംഗീതം എങ്ങനെയായിരിക്കണം എന്നതിനെക്കുറിച്ച് അതുകൊണ്ടുതന്നെ വ്യക്തമായ കാഴ്ചപ്പാടുണ്ടായിരുന്നു അദ്ദേഹത്തിന്.

വിഖ്യാത നാഗസ്വരവിദ്വാന്മാരായ അമ്പലപ്പുഴ സഹോദരന്മാരിലെ രാമുണ്ണിപ്പണിക്കരാണ് സിനിമയിലെ കുമ്മാട്ടി. കറുകറ കാർമുകിൽ എന്ന ഗാനരംഗത്ത് പാടി അഭിനയിച്ചതും രാമുണ്ണിപ്പണിക്കർ തന്നെ. കഥയിലെ കുമ്മാട്ടിയേക്കാൾ പ്രവചനാതീതമായ സ്വഭാവവിശേഷങ്ങളുള്ള വ്യക്തിയായിരുന്നു രാമുണ്ണിയെന്ന് കാവാലം പറഞ്ഞുകേട്ടിട്ടുണ്ട്. "ഞങ്ങൾ തിരഞ്ഞുചെല്ലുമ്പോൾ ഓലകെട്ടിയമ്പലം എന്ന കുഗ്രാമത്തിൽ ഒരു ബാലെ സംവിധാനം ചെയ്യുന്ന തിരക്കിലാണ് രാമുണ്ണി. അരവിന്ദനെക്കുറിച്ച് കേട്ടറിവ് പോലുമില്ല പുള്ളിക്ക്. സിനിമയുടെ കാര്യമാണെന്നു പറഞ്ഞപ്പോൾ രണ്ടു ദിവസം വിട്ടുതരാമെന്നു പറഞ്ഞു. വല്ല ബാലെയും ചിട്ടപ്പെടുത്താനാകും എന്നാണ് അദ്ദേഹം കരുതിയത്. അരവിന്ദന് ആകെ പരിഭ്രമമായി. ഇദ്ദേഹത്തെ എങ്ങനെ കുമ്മാട്ടിയാക്കി കൈകാര്യം ചെയ്യും? നിർമമൻ, സർവസംഗ, പരിത്യാഗി, അവധൂതൻ, കലയിലെ ഒരു താന്തോന്നി. അദ്ദേഹത്തെ മേയ്ക്കാനുള്ള ചുമതല ഒടുവിൽ ഞാൻ തന്നെ ഏറ്റെടുത്തു: രാമുണ്ണീ, ഞങ്ങളുടെ കൂടെ വരണം. ജീവിതത്തിലെ രണ്ടു

ഒരു കിളി പാട്ട് മൂളവേ...

മാസം വിട്ടുതരണം. ഭാഗ്യത്തിന് രാമുണ്ണി മറുത്തൊന്നും പറഞ്ഞില്ല. ഒരു രസം കൂടിയുണ്ട്. ഞങ്ങൾ ഷൂട്ടിംഗ് നടക്കുന്ന ചീമേനി ഗ്രാമത്തിലേക്കു പ്രവേശിക്കുമ്പോൾ അവിടെ ഒരു കടയുടെ ഇറയത്തൊരു പടുവൃദ്ധ കുത്തിയിരിക്കുന്നു. മുഖം നിറയെ ജരയുടെ മടക്കുകൾ. അവയ്ക്കിടയിലൂടെ ഐശ്വര്യം നിറഞ്ഞ ഒരു ഭൂതകാലം എത്തിനോക്കുന്നു. അരവിന്ദൻ രണ്ടാമതൊന്നു ചിന്തിച്ചില്ല. അവരെ കുമ്മാട്ടിയിലെ മുത്തശ്ശിയാക്കി." നാല്പത് വർഷങ്ങൾക്കിപ്പുറവും കുമ്മാട്ടിയിലെ പാട്ടുകൾക്കൊപ്പം മനസ്സിൽ തെളിയുന്നു ആ മുഖങ്ങളെല്ലാം.

∎

മധുരമധുരമീ മധുപാനം

അഴിഞ്ഞ മുടിയും ഉലഞ്ഞ സാരിയും ഉറയ്ക്കാത്ത ചുവടുകളുമായി സാവിത്രി. കയ്യിൽ നുരയുന്ന മധുചഷകം. കണ്ണിൽ കത്തുന്ന ലഹരി. പശ്ചാത്തലത്തിൽ അശരീരിപോലെ യേശുദാസിന്റെ ശബ്ദം: "മധുര മധുരമീ മധുപാനം ഒരു മാദകലഹരിയാണീ ഭുവനം..." തമിഴ് സിനിമ യുടെ ഒരേയൊരു 'നടികർ തിലക'ത്തിന്റെ ഓർമ്മകൾക്കൊപ്പം മലയാളി മനസ്സിൽ വന്നു നിറയുന്ന ഗാനം.

അഭിനയിച്ച ഏക മലയാള ചിത്രമായ "ചുഴി" (1973)യിൽ സാവിത്രി അവതരിപ്പിച്ച എലിസബത്ത് എന്ന കഥാപാത്രത്തിന്റെ മദ്യപാന രംഗ ത്താണ് പി.എം. കാസിം എഴുതി ബാബുരാജ് സ്വരപ്പെടുത്തിയ ഈ പാട്ട്. മകന്റെ അകാലമരണമേൽപ്പിച്ച ആഘാതത്തിൽ ആകെ തകർന്നുപോയ ഭാര്യയ്ക്ക് സാധാരണ ജീവിതത്തിലേക്ക് തിരിച്ചുവരാൻ ഭർത്താവ് വർ ഗീസ് (ഗോവിന്ദൻകുട്ടിയുടെ കഥാപാത്രം) ഉപദേശിച്ചുകൊടുത്ത മാർഗ മായിരുന്നു മദ്യസേവ. ഭർത്താവിന്റെ പ്രേരണയിൽ മദ്യപിച്ചുതുടങ്ങിയ എലിസബത്ത് പതുക്കെ മദ്യത്തിന് അടിമയാകുന്നു. സ്വന്തം ദുഃഖ ങ്ങളെല്ലാം ലഹരിയിൽ ഒഴുക്കിക്കളയാൻ ശ്രമിക്കുന്ന എലിസബത്തിന്റെ ആത്മഗീതമായാണ് സിനിമയിൽ "മധുരമധുരമീ മധുപാന"ത്തിന്റെ കടന്നുവരവ്. ഗാനരംഗം അഭിനയിക്കുമ്പോൾ സാവിത്രി ശരിക്കും മദ്യ ലഹരിയിൽ തന്നെ ആയിരുന്നുവെന്ന് പടത്തിന്റെ നിർമ്മാതാവും മുഖ്യ നടനുമായ സലാം കാരശ്ശേരി ഒരു കൂടിക്കാഴ്ച്ചയിൽ അനുസ്മരിച്ചതോർമ്മ യുണ്ട്. "എങ്കിലും മദ്യപാനാസക്തി ഒരിക്കലും അവരുടെ പെരുമാറ്റ ത്തെ ബാധിച്ചില്ല. കുലീനതയായിരുന്നു എന്നും അവരുടെ മുഖമുദ്ര." സലാം.

ആദ്യന്തം നാടകീയതകൾ നിറഞ്ഞതായിരുന്നു തമിഴ്നാട്ടുകാരനായ എസ്.ജി. ഭാസ്കർ എന്ന ഹൈസ്കൂൾ അധ്യാപകൻ എഴുതിയ "ചുഴി" യുടെ മൂലകഥ. സാഹചര്യങ്ങളുടെ സമ്മർദ്ദത്താൽ മദ്യത്തിന് അടിമ യാകുന്ന സുന്ദരിയായ ഒരു മധ്യവയസ്ക. അവരും അവരുടെ മകളും ഒരേ പുരുഷനിൽനിന്ന് ഗർഭിണികളാകുന്നു. മലയാള സിനിമയിൽ അതുവരെ ആരും കൈവെച്ചിട്ടില്ലാത്ത വിപ്ലവാത്മകമായ കഥാതന്തു.

ഒരു കിളി പാട്ട് മൂളവേ...

താരതമ്യേന നവാഗതനായ തൃപ്രയാർ സുകുമാരനെയാണ് (ഈയിടെ അദ്ദേഹം അന്തരിച്ചു) നിർമ്മാതാക്കൾ പടത്തിന്റെ സംവിധാനച്ചുമതല ഏല്പിച്ചത്; തിരക്കഥാരചന പ്രശസ്ത സാഹിത്യകാരൻ എൻ.പി. മുഹമ്മദിനെയും. നായികയായി ഷീലയും മകളുടെ റോളിൽ സുജാതയും വേണമെന്നായിരുന്നു സലാമിന്റെ ആഗ്രഹം. ഗർഭിണിയായതിനാൽ അഭിനയത്തിന് അവധി കൊടുത്തിരിക്കുകയാണ് ഷീല. പകരം കെ.ആർ. വിജയയെ കൊണ്ടുവരാൻ ഉദ്ദേശിച്ചെങ്കിലും പടത്തിന്റെ കഥ കേട്ടപ്പോൾ വിജയ ഒഴിഞ്ഞുമാറി. അങ്ങനെയാണ് രാമു കാര്യാട്ടിന്റെ ശുപാർശയുമായി തന്റെ പ്രിയ നായികയായ സാവിത്രിയെ തേടി സലാം ചെന്നൈയിലെ അവരുടെ വീട്ടിലെത്തുന്നത്. കഥ മുഴുവൻ താത്പര്യപൂർവം കേട്ട ശേഷം സാവിത്രി പറഞ്ഞ ഒരു വാചകം സലാമിന്റെ മനസ്സിൽ തട്ടി: "ഇന്റർവെൽ വരെ ഇതെന്റെ ജീവിതകഥ പോലുണ്ടല്ലോ..." അർത്ഥഗർഭമായ ഒരു പുഞ്ചിരിയുണ്ടായിരുന്നു അവരുടെ മുഖത്ത്.

കഥ ഇഷ്ടപ്പെട്ടു സാവിത്രിക്ക്. പ്രതിഫലത്തിന്റെ കാര്യത്തിൽ കാര്യമായ നിബന്ധനകൾ ഒന്നുമില്ലാതെ കരാർ ഒപ്പിടുകയും ചെയ്തു. ചെന്നൈയിലെ ന്യൂട്ടോൺ സ്റ്റുഡിയോയിലും ശ്യാമള സ്റ്റുഡിയോയിലും വയനാട്ടിലും വെച്ചായിരുന്നു ഷൂട്ടിംഗ്. മദ്യപാനശീലം അതിനകം ജീവിതത്തിന്റെ ഭാഗമായി മാറിയിരുന്നെങ്കിലും ഒരിക്കലും അത് ചിത്രീകരണത്തെ ബാധിക്കാതിരിക്കാൻ ശ്രദ്ധിച്ചു സാവിത്രി. "ഒരിക്കൽ മഞ്ഞപ്പിത്തം മൂർച്ഛിച്ച് സാവിത്രി സെറ്റിൽ ബോധമറ്റുവീണതോർക്കുന്നു. ഷൂട്ടിംഗ് അതോടെ നിർത്തേണ്ടി വന്നു. സുഖവിവരം അന്വേഷിക്കാൻ ചെന്ന എന്നോട് അവർ വിഷമത്തോടെ ചോദിച്ചത് ഇത്രമാത്രം: "ഞാൻ കാരണം തമ്പിക്ക് ഒരു പാട് നഷ്ടം വന്നു. അല്ലേ?" "അങ്ങനെ ചോദിക്കാനുള്ള സംസ്കാരം നമ്മുടെ നടീനടന്മാരിൽ എത്ര പേർക്ക് കാണും?" സിനിമാ ജീവിതത്തെക്കുറിച്ചുള്ള തന്റെ ഓർമ്മപുസ്തകത്തിൽ സലാം കാരശ്ശേരി എഴുതുന്നു.

പ്രതീക്ഷിച്ചപോലെ എ സർട്ടിഫിക്കറ്റോടെയാണ് പ്രാദേശിക സെൻസർ ബോർഡ് 'ചുഴി'ക്ക് പ്രദർശനാനുമതി നൽകിയത്. എന്നാൽ കേന്ദ്ര സെൻസർ ബോർഡിന്റെ റിവൈസിംഗ് കമ്മിറ്റിക്ക് മുന്നിലെത്തിയപ്പോൾ കഥ മാറി. ഇന്ത്യൻ സ്ത്രീത്വത്തെ അപമാനിക്കുന്നു എന്ന് ചൂണ്ടിക്കാട്ടി 'ചുഴി'ക്ക് അനുമതി നിഷേധിക്കാനായിരുന്നു കമ്മിറ്റിയുടെ തീരുമാനം. അമ്മയും മകളും ഒരേ പുരുഷനിൽനിന്ന് ഗർഭം ധരിച്ചുകൂടാ, അമ്മയുമായി ബന്ധപ്പെട്ട പുരുഷൻ മകളെ വിവാഹം ചെയ്തുകൂടാ, തിന്മ ചെയ്യുന്ന നായകനെ വെറുതെ വിട്ടുകൂടാ... അങ്ങനെ നൂറുകൂട്ടം വിലക്കുകൾ. ഒരൊറ്റ പോംവഴിയേ ഉണ്ടായിരുന്നുള്ളൂ സലാമിന് മുന്നിൽ: സെൻസർ ബോർഡ് നിർദ്ദേശിച്ച മാറ്റങ്ങളോടെ പടം റീഷൂട്ട് ചെയ്യുക. പക്ഷേ, അതിന് സാവിത്രിയുടെ അനുമതി കൂടി വേണം. അവരുടെ രംഗങ്ങളും പുതുതായി ചിത്രീകരിക്കണമല്ലോ. "മടിച്ചുമടിച്ചാണ് സാവിത്രിയെ

കാണാൻ ചെന്നത്. ചെന്നപ്പോൾ ചുഴിയിൽനിന്ന് പിന്മാറണമെന്ന് അപേക്ഷിച്ചുകൊണ്ട് ആരാധകർ എഴുതിയ കത്തുകളുടെ ഒരു കൂമ്പാരം അവരെനിക്ക് കാണിച്ചുതന്നു. പ്രിയനടിയെ തെറ്റിദ്ധരിപ്പിച്ചുകൊണ്ട് അവരുടെ യഥാർത്ഥ ജീവിതകഥ തന്നെ സിനിമയാക്കാനാണ് മലയാളത്താൻമാരുടെ ശ്രമം എന്നായിരുന്നു പലരുടെയും മുന്നറിയിപ്പ്. മറ്റേതെങ്കിലും നായികയായിരുന്നെങ്കിൽ അത് മതി മനസ്സ് മാറാൻ. എന്നാൽ സാവിത്രി പിന്മാറിയില്ല. ഡേറ്റ് തന്നു. ഒപ്പം ഇത്ര കൂടി പറഞ്ഞു: കൃത്യസമയത്തിനകം ഷൂട്ടിംഗ് തീർക്കണം. ഇനിയൊരിക്കൽക്കൂടി ഡേറ്റ് തരാൻ എനിക്ക് കഴിയണമെന്നില്ല. തീരെ വയ്യാത്തത് കൊണ്ടാണ്. തമ്പിക്ക് അറിയാമല്ലോ..." വിപിൻദാസ് എന്ന പുതിയ ക്യാമറാമാനെ വെച്ച് കൃത്യസമയത്തിനുള്ളിൽ തന്നെ പടം റീഷൂട്ട് ചെയ്തുതീർത്തു സലാം. പക്ഷേ, എന്തു ഫലം? സെൻസർ ബോർഡ് നിർദ്ദേശിച്ച രംഗങ്ങൾ മുറിച്ചുമാറ്റിയതോടെ സിനിമ ശരിക്കും കോലം കെട്ടിരുന്നു. തലയും വാലുമില്ലാത്ത അവസ്ഥ. സ്വാഭാവികമായും ബോക്സോഫീസിൽ "ചുഴി" രക്ഷപ്പെട്ടില്ല. ഇന്ന് ആ പടം ഓർമ്മയിൽ അവശേഷിപ്പിക്കുന്നത് ബാബുരാജ് ചിട്ടപ്പെടുത്തിയ മനോഹരമായ ചില ഗാനങ്ങളാണ്, കാസിമും പൂവച്ചൽ ഖാദറും എഴുതിയ ഗാനങ്ങൾ: കണ്ട് രണ്ടു കണ്ണ് (മെഹബൂബ്), ഹൃദയത്തിൽ നിറയുന്ന മിഴിനീരാൽ (എസ് ജാനകി)... പിന്നെ യേശുദാസിന്റെ മധുരമധുരമീ മധുപാനം.

ആ പാട്ടിന്റെ സൃഷ്ടിയുമായി ബന്ധപ്പെട്ട രസകരമായ ഒരു ഓർമ്മ കൂടി പങ്കുവെക്കുന്നു സലാം. "കോഴിക്കോട് മേയർ ഭവനിലായിരുന്നു കമ്പോസിംഗ്. എൻ.പി. മുഹമ്മദ്, തൃപ്രയാർ സുകുമാരൻ, നിലമ്പൂർ ബാലൻ, പി.എൻ.എം. കോയട്ടി, ബിച്ചാക്ക, കാസിം, അബൂബക്കർ പാണ്ടികശാല തുടങ്ങി വലിയൊരു ആൾക്കൂട്ടമുണ്ട് ബാബുരാജിന് ചുറ്റും. കാസിംക്കയുടെ വരികൾക്ക് മാറിമാറി ഈണങ്ങൾ നൽകി ബാബുക്ക. ഓരോ ഈണവും ചിലർക്ക് ഇഷ്ടപ്പെടും. ചിലർക്ക് പിടിക്കില്ല. അവസാനം എല്ലാവർക്കും ഇഷ്ടമായ ഒരു ട്യൂൺ ഹാർമോണിയത്തിൽ ബാബുക്ക വായിച്ചപ്പോൾ അതാ വരുന്നു നിലമ്പൂർ ബാലന്റെ കമന്റ്: "ഇത് ബോറാണ് ബാബുക്ക." പെട്ടി പൂട്ടിവെച്ച് ഷർട്ടിന്റെ കൈകൾ തെറുത്തു കയറ്റി ബാബുക്ക ദേഷ്യപ്പെട്ട് ഇറങ്ങിപ്പോയി. ഞാൻ പരിഭ്രമിച്ചപ്പോൾ ബാലേട്ടൻ പറഞ്ഞു: "സലാംഭായി പേടിക്കേണ്ട. ബാബുക്ക ഇപ്പൊ വരും. പറഞ്ഞപോലെ അര മണിക്കൂർ കഴിഞ്ഞ് ബാബുക്ക തിരിച്ചെത്തി. സിഗരറ്റിനു തീ കൊളുത്തി ഹാർമോണിയം തുറന്നു. ആ വിരലുകൾ വീണ്ടും പെട്ടിയിൽ ഓടിക്കളിക്കുന്നു. ഒപ്പം പുതിയൊരു ഈണം പിറക്കുന്നു. ഇത്തവണ എല്ലാവരും ഒരേപോലെ ഇഷ്ടപ്പെട്ട ഒരു ട്യൂൺ. ചുണ്ട് ഒരു വശത്തേക്ക് കോട്ടിയുള്ള ബാബുക്കയുടെ നിഷ്കളങ്കമായ ചിരി ഇപ്പോഴുമുണ്ട് എന്റെ മനസ്സിൽ..."

ഒരു കിളി പാട്ട് മൂളവേ...

അവസാനമായി സലാം കാരശ്ശേരി തന്റെ പ്രിയനായികയെ കണ്ടത് "ചുഴി" റിലീസായശേഷം ചെന്നൈ പോണ്ടി ബസാറിലൂടെ നടന്നുപോകുമ്പോഴാണ്. കാറിന്റെ വിൻഡോ ഗ്ലാസ് താഴ്ത്തി സാവിത്രി ചോദിക്കുന്നു: "തമ്പീ, പടം ഓടുന്നുണ്ട് അല്ലേ?" തരക്കേടില്ല എന്ന് മാത്രം പറഞ്ഞു നടന്നു നീങ്ങി സലാം. വർഷങ്ങൾ കഴിഞ്ഞ് ഒരു നാൾ സാവിത്രിയുടെ മരണവാർത്ത പത്രത്തിൽ നിന്നറിഞ്ഞപ്പോൾ പെട്ടെന്ന് ഓർമ്മ വന്നത് ചുഴിയുടെ ഷൂട്ടിംഗിന്റെ ഇടവേളയിൽ അവർ പങ്കുവെച്ച ഒരു ആഗ്രഹമാണ്: "ഉറക്കത്തിൽ മരിക്കണം എനിക്ക്." വിധി അതിന് എതിരുനിന്നില്ല. 19 മാസം ബോധമില്ലാതെ കിടന്ന ശേഷമായിരുന്നു മരണം. ജീവിതത്തിൽ ഒരുപാട് നന്ദികേടുകൾ അനുഭവിച്ച സ്ത്രീയായിരുന്നു സാവിത്രി എന്നെഴുതുന്നു സലാം. "അവരുടെ അഴകും അഭിനയ സാമർഥ്യവും ചൂഷണം ചെയ്യപ്പെട്ടു. വിശ്വസിച്ചവർ പലരും അവരെ ചതിച്ചു. ദുഃശീലം പഠിപ്പിച്ചവർ മാറിനിന്ന് കൈകൊട്ടി ചിരിച്ചു..."

സാവിത്രി ഇന്നില്ല. സലാം കാരശ്ശേരിയും ബാബുരാജും എൻ.പിയും കാസിമും എല്ലാം ഓർമ്മ. ഇപ്പോഴിതാ സംവിധായകൻ തൃപ്രയാർ സുകുമാരനും വിടവാങ്ങി. പക്ഷേ 'ചുഴി'യിലെ പാട്ടുകൾ മാത്രം കാലത്തെ അതിജീവിച്ച് ഇന്നും നിലനിൽക്കുന്നു. ഒപ്പം സാവിത്രി എന്ന "മഹാ നടി"യുടെ ദീപ്തമായ ഓർമ്മകളും. ∎

'അരികിൽ നീ' ഒരു വിഷാദഗാനം കൂടിയാണ്

ഫോണെടുത്ത് ഹലോ പറഞ്ഞപ്പോൾ മിണ്ടാട്ടമില്ല മറുവശത്ത്. മൗന മുഖരിതമായ നിമിഷങ്ങൾക്കൊടുവിൽ പരുക്കൻ ശബ്ദത്തിൽ ഒരു ചോദ്യം: "വേറൊരു പാട്ടും കിട്ടിയില്ലേ നിങ്ങൾക്ക് ഹലോ ട്യൂൺ ആക്കാൻ?" എന്തു മറുപടി പറയണമെന്നറിയാതെ തരിച്ചുനിന്നു കുറെ നേരം.

അമ്പരപ്പായിരുന്നു മനസ്സിൽ. തെല്ലൊരു നിരാശയും. മലയാള സിനിമ യിലെ ഏറ്റവും ഉദാത്തമായ പ്രണയഗാനങ്ങളിൽ ഒന്നാണ് എന്റെ ഫോണിന്റെ ഹലോ ട്യൂൺ. അഥവാ അങ്ങനെയായിരുന്നു അതുവരെ യുള്ള ധാരണ. ആ പാട്ടു കേൾക്കാൻ വേണ്ടി മാത്രം വിളിക്കുന്നവരുണ്ട്. വിളിച്ചയുടൻ ഫോണെടുത്താൽ പരിഭവിക്കുന്നവരും. ഇഷ്ടഗാനം ഇടയ്ക്കുവെച്ചു മുറിഞ്ഞുപോകുകയല്ലേ? മലയാളത്തിലെ ഏറ്റവും മികച്ച, ഏറ്റവും ജനപ്രിയമായ പത്തോ പതിനഞ്ചോ പാട്ടുകളുടെ പട്ടികയെടു ത്താൽ ഈ പാട്ടും അതിലുണ്ടാകുമെന്ന് ഉറപ്പ്. നീണ്ട ഇടവേളയ്ക്ക് വിരാമമിട്ട് ഇതിഹാസതുല്യരായ മൂന്ന് പ്രതിഭകൾ ഒരുമിച്ച സൃഷ്ടിയാണ്. ഒ.എൻ.വിയുടെ ആർദ്രമായ കവിത; ദേവരാജന്റെ മാന്ത്രിക സംഗീത സ്പർശം; യേശുദാസിന്റെ ഭാവദീപ്തമായ ആലാപനം. "നീയെത്ര ധന്യ"യിലെ "അരികിൽ നീ ഉണ്ടായിരുന്നെങ്കിൽ" എന്ന പാട്ടിനെ ഏത് മലയാളിക്കാണ് വെറുക്കാനാകുക? ഉള്ളിൽ ഒരിറ്റ് പ്രണയമെങ്കിലും കാത്തുസൂക്ഷിക്കുന്നവരാണെങ്കിൽ പ്രത്യേകിച്ചും.

മറിച്ചും സംഭവിക്കാം എന്ന് തിരിച്ചറിഞ്ഞത് ഫോൺ വിളിച്ച വ്യക്തി മനസ്സ് തുറന്നപ്പോഴാണ്. ആളുടെ പേര് സജി. സഹൃദയൻ. സംഗീത പ്രേമി. ഒപ്പം നല്ലൊരു വായനക്കാരനും. പാട്ടിനെക്കുറിച്ചുള്ള പംക്തി വായിച്ചു വിളിച്ചതാണ് അയാൾ. കോട്ടയത്ത് സ്വകാര്യ സ്ഥാപനത്തിൽ ജോലി. മുൻപ് കുറേക്കാലം ഗൾഫിലായിരുന്നു. മലയാളത്തിലെ മനോ ഹരമായ മെലഡികളായിരുന്നു പ്രവാസജീവിത കാലത്ത് കൂട്ട്. "നാട്ടിൽ എനിക്കൊരു സുഹൃത്തുണ്ട്. കിരൺ എന്നാണ് പേര്. മെഡിക്കൽ റെപ്ര സെന്റേറ്റീവ്. ഒപ്പം ഗായകനും. പഴയ പാട്ടുകളുടെ വലിയൊരു ആരാ ധകനാണ്. മിക്ക ദിവസവും അവൻ ഗൾഫിലേക്ക് വിളിക്കും. രാത്രി

വൈകുവോളം ഞങ്ങൾ സംസാരിച്ചുകൊണ്ടിരിക്കും. പാട്ടാണ് വിഷയം. ഫോണിലൂടെ ഞാൻ ആവശ്യപ്പെടുന്ന പാട്ടുകൾ മടികൂടാതെ മനോഹരമായി പാടിത്തരും അവൻ...” സജി പറഞ്ഞു.

“ഒരു ദിവസം വൈകീട്ട് ഞാൻ ഫോൺ ചെയ്യുമ്പോൾ കാറോടിക്കുകയാണ് കിരൺ. പിന്നെ വിളിക്കാം എന്ന് പറഞ്ഞു ഫോൺ ഡിസ്കണക്റ്റ് ചെയ്യാൻ നോക്കിയെങ്കിലും അവൻ വഴങ്ങുന്നില്ല. അപ്പോൾ തന്നെ ഒരു പാട്ട് എന്നെ പാടിക്കേൾപ്പിച്ചേ പറ്റൂ. അതും ഞങ്ങൾക്കിരുവർക്കും ഏറെ പ്രിയപ്പെട്ട അരികിൽ നീ ഉണ്ടായിരുന്നെങ്കിൽ എന്ന ഗാനം. മദ്യലഹരിയിലാണോ എന്ന് ചെറിയൊരു സംശയം തോന്നിയതുകൊണ്ട് വേണ്ടെന്ന് വിലക്കി നോക്കി ആദ്യം. അത്ര നിർബന്ധമാണെങ്കിൽ കാർ വഴിയരികിൽ പാർക്ക് ചെയ്ത ശേഷം പാടിക്കോളൂ എന്ന് പറഞ്ഞിട്ടും കാര്യമുണ്ടായില്ല. അപ്പോഴേക്കും അവൻ പാടിത്തുടങ്ങിയിരുന്നു. തുടങ്ങിയാൽ പിന്നെ പാട്ടിൽ പൂർണ്ണമായി മുഴുകുന്നതാണ് കിരണിന്റെ ശീലം. ഹെഡ് ഫോൺ വെച്ചാണ് പാടുന്നത്. ഒപ്പം ഡ്രൈവ് ചെയ്യുന്നുമുണ്ട്. പുറത്തുകൂടി പാഞ്ഞുപോകുന്ന വാഹനങ്ങളുടെ ശബ്ദവും ഹോണടിയും ഒക്കെ പശ്ചാത്തലത്തിൽ കേൾക്കാം. ഉള്ളു നിറയെ ടെൻഷനായിരുന്നു എനിക്ക്. പാടുന്നതിനിടെ ചെറുതായി അവന്റെ ശ്രദ്ധയൊന്ന് പാളിപ്പോയാൽ... ഫോൺ കട്ട് ചെയ്യാമെന്ന് വെച്ചാൽ അതും പ്രശ്നം. ആൾ വികാരജീവിയാണ്. പിണങ്ങാൻ വേറെ കാരണമൊന്നും വേണ്ട.”

പല്ലവിയും അനുപല്ലവിയും കഴിഞ്ഞു പാട്ട് ചരണത്തിലെത്തിയപ്പോഴാണ് ഒരിക്കലും സംഭവിക്കാൻ പാടില്ലാത്തത് സംഭവിച്ചത്. ഫോണിന്റെ മറുതലയ്ക്കൽ പടക്കം പൊട്ടുന്നത് പോലെ ഒരു ശബ്ദം. അതോടെ നിലച്ചു ആലാപനം. എന്തോ അപകടം സംഭവിച്ചു എന്ന് മാത്രം മനസ്സിലായി. ആകെ ബഹളം. പൊടുന്നനെ ഫോൺ ഓഫാകുന്നു. തല കറങ്ങുംപോലെ തോന്നി സജിക്ക്. സുഹൃത്തിന്റെ ശബ്ദത്തിൽ നിമിഷങ്ങൾക്കു മുൻപ് മാത്രം കേട്ട 'അരികിൽ' എന്ന പാട്ടിന്റെ ശീലുകളാണ് അപ്പോഴും കാതിൽ. എത്ര മായ്ച്ചുകളയാൻ ശ്രമിച്ചിട്ടും ആ ഗാനം മനസ്സിൽ മുഴങ്ങിക്കൊണ്ടേയിരിക്കുന്നു, അപശകുനംപോലെ. ഫോണിന്റെ മറുവശത്ത് സംഭവിച്ചതെന്തെന്ന് സജി അറിഞ്ഞത് പിറ്റേന്നാണ്. പാട്ടു കേട്ട് ഡ്രൈവ് ചെയ്യുന്നതിനിടെ ഒരു നിമിഷം ശ്രദ്ധ പിഴച്ചിരിക്കണം കിരണിന്. ട്രാഫിക് ലൈറ്റ് അവഗണിച്ച് മുന്നിലേക്ക് കുതിച്ച കാർ വലതു വശത്തുനിന്ന് പാഞ്ഞുവന്ന ടാങ്കർ ലോറിയിൽ ചെന്നിടിക്കുന്നു. “പിന്നീട് ഞാൻ നാട്ടിൽ ചെന്ന് കാണുമ്പോൾ ശരീരത്തിന്റെ പാതിയിലേറെ തളർന്നു വീട്ടിൽ കിടക്കുകയാണ് കിരൺ. സംസാരിക്കാൻ വയ്യ. എന്നെ കണ്ടപ്പോൾ അവൻ പൊട്ടിക്കരഞ്ഞു. അത് കണ്ടു നിൽക്കാൻ കഴിയാതെ ഇറങ്ങിനടന്നു ഞാൻ.” പിന്നീടൊരിക്കലും ആ പാട്ട് തനിക്ക് ആസ്വദിക്കാൻ കഴിഞ്ഞിട്ടില്ല എന്ന് പറയുന്നു സജി. അതെപ്പോൾ കേൾക്കുമ്പോഴും കിരണിന്റെ കരച്ചിലാണ് ഓർമ്മ വരിക. പിന്നെ ആ കൂട്ടിമുട്ടലിന്റെ

ഹൃദയഭേദകമായ ശബ്ദവും. തളർച്ചയെ ഏറെക്കുറെ അതിജീവിച്ചെങ്കിലും സംസാരശേഷി വീണ്ടെടുക്കാനായില്ല കിരണിന്. പാടാൻ ശ്രമിച്ചാലും ശബ്ദം പുറത്തുവരാത്ത അവസ്ഥ.

സജി വേദനയോടെ വിവരിച്ച ആ അനുഭവം "അരികിൽ" എന്ന ഗാനത്തിന്റെ രചയിതാവായ ഒ.എൻ.വിയുമായി പങ്കുവെച്ചിട്ടുണ്ട് ഒരിക്കൽ. സിനിമാപ്പാട്ടിനോടുള്ള സാധാരണക്കാരന്റെ മനോഭാവങ്ങളിലെ വൈരുദ്ധ്യമായിരുന്നു ചർച്ചാവിഷയം. ഒരാളുടെ ഹൃദയത്തോട് ചേർന്നു നിൽക്കുന്ന പാട്ട് മറ്റൊരാൾക്ക് വെറുപ്പിന്റെ പ്രതീകമാകുന്നു. നേരെ തിരിച്ചും സംഭവിക്കാം. തികച്ചും ആത്മനിഷ്ഠമാണ് ഗാനങ്ങളോടുള്ള ശ്രോതാവിന്റെ സമീപനം. മനസ്സിനെ തൊട്ട മറ്റൊരു അനുഭവം ഓർമ്മിച്ചെടുത്തു വിവരിച്ചുതന്നു അപ്പോൾ ഒ.എൻ.വി. കുറച്ചു വർഷം മുൻപ് ഒരു വിദേശയാത്രയ്ക്കിടെയാണ് അവർ കവിയെ കാണാൻ വന്നത്, മലയാളികളായ ഭാര്യയും ഭർത്താവും. നന്ദി പറയാൻ വന്നതായിരുന്നു അവർ. ദീർഘകാലം വിവാഹമോചിതരായി കഴിഞ്ഞിരുന്ന തങ്ങളെ വീണ്ടും ഒരുമിപ്പിച്ചതിന്ഏതാണ്ട് ഇരുപതുവർഷങ്ങൾക്ക് ശേഷം. ഇരുവരും അംഗങ്ങളായ ക്ലബ്ബിന്റെ വാർഷികയോഗത്തിൽ ഗായകനായ ഭർത്താവ് അരികിൽ എന്ന പാട്ടാണ് പാടിയത്. സദസ്സിലൊരാളായി അത് കേട്ടിരുന്ന മുൻ ഭാര്യയെ പാട്ടിന്റെ വരികളും സംഗീതവും പഴയ കാലത്തേക്ക് തിരിച്ചുകൊണ്ടു പോയത്രെ. അന്ന് രാത്രി പഴയ ജീവിതസഖാവിന്റെ ഫോൺ നമ്പർ തേടിപ്പിടിച്ച് വിളിക്കുന്നു അവർ. അത് പുതിയൊരു യാത്രയുടെ തുടക്കമാകുകയായിരുന്നു. താമസിയാതെ വീണ്ടും വിവാഹജീവിതത്തിൽ പ്രവേശിച്ചു അവർ. അരികിൽ എന്ന പാട്ട് എന്നെ പാടിക്കേൾപ്പിച്ച ശേഷമാണ് ഇരുവരും യാത്രയായത്. ആഹ്ലാദവും സംതൃപ്തിയും തോന്നിയ നിമിഷങ്ങളായിരുന്നു അവയെന്ന് ഒ.എൻ.വി. ഒരാളെ വേദനയുടെയും ആത്മരോഷത്തിന്റെയും കയങ്ങളിലേക്ക് തള്ളിയിട്ട അതേ പാട്ടിതാ മറ്റു ചിലർക്ക് തകർച്ചയിൽനിന്ന് ജീവിതം വീണ്ടും കെട്ടിപ്പടുക്കാനുള്ള ഔഷധമാകുന്നു.

മലയാളത്തിലെ മികച്ച നൂറ് പാട്ടുകൾ തിരഞ്ഞെടുക്കുന്ന യത്നത്തിൽ ഒരിക്കൽ പങ്കാളിയാകേണ്ടി വന്നപ്പോൾ ആദ്യം ഓർമ്മ വന്നത് ഗാനാസ്വാദനരീതികളിലെ ഈ വൈരുധ്യമാണ്. ഏറ്റവും മികച്ച പാട്ടെന്ന് വിധിയെഴുതുന്നത് എന്തടിസ്ഥാനത്തിലാവണം? കാവ്യഭംഗിയാർന്ന വരികളുടെ പേരിലോ? അതോ മധുരോദാരമായ ഈണത്തിൻെറയോ? അതുമല്ല, ഹൃദയസ്പർശിയായ ആലാപനത്തിന്റെയോ? ഡിജിറ്റൽ തികവാർന്ന "സൗണ്ടിംഗ്" കൂടി ചേരുമ്പോഴേ നല്ലൊരു പാട്ടുണ്ടാകൂ എന്ന് പറയും പുതുതലമുറ. ചിത്രീകരണമികവും അത്യാവശ്യം. ഈ ഘടകങ്ങൾ എല്ലാം ഒത്തുചേർന്നാൽ തന്നെ അതൊരു ക്ലാസിക് പാട്ടാകുമോ? തീർച്ചയില്ല. ആവാം, ആവാതിരിക്കാം എന്നേ പറഞ്ഞുകൂടൂ. കാരണം, ഓരോ ഗാനത്തെയും മനുഷ്യൻ സമീപിക്കുന്നത് തീർത്തും വ്യത്യസ്തമായാണ്. ശില്പഭദ്രതയും സാങ്കേതികത്തികവും ഈ തിരഞ്ഞെടുപ്പിൽ സുപ്രധാന

ഘടകങ്ങളല്ല തന്നെ. പരമ്പരാഗത മാനദണ്ഡങ്ങൾ അനുസരിച്ചു രചന യിലും ഈണത്തിലും ആലാപനത്തിലും നിലവാരം പുലർത്താത്ത പാട്ടു കൾ പോലും എത്രയോ പേർ പ്രിയഗാനമായി എടുത്തുപറയുന്നതും മനസ്സിൽ കൊണ്ടുനടക്കുന്നതും അതുകൊണ്ടാവാം. "പാട്ടിന്റെ നിലവാരം മാത്രമല്ല അവയുടെ ആസ്വാദ്യതയുടെ അളവുകോൽ. അതെവിടെ വെച്ച്, എപ്പോൾ, ഏതു മാനസികാവസ്ഥയിൽ കേൾക്കുന്നു എന്നതുകൂടിയാണ്. ചെറുപ്പത്തിൽ നമ്മുടെ ജീവിതത്തിലെ ഏറ്റവും നല്ല നിമിഷങ്ങൾക്കൊപ്പം ചേർത്തുവെക്കാവുന്ന ഒരു ഗാനം മരണംവരെ നമ്മുടെ മനസ്സിനെ പിന്തുടരും. നമ്മെ സംബന്ധിച്ച് അതുതന്നെയാണ് ഏറ്റവും നല്ല ഗാനം. അത് കാവ്യഭംഗിയാർന്നതോ, സംഗീതമേന്മ പുലർത്തുന്നതോ എന്നുള്ള കാര്യങ്ങളൊക്കെ പിന്നെയേ വരൂ." ജോൺസൺ മാസ്റ്ററുടെ വാക്കുകൾ. ∎

ഒരു ശ്യാമരാഗത്തിന്റെ ഓർമ്മയ്ക്ക്

തയ്യൽക്കാരനായാണ് തുടക്കം. പിന്നെ നാടകപ്രവർത്തകനായി. സിനിമയിൽ സഹസംവിധായകനായി; തിരക്കഥാകൃത്തായി, വലിയൊരു സുഹൃദ് വലയത്തിന്റെ ഉടമയായി. ഒടുവിൽ സംവിധായകനുമായി. ബോക്സോഫീസിൽ മോശമല്ലാത്ത വരുമാനമുണ്ടാക്കിയ രണ്ടു പടങ്ങളിലൂടെ.

പക്ഷേ, കണ്ണൂരിനടുത്ത് മുഴുപ്പിലങ്ങാട് സ്വദേശി യു.വി. രവീന്ദ്രനാഥ് ചരിത്രത്തിൽ ഇടം പിടിക്കുക ഈ നേട്ടങ്ങളുടെയൊന്നും പേരിലാവില്ല. മറ്റൊരു അമൂല്യസംഭാവനയിലൂടെയാകും ഗിരീഷ് പുത്തഞ്ചേരി എന്ന അപൂർവ പ്രതിഭാശാലിയായ ഗാനരചയിതാവിനെ മലയാള സിനിമയ്ക്ക് പരിചയപ്പെടുത്തിയതിന്റെ പേരിൽ. മൂന്നു പതിറ്റാണ്ടോളം മുൻപ് രവീന്ദ്രനാഥിന്റെ സംവിധാനത്തിൽ പുറത്തുവന്ന 'എൻക്വയറി' എന്ന ചിത്രത്തിലാണ് മലയാളി ആദ്യമായി ഗിരീഷിന്റെ പാട്ട് കേട്ടത്.

ഓർമ്മയിൽ നിന്ന് ആ ആദ്യഗാനത്തിന്റെ പല്ലവി മൂളുന്നു രവീന്ദ്രനാഥ്.

"ജന്മാന്തരങ്ങളിൽ ഈ ശ്യാമസന്ധ്യയിൽ
സംഗീത സാന്ദ്രമാം ഈ വഴി വന്നു."

അധികമാരും കേൾക്കാനിടയില്ലാത്ത, യൂട്യൂബിൽ പോലും ലഭ്യമല്ലാത്ത പാട്ട്. രാജാമണി പാടി കാസറ്റിലാക്കി കൊടുത്ത ഈണം കേട്ട് കഷ്ടിച്ച് പതിനഞ്ചു മിനിറ്റു കൊണ്ട് വരികളെഴുതിക്കൊണ്ടുവന്ന അന്നത്തെ പരിഭ്രമക്കാരനായ യുവാവിനെ അദ്ഭുതത്തോടെ നോക്കിയിരുന്നിട്ടുണ്ട് രവിയേട്ടൻ. എഴുതിയ പാട്ട് എങ്ങനെ സ്വീകരിക്കപ്പെടും എന്നറിയാനുള്ള ആകാംക്ഷയായിരുന്നു ഗിരീഷിന്റെ മുഖത്ത്. ഭാഗ്യവശാൽ ഒരക്ഷരം പോലും മാറ്റിയെഴുതിക്കേണ്ടി വന്നില്ല രാജാമണിക്ക്. മലയാള സിനിമയിൽ പുതിയൊരു യുഗപ്പിറവിക്ക് സാക്ഷ്യം വഹിക്കുകയാണ് തങ്ങളെന്ന് സങ്കല്പിച്ചിരിക്കുമോ സംവിധായകനും സംഗീത സംവിധായകനും ഉൾപ്പെടെ ആ ലോഡ്ജ് മുറിയിൽ സമ്മേളിച്ചിരുന്നവർ ആരെങ്കിലും? "ദൈവ നിയോഗം മാത്രമായേ ഞാൻ അതിനെ കാണുന്നുള്ളൂ. പ്രഗദ്ഭനായ ഒരു ഗാനരചയിതാവിന്റെ ഉദയത്തിന് ഞാനൊരു നിമിത്തമായി എന്ന് മാത്രം. ഞാനല്ലെങ്കിൽ മറ്റാരെങ്കിലും ആ ദൗത്യം

നിർവഹിച്ചേനേ. പ്രതിഭാശാലികളെ കാലത്തിന് അധികകാലം ഒളിച്ചു വെക്കാനാകില്ലല്ലോ." രവീന്ദ്രനാഥ്.

കോഴിക്കോട് റീജൻസി ഹോട്ടലിലെ 205-ാം നമ്പർ മുറിയിൽ തന്നെ ആദ്യമായി കാണാൻ വന്ന ക്ഷീണിതനായ ചെറുപ്പക്കാരന്റെ രൂപം ഇന്നുമുണ്ട് രവീന്ദ്രനാഥിന്റെ ഓർമ്മയിൽ. ചലച്ചിത്ര വിതരണ മേഖലയിൽ പ്രവർത്തിച്ചിരുന്ന കോഴിക്കോട്ടുകാരൻ സുഹൃത്ത് ശിവശങ്കരൻ നേരത്തെ തന്നെ ഗിരീഷിന്റെ കാര്യം ശ്രദ്ധയിൽ പെടുത്തിയിരുന്നു. "കഴിവുള്ള ചെറുപ്പക്കാരനാണ്. സിനിമയിൽ അവസരം തേടി കുറെ നാൾ അലഞ്ഞുനടന്നിട്ട് ഒരു കാര്യവുമുണ്ടായില്ല. താങ്കൾക്ക് സാധിക്കുമെങ്കിൽ ഒരു പാട്ടെഴുതാൻ ചാൻസ് കൊടുക്കണം." ശിവശങ്കരൻ പറഞ്ഞു. റീജൻസിയുടെ ഉടമ സിദ്ദിക്കും ഗിരീഷിനുവേണ്ടി ശുപാർശ ചെയ്തിരുന്നു എന്നോർക്കുന്നു രവീന്ദ്രനാഥ്. ഒന്ന് രണ്ടു കാസറ്റിനു വേണ്ടി എഴുതിയ പരിചയമേയുള്ളൂ അന്ന് ഗിരീഷിന്. "വല്ല പാട്ടും കൊണ്ടുവന്നിട്ടുണ്ടോ എന്നാണ് ആദ്യം ആരാഞ്ഞത്. ഇല്ലെന്ന് തലയാട്ടിയ ശേഷം തെല്ലൊരു സങ്കോചത്തോടെ ഗിരീഷ് ചോദിച്ചു: "അടുത്തെഴുതിയ ഒരു പാട്ട് ഒന്ന് പാടിത്തരട്ടെ?" രവിയേട്ടന് സമ്മതം.

ഓർമ്മയിൽ നിന്ന് ആ പാട്ട് മുഴുവൻ സംവിധായകനെ പാടിക്കേൾപ്പിക്കുന്നു ഗിരീഷ്. ലളിതവും സുന്ദരവുമായ ഒരു പ്രണയ കവിത. കൊള്ളാമല്ലോ എന്ന് തോന്നി രവീന്ദ്രനാഥിന്. സിനിമയ്ക്ക് ഇണങ്ങുന്ന ശൈലി. പക്ഷേ, ഒരു പ്രശ്നമുണ്ട്. 'എൻക്വയറി'യിലെ രണ്ടു പാട്ടിന്റേയും രചന പൂവച്ചൽ ഖാദറിനെ ഏല്പിച്ചിരിക്കുകയാണ്. തന്റെ ആദ്യ സംവിധാന സംരംഭമായ 'ജീവിതം ഒരു രാഗ'ത്തിലെ നാല് പാട്ടും എഴുതിയ ആളെ എങ്ങനെ അടുത്ത ചിത്രത്തിൽ നിന്ന് മാറ്റിനിർത്തും? എന്തായാലും അവസരം ഒത്തുവന്നാൽ അറിയിക്കാം എന്നു പറഞ്ഞു യുവഗാനരചയിതാവിനെ യാത്രയാക്കുന്നു രവി. റീജൻസിയിൽ നിന്ന് ഇറങ്ങിപ്പോകുമ്പോൾ വലിയ തെളിച്ചമൊന്നും ഉണ്ടായിരുന്നില്ല ഗിരീഷിന്റെ മുഖത്ത്. കേട്ട് തഴമ്പിച്ചവയാണല്ലോ ഇത്തരം വാഗ്ദാനങ്ങൾ.

പക്ഷേ, രവീന്ദ്രനാഥ് ഗിരീഷിനെ മറന്നില്ല. ചെന്നൈയിൽ ചെന്നയുടൻ അദ്ദേഹം ചെയ്തത് പുതിയ പാട്ടെഴുത്തുകാരന്റെ കാര്യം പൂവച്ചലിന്റെയും സംഗീതസംവിധായകൻ രാജാമണിയുടെയും ശ്രദ്ധയിൽ പെടുത്തുകയാണ്. രണ്ടു പേർക്കുമില്ല ഗിരീഷിനെ കൊണ്ട് പാട്ടെഴുതിക്കുന്നതിൽ എതിർപ്പ്. ഇനി വിവരം ഗിരീഷിനെ അറിയിക്കണം. മൊബൈൽ ഫോണൊന്നും സങ്കൽപ്പങ്ങളിൽ പോലും ഇല്ലാത്ത കാലം. പിറ്റേന്ന് തന്നെ കോഴിക്കോട്ടുള്ള സഹസംവിധായകൻ കെ.പി. സുനിലിന് ടെലഗ്രാം ചെയ്യുന്നു രവിയേട്ടൻ: "ഗിരീഷിനെയും കൂട്ടി ഉടൻ പുറപ്പെടുക. നാളെയാണ് കമ്പോസിംഗ്." ഇനിയുള്ള കഥ ഗിരീഷിന്റെ അടുത്ത സുഹൃത്ത് കൂടിയായിരുന്ന സുനിലിന്റെ വാക്കുകളിൽ: "കമ്പിസന്ദേശവുമായി നേരെ പുത്തഞ്ചേരിയിലെ വീട്ടിൽ ചെന്നു ഞാൻ. സന്തോഷ വാർത്ത ചൂടോടെ അറിയിച്ചിട്ടും ഗിരീഷിന്റെ മുഖത്ത് ഒരു പ്രസാദവുമില്ല. ഭാര്യക്ക് എന്തോ അസുഖം. പിറ്റേന്ന് ഡോക്ടറെ കാണിച്ചേ പറ്റൂ. അതിന്റെ ടെൻഷനിലാണ്

പാവം. ആ അവസ്ഥയിൽ ചെന്നൈയിലേക്ക് പോകുന്നതിനെക്കുറിച്ച് ചിന്തിക്കാൻ പോലും വയ്യ. നല്ലൊരു അവസരം കൈവിട്ടുപോകുന്നതിന്റെ ദുഃഖം അയാൾക്കുണ്ടായിരുന്നു. പക്ഷേ എന്തു ചെയ്യാം?" ഗിരീഷിനെ സമാധാനിപ്പിച്ച് തിരിച്ചുപോന്ന സുനിൽ അന്ന് വൈകുന്നേരത്തെ മദ്രാസ് മെയിലിൽ ഒറ്റയ്ക്ക് ചെന്നൈയിലേക്ക് തിരിക്കുന്നു.

പോണ്ടി ബസാറിനടുത്തുള്ള ഉർവശി ലോഡ്ജിലെ തന്റെ മുറിയിൽ അതികാലത്ത് 'വെറുംകൈയോടെ' ഹാജരായ സുനിലിനെ കണ്ട് രവീന്ദ്രനാഥ് ചൊടിച്ചത് സ്വാഭാവികം. കംപോസിംഗ് അന്നു തന്നെ തീർത്തേ പറ്റൂ. ഇനിയിപ്പോൾ രണ്ടു പാട്ടും പൂവച്ചലിനെകൊണ്ട് എഴുതിക്കുകയല്ലാതെ വേറെ വഴിയില്ല. ഉച്ചയോടെ സംഗീത സംവിധായകൻ രാജാമണി എത്തുന്നു. ആദ്യത്തെ ട്യൂൺ കുറച്ചു നേരമെടുത്താണ് കംപോസ് ചെയ്തത്. രണ്ടാമത്തെ പാട്ടിലേക്ക് കടന്നപ്പോൾ സമയം വൈകുന്നേരമായി. ഈണം ഏതാണ്ട് ഓക്കേ ആയപ്പോൾ കേൾക്കാം വാതിൽക്കൽ ഒരു മുട്ട്. തുറന്നപ്പോൾ മുന്നിൽ ഗിരീഷ് പുത്തഞ്ചേരി. ക്ഷീണിച്ച് അവശനായാണ് വരവ്. സൂചികുത്താൻ ഇടമില്ലാത്ത ട്രെയിനിന്റെ അൺ റിസേർവ്ഡ് കമ്പാർട്ട്മെന്റിൽ തൂങ്ങിപ്പിടിച്ചുനിന്ന്, പി കുഞ്ഞിരാമൻ നായരുടെ കവിതകൾ ഒന്നൊന്നായി മനസ്സിൽ ഉരുവിട്ടുകൊണ്ടുള്ള ആ സാഹസിക യാത്രയെക്കുറിച്ച് പിന്നീട് പലപ്പോഴും ഗിരീഷ് അയവിറക്കിക്കേട്ടിട്ടുണ്ട്. സ്വന്തം ജീവിതഗതി തന്നെ തിരിച്ചുവിട്ട യാത്രയിരുന്നല്ലോ അത്.

ഗിരീഷിനെ കണ്ടപ്പോൾ ആദ്യം കോപമാണ് വന്നതെങ്കിലും പതുക്കെ അത് സഹതാപത്തിന് വഴിമാറിയെന്ന് രവീന്ദ്രനാഥ്. എന്തായാലും വാക്ക് പാലിച്ചല്ലോ അയാൾ. ഭാഗ്യവശാൽ രണ്ടാമത്തെ പാട്ടിന്റെ വരികൾ പൂവച്ചൽ എഴുതിയിരുന്നില്ല. സുനിലിന്റെ മുറിയിൽ ചെന്ന് തിടുക്കത്തിലൊരു കുളി പാസാക്കി പാട്ടെഴുതാനിരിക്കുന്നു ഗിരീഷ്. ചുരുങ്ങിയ സമയത്തിനകം വരികൾ തയ്യാർ. എല്ലാവർക്കും അദ്ഭുതമായിരുന്നു. "പാട്ട് നന്നായിരിക്കുന്നു എന്ന് ഒരേ സ്വരത്തിൽ ഞങ്ങൾ വിധിയെഴുതിയപ്പോൾ ആ മുഖത്തെ ഭാവപ്പകർച്ച ഇപ്പോഴും ഓർമ്മയുണ്ട്. നിറഞ്ഞ കണ്ണുകളോടെ ഞങ്ങളെ നമസ്കരിച്ചു അയാൾ. പിന്നെ രാജാമണിയുടെ ഹാർമോണിയത്തെ തൊട്ടു വന്ദിച്ചു." ഗിരീഷിന്റെ തന്നെ പിൽക്കാല രചനകളുമായി താരതമ്യപ്പെടുത്താവുന്ന നിലവാരമൊന്നും ഉണ്ടായിരുന്നില്ലെങ്കിലും ചുരുങ്ങിയ സമയത്തിനുള്ളിൽ എഴുതിയ ആ ഗാനം ഈണത്തിന്റെ സ്കെയിലിൽ കൃത്യമായി ഒതുങ്ങിനിന്നു എന്നത് രചയിതാവിനെ പോലും അദ്ഭുതപ്പെടുത്തിയ കാര്യം. സുഹൃത്തിനെ തിരികെ നാട്ടിലേക്ക് യാത്രയാക്കാൻ സുനിലും ചെന്നിരുന്നു സെൻട്രൽ സ്റ്റേഷനിൽ. വണ്ടി കയറും മുൻപ് സുനിലിന്റെ കൈപിടിച്ച് വികാരാധീനനായി ഗിരീഷ് പറഞ്ഞു. "എടാ, നമ്മുടെ സ്വപ്നങ്ങളൊക്കെ സത്യമായി വരികയാണ് അല്ലേ?"

അരവിന്ദ് ഓഡിയോ സ്റ്റുഡിയോയിൽ തന്റെ ആദ്യ ഗാനം ചിത്ര പാടി റെക്കോർഡ് ചെയ്യുന്നത് കാണാൻ ഭാഗ്യമുണ്ടായില്ല ഗിരീഷിന്. സ്വന്തം

ചെലവിൽ ചെന്നൈയിൽ വന്ന് മുറിയെടുത്ത് താമസിക്കാനുള്ള ബുദ്ധി മുട്ടുകൊണ്ടാണ്. 'എൻക്വയറി'യിൽ ആ ഗാനരംഗത്ത് അഭിനയിച്ചത് ശ്രീനാഥും അന്നത്തെ ഗ്ലാമർ നടിയായിരുന്ന അഭിലാഷയും. പടം അത്യാവശ്യം ഓടിയെങ്കിലും പാട്ടുകൾ അത്ര ശ്രദ്ധിക്കപ്പെട്ടില്ല. പിന്നീട് രണ്ടു മൂന്ന് ചെറുകിട പടങ്ങളിൽ കൂടി പാട്ടെഴുതിയ ഗിരീഷിനെ ഗാന രചനാരംഗത്തെ താരമാക്കി മാറ്റിയത് 'ജോണി വാക്കർ' എന്ന പടമാണ്. രവീന്ദ്രനാഥിന്റെ കഥയോ? രണ്ടു പടങ്ങൾ സംവിധാനം ചെയ്യുകയും ചില തമിഴ് ചിത്രങ്ങൾക്ക് തിരക്കഥയെഴുതുകയും ചെയ്ത ശേഷം സിനിമ യോട് പതുക്കെ അകന്ന രവിയേട്ടൻ ഭാര്യയോടൊപ്പം കോഴിക്കോട്ടെ മാങ്കാവിൽ താമസിക്കുന്നു ഇപ്പോൾ. "അപൂർവമായേ പിന്നെ ഗിരീഷിനെ കണ്ടിട്ടുള്ളൂ. അപ്പോഴെല്ലാം അങ്ങേയറ്റം ബഹുമാനത്തോടെയാണ് പെരു മാറിയിട്ടുള്ളത്. മരിക്കുന്നതിന് കുറച്ചു ദിവസം മുൻപ് ഗിരീഷ് എന്നെ കാണാൻ ആഗ്രഹം പ്രകടിപ്പിച്ചിരുന്നു. ഒരു സ്ട്രോക്ക് വന്ന് വീട്ടിൽ വിശ്രമ ത്തിലാണ് അന്ന് ഞാൻ. പക്ഷേ ആ കൂടിക്കാഴ്ച നടന്നില്ല. അതിനകം ഗിരീഷ് ആശുപത്രിയിലായി. പിന്നീടറിഞ്ഞത് ഗിരീഷിന്റെ വിയോഗ വാർത്തയാണ്."

സംഗീത സംവിധായകൻ എം.എസ്. ബാബുരാജാണ് 1960കളുടെ അവസാനം രവീന്ദ്രനാഥിനെ ചെന്നൈയിൽ കൂട്ടിക്കൊണ്ടുപോയതും സിനിമാരംഗത്തെ പ്രമുഖരെ പരിചയപ്പെടുത്തിയതും. സ്വന്തമായി ഒരു ടെയ്‌ലറിംഗ് കട തുടങ്ങാൻ ആ പരിചയങ്ങൾ ധാരാളമായിരുന്നു. സാമ്പ ത്തിക പ്രശ്നങ്ങൾ മൂലം കട വിൽക്കേണ്ടി വന്ന ഘട്ടത്തിലും രവീന്ദ്ര നാഥിന്റെ തുണയ്ക്കെത്തിയത് ഈ സൗഹൃദങ്ങൾ തന്നെ. തിക്കുറിശ്ശിയും മധുവും ഉൾപ്പെടെ പലരുടെയും പടങ്ങളിൽ സഹസംവിധായകനായി. ആദ്യമായി സ്വതന്ത്ര സംവിധായകനായത് ദേവനും ശാരിയുമഭിനയിച്ച 'ജീവിതം ഒരു രാഗ'(1989)ത്തിൽ. പിന്നീടായിരുന്നു 'എൻക്വയറി.'

യാതൊരു മുൻപരിചയവുമില്ലാത്ത ഒരാളെക്കൊണ്ട് സ്വന്തം സിനി മയിൽ പാട്ടെഴുതിക്കാൻ ചങ്കൂറ്റമുണ്ടായതെങ്ങനെ എന്ന് ചോദിക്കാ റുണ്ട് പലരും. അപ്പോഴൊക്കെ രവിയേട്ടന് ഓർമ്മവരിക 'നംനാട്' എന്ന എം ജി ആർ ചിത്രത്തിന്റെ സംവിധായകൻ ജംബുലിംഗം സിനിമാ ജീവിത ത്തിന്റെ തുടക്കത്തിൽ തനിക്ക് നൽകിയ വിലപ്പെട്ട ഒരുപദേശമാണ്. "സിനിമയിൽ ഒന്നും സ്ഥായിയല്ല. ഇന്ന് നടന്നുപോകുന്നവൻ നാളെ കാറിൽ വരുന്നത് കാണാം. ഇന്ന് കാറിൽ പോകുന്നവൻ നാളെ നടന്നു വരുന്നതും. ആരെയും അവഗണിക്കാതിരിക്കുക." നേട്ടങ്ങളെക്കാൾ നഷ്ടങ്ങളേ സിനിമ തന്നിട്ടുള്ളുവെങ്കിലും സഹായം ചോദിച്ചെത്തുന്ന ആരെയും നിരാശരാക്കിയിട്ടില്ല രവീന്ദ്രനാഥ്. "എത്രയോ പേർക്ക് ഞാൻ സിനിമയിൽ അവസരം നൽകിയിട്ടുണ്ട്. നന്ദി പ്രതീക്ഷിച്ചിട്ടല്ല. നമ്മുടെ ഒരു ആത്മസംതൃപ്തിക്കു വേണ്ടി. ഗിരീഷിനെ പോലുള്ളവർ വലിയ ഉയര ങ്ങൾ കീഴടക്കിയിട്ടും നമ്മളെ മറന്നില്ല എന്നത് തിരിഞ്ഞുനോക്കുമ്പോൾ സന്തോഷമുള്ള കാര്യം." ■

ഓർമ്മയിലെ വേണുനാദം

നിറഞ്ഞ സദസ്സുകൾക്ക് മുന്നിൽ ഹൃദയം തുറന്നു പാടുന്ന പാട്ടുകാരൻ. വരകളാൽ, വർണ്ണങ്ങളാൽ വിസ്മയം തീർക്കുന്ന ചിത്രകാരൻ. ലഹരിയുടെ താഴ്വരയിലൂടെ ഉന്മാദിയെ പോലെ അലയുന്ന അവധൂതൻ. മൂന്ന് വേഷങ്ങളിലും കണ്ടിട്ടുണ്ട് കെ ആർ വേണുവിനെ.

അവസാനം കണ്ടത് ഇതൊന്നുമല്ലാത്ത മറ്റൊരു വേഷത്തിലാണ്. കോഴിക്കോട്ടെ മാനാഞ്ചിറ മൈതാനത്തിന് സമീപമുള്ള ജോഷിയുടെ റെഡിമെയ്ഡ് ഷോപ്പിന്റെ ഒരു മൂലയിൽ ക്ഷീണിതനായി ചടഞ്ഞിരിക്കുന്ന വേണുവേട്ടൻ. പാട്ടിനോട് മാത്രമല്ല ജീവിതത്തോട് തന്നെ വിരക്തി തോന്നിത്തുടങ്ങിയിരുന്നു അപ്പോഴേക്കും. മുഖത്ത് പഴയ പ്രസാദാത്മകതയില്ല; കണ്ണിറുക്കിയുള്ള ചിരിയില്ല. "നമ്മളേപ്പോലുള്ളവരെയൊന്നും ആർക്കും വേണ്ടാതായി." റോഡിലൂടെ വർണ്ണപ്രഭ വിതറി ഒഴുകിപ്പോകുന്ന കൗമാരക്കൂട്ടങ്ങളെ നോക്കി നിർവികാരനായി വേണുവേട്ടൻ പറഞ്ഞു. "ഈ മാനാഞ്ചിറ മൈതാനത്ത് നമ്മുടെ പാട്ട് കേൾക്കാൻ കോരിച്ചൊരിയുന്ന മഴ നനഞ്ഞു കാത്തുനിന്നിട്ടുണ്ട് ആയിരങ്ങൾ. ഓരോ പാട്ടും പാടിത്തീരുമ്പോൾ സ്റ്റേജിന് പിന്നിൽ വന്ന് അഭിനന്ദനങ്ങൾ കൊണ്ട് മൂടും അവർ. സമ്മാനങ്ങൾ തരും. ചിലപ്പോൾ പാരിതോഷികങ്ങളും. ഇപ്പോൾ നമ്മളെ കണ്ടാൽ ആരും തിരിച്ചറിയുക പോലുമില്ല. നല്ല മെലഡികളൊന്നും ആർക്കും വേണ്ട താനും..."

കാലത്തിന്റെ കുസൃതി മാത്രമാണതെന്ന് പറഞ്ഞു മനസ്സിലാക്കാൻ ശ്രമിച്ചു വേണുവേട്ടനെ. പാട്ടുകാരുടെ മാത്രമല്ല ഏതൊരു കലാകാരന്റെ ജീവിതത്തിലും വന്നു ഭവിച്ചേക്കാം അത്തരമൊരു ദുരവസ്ഥ. കാലം മാറുന്നതോടൊപ്പം ജനത്തിന്റെ അഭിരുചികൾ മാറുന്നു; സങ്കല്പങ്ങൾ മാറുന്നു; മനോഭാവങ്ങൾ മാറുന്നു; മുൻഗണനകൾ മാറുന്നു. എല്ലാ മാറ്റങ്ങളുമായും പൊരുത്തപ്പെടുകയാണ് ബുദ്ധി. മനസ്സിൽ പൊന്നുപോലെ സൂക്ഷിക്കാനും ഇടയ്ക്കിടെ പൊടിതട്ടിയെടുക്കാനും ഒരുപാട് നല്ല ഓർമ്മകൾ നിറഞ്ഞ ഭൂതകാലം ഉണ്ടല്ലോ വേണുവേട്ടന്. അതുപോലുമില്ലാത്തവർ എന്തുചെയ്യും? ക്ഷമയോടെ എല്ലാം കേട്ടിരുന്ന ശേഷം

ആത്മഗതംപോലെ വേണുവേട്ടൻ പറഞ്ഞു: "പറയാൻ എളുപ്പമാണ്. പക്ഷേ, അനുഭവിക്കുന്നവനേ അതിന്റെ വിഷമം മനസ്സിലാകൂ."

ആദ്യമായി കെ ആർ വേണുവിനെ കണ്ടതെന്നായിരുന്നു? പ്രീഡിഗ്രി ക്കാലത്താവണം. കാണുകയല്ല കേൾക്കുകയായിരുന്നു. ഫസ്റ്റ് ഷോ സിനിമ കണ്ട ശേഷം മെഡിക്കൽ കോളേജിലേക്കുള്ള ബസ്സ് പിടിക്കാൻ സിറ്റി സ്റ്റാൻഡിലേക്ക് തിടുക്കത്തിൽ നടന്നുപോകവേ, മുതലക്കുളത്തി നടുത്തെത്തിയപ്പോൾ വലിയൊരു ആൾക്കൂട്ടം. ഉത്സവാന്തരീക്ഷമാണ് അവിടെ. സ്പീക്കറുകളിലൂടെ മന്നാഡേയുടെ സൂപ്പർ ഹിറ്റ് ഗാനമൊഴു കുന്നു: 'മേരെ ഹുസൂർ' എന്ന ചിത്രത്തിലെ 'ജനക് ജനക് തോരീ ബാജേ പായലിയാ...' ആൾക്കൂട്ടത്തിനിടയിലൂടെ നുഴഞ്ഞുകയറി മുന്നിലെത്തി യപ്പോൾ വേദിയിലെ പാൽവെളിച്ചത്തിൽ മെലിഞ്ഞു വെളുത്തൊരു സുമുഖൻ. കാഴ്ച്ചയിൽ നേപ്പാളിയെപ്പോലെ. നാട്ടിൻപുറത്തെ സാധാ രണ സ്റ്റേജ് ഗായകരെ പോലെ മലയാളത്തിന്റെ ചുവയുള്ള ഹിന്ദിയല്ല അയാളുടേത്. ശരിക്കും ഒറിജിനൽ ഹിന്ദി തന്നെ... പിന്നെയും പല തവണ കേട്ടു വേണുവിനെ; ടൗൺ ഹാളിൽ, ഗുജറാത്തി ഹാളിൽ, മാനാഞ്ചിറ യിൽ, ടാഗോർ ഹാളിൽ... മന്നാഡേയുടെ പാട്ടുകൾ ആയിരുന്നു വേണു വിന് അനായാസം വഴങ്ങിയിരുന്നതെന്ന് തോന്നിയിരുന്നു അക്കാലത്ത്. യേശുദാസ് ഉൾപ്പെടെ എല്ലാവരുടെയും ഹിറ്റുകൾ പാടിയിരുന്നെങ്കിലും.

നേരിട്ട് കാണുന്നതും പരിചയപ്പെടുന്നതും ചാലപ്പുറത്തെ 'ഫോർ എയ്സസ്' എന്ന പരസ്യ ഏജൻസിയിൽ വെച്ചാണ്. തുടക്കക്കാരനായ പത്രപ്രവർത്തകന്റെ റോളിലായിരുന്നു ഞാൻ; വേണുവാകട്ടെ പരസ്യ ഏജൻസിയിലെ ഡിസൈൻ ആർട്ടിസ്റ്റിന്റെയും. വെറുതെ പാട്ടും പാടി നടന്നാൽ ജീവിതം വഴിമുട്ടുമെന്ന് തിരിച്ചറിഞ്ഞിരുന്നു അപ്പോഴേക്കും അദ്ദേഹം. കോപ്പി റൈറ്റിംഗിൽ ഒരു കൈ നോക്കാനായി ഒന്നരാടൻ ദിവസങ്ങളിൽ ഏജൻസിയിൽ ചെന്നിരുന്ന എന്നെ വേണുവുമായി അടു പ്പിച്ചത് ഹിന്ദി സിനിമാഗാനങ്ങളോടുള്ള അദ്ദേഹത്തിന്റെ അളവറ്റ അഭിനി വേശം തന്നെ. പാറ്റ്നയിലും കൊൽക്കത്തയിലുമായി ചെലവഴിച്ച ബാല്യ മാണ് വേണുവിനെ ഹിന്ദി പാട്ടുകളുടെ ആരാധകനാക്കിയത്. ചെറുപ്പം മുതലേ എല്ലാ പാട്ടുകാരുടെയും പാട്ടുകൾ പാടും. ഓരോ ഗായകരു ടെയും ആലാപന ശൈലി മനസ്സിലാക്കി, സ്വന്തം ശബ്ദത്തിലേക്ക് സമർത്ഥമായി അത് ആവാഹിക്കാനുള്ള കഴിവ് വികസിപ്പിച്ചെടുത്തതും അക്കാലത്തു തന്നെ. റഫിയുടെ 'മൻരേ തു കാഹേ നാ ധീർ ഡരേ' പാടുമ്പോൾ റഫിയായി മാറും വേണു. മന്നാഡേയുടെ ഭകോൻ ആയാ മേരെ മൻ കേ ദ്വാരേ' പാടുമ്പോൾ മന്നാഡെ ആകും; കിഷോറിന്റെ 'ജീവൻ സേ ഭരീ തേരി ആംഖേം' പാടുമ്പോൾ കിഷോറും. "ശരിക്കും ഓൾറൗണ്ട് പാട്ടുകാരനായിരുന്നു വേണുവേട്ടൻ. അതുപോലൊരു ഗായകനെ വേറെ കണ്ടിട്ടില്ല." അവസാന നാളുകളിൽ വേണുവിന്റെ സന്തത സഹചാരിയായിരുന്ന ഗായകൻ ജോഷിയുടെ വാക്കുകൾ.

ആദ്യം കാണുമ്പോൾ അത്ര "ശ്രുതിശുദ്ധ"മല്ല വേണുവിന്റെ ഹൃദയം. പേസ് മേക്കറിന്റെ സഹായത്തോടെ ഹൃദ്സ്പന്ദത്തിന്റെ താളം ക്രമീകരിച്ചുകൊണ്ടാണ് ജീവിതം. എങ്കിലും പാട്ടിന്റെ ലോകത്തെത്തിയാൽ എല്ലാം മറക്കും. ഗാനമേളകളിൽനിന്ന് മിക്കവാറും വിടവാങ്ങി മെഹ്ഫിലുകളിൽ ശ്രദ്ധ കേന്ദ്രീകരിക്കാൻ തുടങ്ങിയിരുന്നു അപ്പോഴേക്കും അദ്ദേഹം; ഹോട്ടലുകളിൽ പാടാനും. പങ്കജ് ഉധാസിന്റെയും ജഗ്ജിത് സിംഗിന്റെയും ഹരിഹരന്റെയും ഒക്കെ ഗസലുകളാണ് അവതരിപ്പിക്കുക. വരികളുടെ അർത്ഥം അറിഞ്ഞു പാടുന്നു എന്നതാണ് അന്നത്തെ 'നാടൻ" ഗസൽ ഗായകരിൽ നിന്ന് വേണുവിനെയും നജ്മൽ ബാബുവിനെയുമോക്കെ വേറിട്ട് നിർത്തിയ ഘടകം. പാട്ടുകൾ മാത്രമല്ല പാട്ടുകാരുടെ ചരിത്രവുമറിയാം വേണുവിന്. അതുകൊണ്ടുതന്നെ അദ്ദേഹവുമായുള്ള ഓരോ സംഭാഷണവും ആസ്വാദ്യകരം. പരസ്യ ഏജൻസിക്കാലത്താണ് തന്റെ പൂർവ്വകാലം വേണു എനിക്ക് മുന്നിൽ തുറന്നുവെച്ചത്. സിനിമയിൽ ഭാഗ്യപരീക്ഷണത്തിന് ഇറങ്ങിത്തിരിച്ച് ഒടുവിൽ ഒന്നുമാകാതെപോയ ഒരു പാവം പാട്ടുകാരനെ കണ്ടുമുട്ടി ഞാൻ ആ കഥകളിൽ.

ബാബുരാജ് വഴിയായിരുന്നു സിനിമയിലേക്കുള്ള കുടിയേറ്റം. 1960 കളുടെ അവസാനം മുതലേ ബാബുക്കയെ അറിയാം. ബാബുരാജിന്റെ ഗാനമേളകളിൽ മുഖ്യ പുരുഷ ശബ്ദമായിരുന്നു വർഷങ്ങളോളം വേണു. "നിന്നെക്കൊണ്ട് ഞാൻ സിനിമയിൽ പാടിക്കും. അവസരം വരട്ടെ" ബാബുരാജ് എപ്പോഴും പറയും. അവസരം ഒത്തുവന്നത് 1973ലാണ്. ഹരിഹരൻ സംവിധാനം ചെയ്ത 'ലേഡീസ് ഹോസ്റ്റലി'ൽ ഒരു ഹാസ്യ ഗാനം വേണുവിന് സമ്മാനിക്കുന്നു ബാബുരാജ് - "പ്രിയതമേ നിൻ പ്രേമാമൃതം." (രചന: ശ്രീകുമാരൻ തമ്പി). യുഗ്മഗാനമാണ്. ഒപ്പം പാടുന്നത് മറ്റൊരു യുവ ഗാനാർത്ഥി കുളത്തൂപ്പുഴക്കാരൻ രവി. സിനിമയിൽ കെ.പി. ഉമ്മറും അടൂർ ഭാസിയും അഭിനയിക്കുന്ന ഗാനരംഗം. അതേ ചിത്രത്തിൽ 'മാനസവീണയിൽ മദനൻ ചിന്തിയ' എന്നൊരു സോളോ പാട്ട് വേണുവിനെ കൊണ്ട് പാടിക്കാൻ ബാബുരാജിന് ആഗ്രഹമുണ്ടായിരുന്നെങ്കിലും ഒടുവിൽ അത് പാടിയത് യേശുദാസ്. "സാരമില്ലെടോ, നിനക്ക് വേറൊരു മെലഡി ഉടൻ തരാം." ബാബുക്ക വേണുവിനെ ആശ്വസിപ്പിച്ചു. പക്ഷേ, സിനിമയിൽ തിരക്ക് കുറഞ്ഞു വരികയായിരുന്ന ബാബുരാജിന് സ്വാഭാവികമായും തന്റെ ആഗ്രഹങ്ങൾ നടപ്പാക്കുന്നതിൽ പരിമിതിയുണ്ടായിരുന്നു. എന്നിട്ടും അടുത്ത പടമായ "മനസ്സി"ൽ വേണുവിന് പാടാൻ അവസരം നൽകി അദ്ദേഹം. അതും ഹാസ്യഗാനം തന്നെ: "അടുത്ത ലോട്ടറി നറുക്ക് വല്ലതും നമുക്ക് വീണെങ്കിൽ..." ഇത്തവണയും കൂടെ പാടിയത് കുളത്തൂപ്പുഴ രവി. അവിടെ അവസാനിച്ചു വേണുവിന്റെ സിനിമാജീവിതം.

പക്ഷേ, കൂടെ പാടിയ കുളത്തൂപ്പുഴ രവിയുടെ ജീവിതം തുടങ്ങിയിരുന്നതേയുള്ളൂ. പാട്ടുകാരനെന്ന നിലയിൽ തിളങ്ങിയില്ലെങ്കിലും

സംഗീത സംവിധായകനെന്ന നിലയിൽ രവി പ്രശസ്തിയുടെ പടവുകൾ കയറിപ്പോകുന്നതും മലയാളികളുടെ പ്രിയപ്പെട്ട രവീന്ദ്രനായി വളരുന്നതും വിസ്മയത്തോടെ നോക്കിനിന്നു വേണു. അപ്പോഴേക്കും സിനിമാസ്വപ്നങ്ങൾ ഉപേക്ഷിച്ച് കോഴിക്കോട്ട് തിരിച്ചെത്തിയിരുന്നു അദ്ദേഹം. ബാബുരാജിന്റെ ഗാനമേളകളിൽ പാടിക്കൊണ്ടായിരുന്നു വേണുവിന്റെ ശിഷ്ടജീവിതം. 1978ൽ ബാബുരാജ് മരണത്തിന് കീഴടങ്ങും വരെ നീണ്ടു ആ സൗഹൃദം. "ബാബുക്കയുടെ മരണമാണ് എന്നെ ആകെ തളർത്തിക്കളഞ്ഞത്." വേണു പറഞ്ഞു. "എനിക്കും എ.കെ. സുകുമാരനും നജ്മൽ ബാബുവിനുമൊന്നും സിനിമയിൽ കാര്യമായ അവസരങ്ങൾ നല്കാൻ കഴിയാത്തതിലുള്ള ദുഃഖം ബാബുക്കക്ക് ഉണ്ടായിരുന്നു. അതദ്ദേഹം പങ്കുവെച്ചിട്ടുമുണ്ട്. മരിക്കുന്നതിന് ദിവസങ്ങൾക്കു മുൻപ് വരെ മദ്രാസിലെ ഹോട്ടൽ മുറിയിൽ ഞങ്ങൾ ഒന്നിച്ചുണ്ടായിരുന്നു. അക്കാലത്ത് ഇടയ്ക്കിടെ വികാരാധീനനായിക്കണ്ടിട്ടുണ്ട് ബാബുക്കയെ. സിനിമ തന്നെ ക്രൂരമായി അവഗണിച്ച കഥയൊക്കെ പറഞ്ഞു പൊട്ടിത്തെറിക്കും. പിന്നെ കരയും. മദ്യപിച്ചിട്ടാണെങ്കിലും ആ കരച്ചിൽ ബാബുക്കയുടെ ഉള്ളിൽ നിന്ന് വന്നതായിരുന്നു.."

കോടമ്പാക്കത്തോട് വിടവാങ്ങിയശേഷം അവസരങ്ങൾക്കായി സിനിമാക്കാരെ ചെന്ന് കാണുന്ന പതിവൊന്നുമില്ല വേണുവിന്. "ഒരിക്കൽ രവീന്ദ്രൻ മാഷെ കാണാൻ വേണുവേട്ടനെ കൊണ്ടുപോയത് തന്നെ നിർബന്ധിച്ചാണ്." ജോഷി ഓർക്കുന്നു. "മഹാറാണി ഹോട്ടലിൽ മാഷിന്റെ മുറിക്ക് പുറത്തു വേണുവേട്ടനോടൊപ്പം കാത്തുനിൽക്കുമ്പോൾ, വർഷങ്ങൾക്ക് മുൻപ് ഒപ്പം പാടിയ പാട്ടുകാരനെ അദ്ദേഹം തിരിച്ചറിയുമോ എന്നായിരുന്നു എന്റെ വേവലാതി. എന്നാൽ മുറി തുറന്നു പുറത്തു വന്നതും രവിയേട്ടൻ വേണുവേട്ടനെ കെട്ടിപ്പിടിച്ചു. ചെവി പൊട്ടുന്ന മട്ടിലുള്ള തെറിപ്രവാഹമായിരുന്നു പിന്നെ. വേണുവേട്ടനും വിട്ടില്ല. എത്തിപ്പെട്ടത് പൂരപ്പറമ്പിലോ എന്നോർത്ത് അന്തം വിട്ടുനിന്ന എന്നോട് രവീന്ദ്രൻ മാഷ് പറഞ്ഞു: പേടിക്കേണ്ട, ഇതൊക്കെ ഞങ്ങളുടെ ആ പഴയ പട്ടിണിക്കാലത്തുനിന്നുള്ള ഓർമ്മകളാണ്. എന്ത് സന്തോഷമായെന്നോ ഇവനെ കണ്ടപ്പോൾ..." ഇരുവരും കൂടി മുറിയിലെ കട്ടിലിൽ കിടന്ന് കെട്ടിമറിയുന്ന രംഗം ഇന്നലെയെന്നപോലെ ഓർക്കുന്നു ജോഷി. കടവ് റിസോർട്ടിൽ യേശുദാസിനെ കാണാൻ പോയതാണ് മറ്റൊരു മനോഹരമായ ഓർമ്മ. വേണുവിനെ തിരിച്ചറിയുക മാത്രമല്ല ബാബുരാജുമായുള്ള പഴയ സൗഹൃദത്തിന്റെ കഥകൾ ഓർത്തെടുക്കുക കൂടി ചെയ്തു അന്ന് യേശുദാസ്. "ആഹ്ലാദങ്ങളും ദുഃഖങ്ങളുമൊക്കെ മദ്യലഹരിയിൽ അലിയിച്ചു കളയുന്ന രീതിയായിരുന്നു വേണുവേട്ടന്റേത്. പലപ്പോഴും സ്നേഹപൂർവ്വം വിലക്കിനോക്കിയിട്ടുണ്ട്. പക്ഷേ, ഫലമുണ്ടായില്ല. ജീവിതത്തിൽ കുറച്ചുകൂടി അച്ചടക്കം പാലിച്ചിരുന്നെങ്കിൽ വേണുവേട്ടൻ കുറെ കാലം കൂടി ജീവിച്ചിരുന്നേനേ എന്ന് തോന്നും..." ജോഷി.

ഒരാഗ്രഹം ബാക്കിവെച്ചാണ് വേണു യാത്രയായത്. ഇഷ്ടഗായകനായ മന്നാഡേയ്ക്ക് മുന്നിൽ അദ്ദേഹത്തിന്റെ ഗാനങ്ങൾ കോർത്തിണക്കി ഒരു ഗാനാഞ്ജലി അർപ്പിക്കണം. മന്നാഡേയുമായി ഫോണിൽ സംസാരിച്ച് അദ്ദേഹത്തിന്റെ അനുമതി നേടുകയും ചെയ്തതാണ്. ആരാധകനും ആരാധനാപുരുഷനും ഒന്നിക്കുന്ന അപൂർവ സുന്ദരമായ ആ മെഹ്ഫി ലോടെ ഗാനമേളാ വേദിയോട് വിടവാങ്ങണമെന്ന് ആഗ്രഹിച്ചു വേണു. പക്ഷേ, വിധി അതനുവദിച്ചില്ല. 2011 ജൂൺ 11 ന് വേണു യാത്രയായി. സഫലമാകാത്ത ഒരുപാട് സ്വപ്നങ്ങൾ ഭൂമിയിൽ അവശേഷിപ്പിച്ചു കൊണ്ട്. ∎

സ്നേഹദീപം
മിഴി തുറന്ന നിമിഷം

കുളത്തിലെ വെള്ളത്തിന് കടും മഞ്ഞ നിറം. ഒരു ഭാഗം നിറയെ കട്ട പിടിച്ച പായലാണ്. ചുറ്റുമുള്ള പടവുകൾ പൊട്ടിപ്പൊളിഞ്ഞു തുടങ്ങിയിരിക്കുന്നു. കാലിടറാതെ, സൂക്ഷിച്ച് അവയിലൊന്നിൽ ചെന്നിരുന്നപ്പോൾ വെറുതെ കാതോർത്തു കേൾക്കുന്നുണ്ടോ കാറ്റിലെങ്ങാനും ആ പാട്ട്?

"ലോകം മുഴുവൻ സുഖം പകരാനായ് സ്നേഹദീപമേ മിഴിതുറക്കൂ,
കദന നിവാരണ കനിവിൻ ഉറവേ കാട്ടിൻ നടുവിൽ വഴിതെളിക്കൂ..."

ഇല്ല. ദൂരെയെങ്ങോനിന്ന് തരംഗമാലകൾപോലെ ഒഴുകി വരുന്ന ഏതോ പുതിയ ചലച്ചിത്രഗാനത്തിന്റെ അവ്യക്തമായ ശീലുകൾ മാത്രമുണ്ട് അന്തരീക്ഷത്തിൽ. തൊട്ടപ്പുറത്തെ വിശാലമായ നെൽപ്പാടങ്ങൾക്കരികിലുള്ള നിരത്തിലൂടെ തലങ്ങും വിലങ്ങും ചീറിപ്പായുന്ന വാഹനങ്ങളുടെ ശബ്ദഘോഷവും. ഇടയ്ക്കെപ്പോഴോ കുളത്തിനപ്പുറത്തെ വീടുകളിലൊന്നിന്റെ ജനാലകൾ തുറന്നടയുന്നു, കൗതുകം നിറഞ്ഞ കണ്ണുകളുണ്ടാവാം അവയ്ക്കു പിന്നിൽ. പരിചിതമല്ലാത്ത മുഖമല്ലേ?

മുട്ടോളം പുല്ലു കിളിർത്തു നിൽക്കുന്ന ഈ കൽപ്പടവുകളിൽ പാതി മറഞ്ഞ ബോധവുമായി നീണ്ടു മലർന്നു കിടന്നിട്ടുണ്ട് ഒരിക്കൽ; നാല് പതിറ്റാണ്ടോളം മുൻപ്. അമ്മമ്മയുടെ മടിയിലായിരുന്നു തല. കൈകാലുകൾ അനക്കാൻപോലും വയ്യ. ആകെ തളർച്ച ബാധിച്ചപോലെ. മെലിഞ്ഞ കൈവിരലുകൾകൊണ്ട് ആരോ നെഞ്ചിൽ മൃദുവായി തടവുന്നു. ഒപ്പം വിതുമ്പിക്കരയുന്നുമുണ്ട്. അമ്മയാവണം. ചുറ്റിലും കൂടി നിന്ന് ഉറക്കെ സംസാരിക്കുന്നു ചിലർ; ഒന്നും വ്യക്തമല്ല. മുകളിലെ സ്വർണനിറമുള്ള വിശാലമായ ആകാശത്തിന്റെ ഫ്രെയിമിൽ മുഖങ്ങൾ തെളിയുകയും മായുകയും വീണ്ടും തെളിയുകയും ചെയ്യുന്നു.

തല ചെരിച്ച് നോക്കിയപ്പോൾ താഴത്തെ കൽപ്പടവിൽ ചുരുണ്ടുകൂടി കിടക്കുകയാണ് രജി. അതിനപ്പുറത്ത് രഞ്ജിനിയും. എന്നെക്കാൾ ഭേദമാണ് അവരുടെ സ്ഥിതി. ബോധമുണ്ട്. സംസാരിക്കുന്നുമുണ്ട്. കരച്ചിലിനിടയിലൂടെ അമ്മയുടെ ശബ്ദം വാർന്നു വീഴുന്നതു കേൾക്കാം: "കൈവിട്ടു പോയീന്നാ വിചാരിച്ചത്. ന്റെ കുട്ട്യോള് മുങ്ങിച്ചാവാൻ പോകായിരുന്നു...."

ഒന്നും മനസ്സിലാകാതെ മാനം നോക്കി കിടക്കേ, സുഖശീതളമായ കാറ്റിന്റെ ചിറകിലേറി മനോഹരമായ ഒരു ഗാനത്തിന്റെ ഈരടികൾ കാതിലേക്ക് ഒഴുകുന്നു: "ലോകം മുഴുവൻ സുഖം പകരാനായ് സ്നേഹദീപമേ മിഴിതുറക്കൂ..." അകലെയേതോ കല്യാണ വീട്ടിലെ ഉച്ചഭാഷിണിയിൽ നിന്നാവണം. പൂർണ്ണബോധത്തിലേക്ക് തിരിച്ചുനടക്കുകയാണെന്ന് ഉറപ്പായത് അപ്പോഴാണ്. മരിച്ചിട്ടില്ല. ജീവനും മരണത്തിനുമിടയിലെ നൂൽപ്പാലത്തിലൂടെ എങ്ങനെയൊക്കെയോ നടന്ന് കരപറ്റിയിരിക്കുന്നു. അമ്മയും അമ്മമ്മയും എസ്. ജാനകിയുടെ പാട്ടും ഒക്കെയുള്ള ലോകത്ത് തിരിച്ചെത്തിയിരിക്കുന്നു ഞാൻ. പതുക്കെ എല്ലാം ഓർമ്മയിൽ തെളിഞ്ഞുവന്നു; മരണത്തെ മുഖാമുഖം കണ്ട ഓരോ നിമിഷവും. കാതിൽ ജാനകി പാടിക്കൊണ്ടേയിരുന്നു അപ്പോഴും: "പരീക്ഷണത്തിൻ വാൾമുനയേറ്റി പടനിലത്തിൽ ഞങ്ങൾ വീഴുമ്പോൾ ഹൃദയക്ഷതിയാൽ രക്തം ചിന്തി മിഴിനീർപ്പുഴയിൽ താഴുമ്പോൾ, താങ്ങായ് തണലായ് ദിവ്യഔഷധിയായ് താതാ നാഥാ കരം പിടിക്കൂ..."

മലപ്പുറം ജില്ലയിലെ എടരിക്കോട് എന്ന ഗ്രാമത്തിലെ തറവാട്ടു വീട്ടിൽ വേനലവധിക്കാലം ചെലവഴിക്കാൻ അമ്മയ്ക്കും അനുജൻ രജിക്കും അനുജത്തി രഞ്ജിനിക്കും ഒപ്പം എത്തിയതായിരുന്നു അന്നത്തെ എട്ടാം ക്ലാസ്സുകാരൻ കുട്ടി. അവധിക്കാലം ആഘോഷങ്ങളുടെ കാലമാണ്. വയനാട്ടിലെ തണുത്തുറഞ്ഞ സായാഹ്നങ്ങളിൽ നിന്ന് എടരിക്കോടിന്റെ ചൂടിലേക്കും പൊടിയിലേക്കുമുള്ള താൽക്കാലികമായ പറിച്ചുനടൽ. സ്വാതന്ത്ര്യത്തിന്റെ ദിനങ്ങളാണവ. സമപ്രായക്കാരായ കുട്ടികൾക്കൊപ്പം കളിച്ചു മദിച്ചു നടക്കാം; പോത്തുപോലെ ഉറങ്ങാം; തൊടി മുഴുവൻ ചുറ്റിനടന്നു മാങ്ങ പെറുക്കാം; സ്ഫടികസമാനമായ വെള്ളമുള്ള കുളത്തിൽ അന്തിമയങ്ങും വരെ കുളിച്ചു തിമിർക്കാം. മതിമറന്നുള്ള ആ നീരാട്ടായിരുന്നു വെക്കേഷന്റെ ഏറ്റവും വലിയ ആകർഷണം. വൈകുന്നേരത്തെ കാപ്പികുടി കഴിഞ്ഞാൽ പിന്നെ പൊങ്ങുക കുളക്കടവിലാണ്. അമ്മയുടെ മൂത്ത സഹോദരിയുടെ മക്കളായ പാർവതിയേടത്തിയും ഗോപിയേട്ടനും ലക്ഷ്മിയും ഉണ്ടാകും ഞങ്ങൾക്കൊപ്പം. കുളത്തിന്റെ മതിൽക്കെട്ടിന് മുകളിൽനിന്ന് സാഹസികമായി മലക്കം മറിഞ്ഞ് ഡൈവ് ചെയ്യുന്ന ഗോപിയേട്ടനാണ് അന്ന് ഹീറോ.

നീന്താൻ അറിയില്ല; ഏട്ടന്മാരുടെയും ഏടത്തിമാരുടെയും സാഹസങ്ങൾ കണ്ട് ആസ്വദിച്ച് അന്തംവിട്ടു നിൽക്കുക മാത്രം ചെയ്യും ഞങ്ങൾ ത്രിമൂർത്തികൾ. കുളത്തിന്റെ പാതി ഭാഗം നിലയില്ലാക്കയമാണ്; ആൾപ്പൊക്കത്തിൽ ചെളിനിറഞ്ഞ കിടങ്ങ്. ആഴമുള്ള ഒരു കിണറുണ്ട് അതിന്റെ മൂലയിൽ. ആ വശത്തേക്ക് പോയിക്കൂടരുതെന്നാണ് ഞങ്ങൾക്കുള്ള കല്പന. നീന്തലറിയാത്തവർക്ക് ഒട്ടും സുരക്ഷിതമല്ലാത്ത സ്ഥലമാണ്. 'നിരോധിത മേഖല'യിലൂടെ കമിഴ്ന്നും മലർന്നും നീന്തി കറങ്ങിത്തിരിഞ്ഞു വരുന്ന പാർവതിയേടത്തിയെ അസൂയയോടെ നോക്കി

നിൽക്കും ഞങ്ങൾ. കുളം ഒരു വലിയ കളിക്കളമായി മാറുന്ന നിമിഷങ്ങൾ.

ഒരിക്കൽ മാത്രം കളി കാര്യമായി. ഞങ്ങൾ മൂന്ന് കൂടപ്പിറപ്പുകളും ലക്ഷ്മിയും മാത്രമേയുള്ളൂ അന്ന് കുളിക്കാൻ. വെള്ളത്തിൽ 'തൊട്ടുകളി'യും ഒളിച്ചുകളിയും മുറുകവേ അപ്രതീക്ഷിതമായി കാൽ തെറ്റി കയത്തിലേക്ക് വഴുതിവീഴുന്നു, ഞാൻ. ഒരു 'ദുരന്ത പരമ്പര'യുടെ തുടക്കം. നിലകിട്ടാതെ മുങ്ങിത്താഴുന്ന ഏട്ടനെ കൈപിടിച്ച് കയറ്റാൻ ശ്രമിച്ചതാണ് പാവം അനുജൻ. വെപ്രാളത്തിനിടയിൽ രണ്ടുപേരും ചളിക്കയത്തിലേക്ക്. അധികം താമസിച്ചില്ല. കരയിൽ എല്ലാം കണ്ടു തരിച്ചു നിൽക്കുകയായിരുന്ന നാലാം ക്ലാസുകാരി രഞ്ജിനിയും ഓടിയെത്തി കുളത്തിൽ ചാടുന്നു; ഏട്ടന്മാരെ രക്ഷിക്കാൻ. മൂന്നു കുട്ടിത്തലകൾ കുളത്തിലെ കലങ്ങിയ വെള്ളത്തിൽ മുങ്ങിത്താഴുന്ന കാഴ്ച കണ്ട് എന്ത് ചെയ്യണം എന്നറിയാതെ പകച്ചുനിന്നു അന്ന് പത്തോ പതിനൊന്നോ വയസ്സ് മാത്രം പ്രായമുണ്ടായിരുന്ന ലക്ഷ്മി.

ചുറ്റുപാടും വെള്ളമാണ്. താഴെ നിലയില്ലാത്ത ചളിയും. മെലിഞ്ഞു ദുർബലമായ കൈകൾ പരസ്പരം കോർത്തു പിടിച്ച് മുകളിലേക്ക് പൊന്തിവരാൻ ശ്രമിച്ചു ഞാനും രജിയും. എന്ത് ഫലം. പിന്നെയെപ്പോഴോ ഞങ്ങളുടെ കൈകൾ അയഞ്ഞു. പുറത്തെ ശബ്ദങ്ങൾ നേർത്തു വന്നു. കണ്ണുകളിൽ ഇരുട്ട് കയറി. രഹസ്യങ്ങളുടെ കലവറയായ കിണറിനടുത്തേക്ക് തെന്നി നീങ്ങിക്കൊണ്ടിരിക്കയാകാം മൂന്നുപേരും എന്ന് ഉൾക്കിടിലത്തോടെ ഓർക്കാനുള്ള ബോധം മാത്രമേ അവശേഷിച്ചിരുന്നുള്ളൂ. ഇനിയൊരിക്കലും സൂര്യപ്രകാശം കാണില്ല എന്ന് മനസ്സിൽ ഉറച്ചു. പ്രജ്ഞ നശിച്ചുകൊണ്ടിരുന്ന ആ ഘട്ടത്തിൽ എപ്പോഴോ ശൂന്യതയിൽ നിന്ന് ഒരു കൈ നീണ്ടുവരുന്നു. ദൈവത്തിന്റെ കൈയായിരുന്നു അത്. മെലിഞ്ഞുണങ്ങിയ, ഞെരമ്പുകൾ പിണഞ്ഞു കിടക്കുന്ന ആ വെളുത്ത കൈ തലമുടിയിൽ ചുറ്റിപ്പിടിച്ചു മുകളിലേക്ക് വലിച്ചുയർത്തി എന്നെ; അത്രയേ ഓർമ്മയുള്ളൂ.

നടന്നതെന്തെന്ന് പിന്നീട് ലക്ഷ്മി പറഞ്ഞാണ് അറിഞ്ഞത്. മൂന്ന് കളിക്കൂട്ടുകാരും മുങ്ങിത്താഴുന്നത് കണ്ട് ആദ്യം അന്ധാളിച്ചു നിന്നു ലക്ഷ്മി; പിന്നെ അലറി വിളിച്ചു. "ശീലമനുസരിച്ച് ഞാനും പിന്നാലെ വന്നു കുളത്തിൽ ചാടേണ്ടതാണ്. അന്നെന്തോ പ്രായോഗിക ബുദ്ധി പ്രവർത്തിച്ചു. അതുകൊണ്ട് നിങ്ങളാരും മരിച്ചില്ല; ഞാനും." അടുത്തൊരു നാൾ ആ നിമിഷങ്ങൾ ഓർത്തെടുത്തു ചിരിക്കവേ ലക്ഷ്മി പറഞ്ഞു. കുളത്തിന്റെ കരയിലാണ് അമ്മമ്മയുടെ ഭജനമഠം. പകൽ അധിക നേരവും പ്രാർത്ഥനയും വായനയുമായി അവിടെയുണ്ടാകും അമ്മമ്മ. ഭാഗ്യവശാൽ, അപകടം നടക്കുമ്പോൾ അമ്മയുമുണ്ട് അമ്മമ്മയ്ക്കൊപ്പം. ലക്ഷ്മിയുടെ അലർച്ച കേട്ട് ആദ്യം ഓടിവന്നത് എഴുപതു വയസ്സുകാരിയായ അമ്മമ്മ തന്നെ. പിന്നാലെ അമ്മയും. ലക്ഷ്മി വിരൽ ചൂണ്ടിയ

സ്ഥലത്തേക്ക് ഒരൊറ്റ തവണയേ നോക്കിയുള്ളൂ അമ്മമ്മ. അടുത്ത നിമിഷം ഉടുത്തിരുന്ന മേൽമുണ്ട് അഴിച്ചു വലിച്ചെറിഞ്ഞ് കുളത്തിലേക്ക് ഊളിയിട്ടു അവർ. പിന്നാലെ കരഞ്ഞുകൊണ്ട് അമ്മയും.

സ്വതവേ ദുർബലരാണ് രണ്ടു പേരും. അമ്മമ്മയാണെങ്കിൽ കടുത്ത ആസ്തമക്കാരിയും. പക്ഷേ, ആ സന്ദിഗ്ദ്ധഘട്ടത്തിൽ അതുവരെയില്ലാത്ത ഊർജ്ജം മനസ്സിനേയും ശരീരത്തേയും വന്നു പൊതിയുന്നപോലെ തോന്നിയെന്ന് പിന്നീട് അമ്മമ്മ പറഞ്ഞുകേട്ടിട്ടുണ്ട്. കുളത്തിൽ നീന്തി ക്കുളിച്ച കാലം അമ്മമ്മയുടെ വിദൂര സ്മരണകളിൽ പോലുമുണ്ടായിരു ന്നില്ല. പക്ഷേ, അതൊന്നും അവരുടെ മനസ്സിനെ തളർത്തിയില്ല. ചുണ്ടിൽ രാമരാമ എന്ന മന്ത്രവുമായി മരണക്കയത്തിൽ നിന്ന് ഞങ്ങൾ ഓരോരു ത്തരെയായി ജീവിതത്തിലേക്ക് പിടിച്ചുകയറ്റി അമ്മമ്മ. കരയിലേക്ക് ഞങ്ങളെ വലിച്ചടുപ്പിക്കേണ്ട ദൗത്യമേ ഉണ്ടായിരുന്നുള്ളൂ അമ്മയ്ക്ക്. “അന്ന് ഞാൻ വിളിച്ചു പ്രാർത്ഥിക്കാത്ത ഈശ്വരന്മാരില്ല; നേരാത്ത വഴി പാടുകളും.” അമ്മമ്മ പറയും.

വർഷങ്ങൾ ഏറെ കൊഴിഞ്ഞുപോയിരിക്കുന്നു. ഞങ്ങൾ മൂവരുടെയും രക്ഷകയായി അന്ന് അവതരിച്ച ലക്ഷ്മി ഉയർന്ന എയർഫോഴ്സ് ഉദ്യോഗ സ്ഥന്റെ ‘മേംസാബ്’ ആയി ഡൽഹിയിൽ കഴിയുന്നു ഇന്ന്. പാർവതി ഏടത്തി ഡെക്കാൻ ഹെറാൾഡ് പത്രത്തിന്റെ പരസ്യവിഭാഗത്തിൽ ഉദ്യോഗസ്ഥയായി അവരുടെ കൊൽക്കത്ത ഓഫീസിൽ. മാതൃകാപുരുഷ നായിരുന്ന ഗോപിയേട്ടൻ സെൻട്രൽ എക്സൈസ് അസിസ്റ്റന്റ് കമ്മീഷ ണറായി കോയമ്പത്തൂരിൽ. അനുജൻ രജി എന്ന രാജേന്ദ്രൻ റബർ എസ്റ്റേറ്റ് മാനേജരായി വാണിയംപാറയിൽ. എട്ടന്മാരേ എന്ന് അലറിവിളിച്ചു കുളത്തിൽ ചാടിയ ഒമ്പതു വയസ്സുകാരി രഞ്ജിനി ഭർത്താവിനും മകനു മൊപ്പം യു.എസ്സിലെ ലോസാഞ്ചലസ്സിൽ. സ്നേഹദീപമേ മിഴി തുറക്കൂ എന്ന സിനിമയ്ക്ക് വേണ്ടി പി. ഭാസ്കരൻ എഴുതി പുകഴേന്തി ഈണ മിട്ട് എസ്. ജാനകി പാടിയ “ലോകംമുഴുവൻ സുഖം പകരാനായ്” എന്ന ഗാനം ഇന്നു കേൾക്കുമ്പോഴും സൂര്യതേജസ്സാർന്ന ഒരു മുഖം മനസ്സിൽ തെളിയും. കൽപ്പള്ളി പുലാപ്ര കല്യാണിക്കുട്ടി അമ്മ എന്ന അമ്മമ്മ യുടെ മുഖം. ശ്രീഗുരുവായൂരപ്പൻ മുതൽ കൊട്ടിയൂർ ഭഗവതി വരെയുള്ള ഈശ്വരന്മാർ ചിത്രങ്ങളായും ശില്പങ്ങളായും നിരന്നിരിക്കുന്ന ‘ശീപോതി’ ക്കൂടിനു മുന്നിൽ ചമ്രം പടിഞ്ഞിരുന്ന് ഉച്ചത്തിൽ നാമം ജപിക്കുകയാണ് അവർ തൂവെള്ള വസ്ത്രവും രുദ്രാക്ഷമാലയും ധരിച്ച്.

ഒരേസമയം ഭയവും സ്നേഹവുമായിരുന്നു ഞങ്ങൾക്ക് അമ്മമ്മയെ. ആട്ടിൻകുട്ടികളെ അവയുടെ യജമാനൻ എന്നപോലെ, വൈകുന്നേര മായാൽ ഞങ്ങൾ കുട്ടികളെ തെക്കേ അറയിലെ ദൈവങ്ങളുടെ സന്നിധി യിലേക്ക് തെളിച്ചു കൊണ്ടുപോകും അമ്മമ്മ. ഒരു മണിക്കൂറോളം നീളുന്ന നാമജപഘോഷമാണ് പിന്നെ. നമശ്ശിവായയിൽ തുടങ്ങി സർവത്ര നാമ സങ്കീർത്തനം ഗോവിന്ദാ’ എന്ന നീട്ടിവിളിയിൽ അവസാനിക്കുന്ന ഒരു

നീണ്ട യജ്ഞം. ഇന്നത്തെ ചില പ്രശസ്ത ഗായകർ സദസ്സിനെ കബളിപ്പിച്ച് പാട്ടിനൊത്ത് ലിപ്സിങ്ക് ചെയ്യുന്ന പോലെ, ഒപ്പമിരിക്കുന്ന പെൺകുട്ടികളുടെ ഉച്ചത്തിലുള്ള നാമാലാപത്തിനൊത്ത് ചുണ്ടനക്കുക എന്നതായിരുന്നു ഞങ്ങൾ ആൺകുട്ടികളുടെ ധർമ്മം. പാടാൻ അറിയില്ലല്ലോ. 'അഭിനയം' മടുക്കുമ്പോൾ ഓരോരുത്തരായി വെള്ളം കുടിക്കാൻ എന്ന വ്യാജേന സ്ഥലം വിടും. കുടിച്ചിട്ടും കുടിച്ചിട്ടും തീരാത്ത വെള്ളമോ എന്ന മ്പരന്ന് അടുക്കളയിലോ കലവറയിലോ പതുങ്ങിച്ചെന്ന് മുങ്ങൽ വിദഗ്ദ്ധരെ ചെവിയിൽ തൂക്കി കയ്യോടെ ഈശ്വരസന്നിധിയിലേക്ക് തിരികെ ആനയിക്കും അമ്മമ്മ. "ഇങ്ങനെ വയസ്സായോരെ പറ്റിച്ചാൽ നിങ്ങള് ജീവിതം മുഴോൻ വെള്ളം കുടിക്കേണ്ടി വരും കുട്ട്യോളേ..." കളിയും കാര്യവും ഇത്തിരി പരിഹാസവും ഇടകലർത്തി അമ്മമ്മ ഉപദേശിക്കുമ്പോൾ കണ്ണുകൾ അമർത്തിച്ചിമ്മി 'സ്വാമിശരണം ശരണം മേ' എന്ന് ആർത്തു വിളിച്ചു തുടങ്ങിയിട്ടുണ്ടാകും വിരുതൻ ശങ്കുമാരായ ഞങ്ങൾ.

പതിമൂന്നാംവയസ്സിൽ കല്യാണം കഴിച്ചയാളാണ് അമ്മമ്മ. ചെറിയൊരു കസേരമേൽ കയറി നിന്ന്, തലയെടുപ്പുള്ള വല്യച്ഛന്റെ (അമ്മയുടെ അച്ഛനെ അങ്ങനെയാണ് വിളിക്കുക) കഴുത്തിൽ വരണമാല്യം ചാർത്തുന്ന അമ്മമ്മയുടെ ചിത്രം സമപ്രായക്കാരിയായ മറ്റൊരു മുത്തശ്ശി വരച്ചിട്ടതോർക്കുന്നു. നല്ല പ്രായവ്യത്യാസമുണ്ടായിരുന്നത്രേ അമ്മമ്മയ്ക്ക് വല്യച്ഛനുമായി. വല്യച്ഛൻ പക്ഷാഘാതം പിടിപെട്ട് ശയ്യാവലംബിയാകുമ്പോൾ 40കളിൽ എത്തിയിരുന്നതേയുള്ളൂ അമ്മമ്മ. ഭർത്താവിന്റെ വിയോഗസമയത്ത് അഞ്ചു മക്കളിൽ മൂന്നു പേർ അവിവാഹിതർ; രണ്ടു പേർ തീരെ ചെറുപ്പവും. അവരെ മാത്രമല്ല അവരുടെ പിൻതലമുറയേയും ഗുരുത്വമുള്ളവരാക്കി വളർത്താനാണ് അമ്മമ്മ തന്റെ ശേഷിച്ച ജീവിതകാലം വിനിയോഗിച്ചത്.

ഓണക്കാലത്തും രണ്ടുമാസത്തെ വേനലവധിക്കും തറവാട്ടിൽ എത്തുമ്പോഴാണ് അമ്മമ്മയുടെ സ്നേഹവാത്സല്യങ്ങൾ നുകരാനും ശാസനകൾ ഏറ്റുവാങ്ങാനും യോഗമുണ്ടാകുക. "ഓന് വായനയിൽ നല്ല കമ്പംണ്ട്. നല്ല പുസ്തകങ്ങള് വാങ്ങിക്കൊടുക്കണം..." അച്ഛനെ കാണുമ്പോഴെല്ലാം അമ്മമ്മ പറയും. ബന്ധുവീടുകൾ സന്ദർശിക്കാനായി ഒരിക്കൽ കോഴിക്കോട്ട് ചെന്നപ്പോൾ ജയിൽ റോഡിലെ പഴയ ഡേവിസൺ തിയേറ്ററിനടുത്തുള്ള നാഷണൽ ബുക്ക് സ്റ്റാളിൽ കൂട്ടിക്കൊണ്ടുപോയി ഇഷ്ടമുള്ള പുസ്തകം തിരഞ്ഞെടുത്തുകൊള്ളാൻ പറഞ്ഞത് ഓർമ്മയുണ്ട്. അമർ ചിത്രകഥയുടെ ഘടോൽക്കചൻ എന്ന കോമിക് പുസ്തകവും മാലി എഴുതിയ കുട്ടികളുടെ മഹാഭാരതവുമാണ് അന്ന് തിരഞ്ഞെടുത്തത്. "അക്ഷരം ഈശ്വരനാണ് കുട്ടീ. നന്നായി പ്രാർഥിച്ചാൽ ഫലം കിട്ടാതിരിക്കില്യ..." അമ്മമ്മ പറയും. അമ്മമ്മയുടെ ഗ്രന്ഥശേഖരത്തിൽ നിന്നാണ് മാതൃഭൂമി ആഴ്ച്ചപ്പതിപ്പിന്റെ 1930കൾ തൊട്ടുള്ള ലക്കങ്ങളും ഗാന്ധിസാഹിത്യവും ഭവൻസ് ജേണലിന്റെ പഴയ പതിപ്പുകളും എല്ലാം വായിച്ചുതീർത്തത്.

ഭക്തിഗാനങ്ങളേ കേൾക്കൂ അമ്മമ്മ. "മറ്റേ ജാതി പാട്ടുകൾ എല്ലാം ശുദ്ധനെലോളികൾ" എന്നാണു തമാശയായി പറയുക. സിനിമ കുട്ടികളെ വഴിതെറ്റിക്കും എന്നാണ് വിശ്വാസം. എന്നിട്ടും എങ്ങനെ പഴയ സിനിമകളെക്കുറിച്ചും സിനിമാപ്പാട്ടുകളെക്കുറിച്ചും എന്നോട് വാചാലയാകാൻ അമ്മമ്മ സമയം കണ്ടെത്തി എന്നോർക്കുമ്പോൾ അദ്ഭുതം തോന്നും. പേരക്കുട്ടികളിൽ എനിക്ക് മാത്രം അമ്മമ്മ കനിഞ്ഞു നൽകിയ 'പ്രിവിലേജ്'. രാമരാജ്യ (1943), കങ്കൺ (1939), ബന്ധൻ (1940), കിസ്മത് (1943), ഭരത് മിലാപ്(1942)... ഇതൊക്കെ ചെറുപ്പകാലത്ത് അമ്മമ്മ കണ്ട് ആസ്വദിച്ച സിനിമകൾ. അത്ര മിനുമിനുപ്പില്ലാത്ത ശബ്ദത്തിൽ ആ സിനിമകളിലെ പാട്ടുകൾ ഉറക്കെ പാടിക്കേൾപ്പിക്കുന്നത് ഓർമ്മയുണ്ട്. പ്രത്യേകിച്ച്, അശോക്കുമാറും അമീർബായ് കർണാടകിയും പാടിയ കിസ്മത്തിലെ 'ധീരേ ധീരേ ആരേ ബാദൽ ധീരേ ആ രഹി ഹേ' എന്ന പ്രശസ്തമായ താരാട്ട്. 'രാമരാജ്യ'യിൽ സീതയായി അഭിനയിച്ച ശോഭന സമർഥ് ആയിരുന്നു അമ്മമ്മയുടെ ഇഷ്ട താരം. 'ഭരത് മിലാപി'ൽ കൈകേയി ആയി വേഷമിട്ട ദുർഗാ ഖോട്ടേയോട് ആദരവായിരുന്നു. "യഥാർത്ഥ കൈകേയി ഇത്രയും ദുഷ്ടയല്ലെന്നു തോന്നും അവരുടെ അഭിനയം കാണുമ്പോൾ..."

അമ്മമ്മ ഇന്നില്ല. ചുണ്ടിൽ രാമമന്ത്രവുമായി പ്രായത്തെ നീന്തിക്കടന്ന് പേരക്കിടാങ്ങൾക്ക് ജീവിതം വീണ്ടെടുത്തു തന്ന അവർ കാലത്തിന്റെ തിരശീലയ്ക്കപ്പുറത്താണ്. പക്ഷേ, ശാന്തഗാംഭീര്യമാർന്ന ആ മുഖമുണ്ട് ഇന്നും ഓർമ്മയിൽ; ആത്മവിശ്വാസം സ്ഫുരിക്കുന്ന ആ ശബ്ദവും. ശ്വാസം മുട്ടിക്കുന്ന നഗരത്തിരക്കിൽ നിന്ന് വല്ലപ്പോഴുമൊക്കെ തറവാട്ടിലേക്ക് ഒളിച്ചോടുമ്പോൾ, പായലും ഉണങ്ങിയ ഇലകളും നിറഞ്ഞ് ഉപയോഗശൂന്യമായി കിടക്കുന്ന കുളത്തിന്റെ വക്കിൽ പോയി നിൽക്കും. സ്നേഹവും കരുതലും നിറഞ്ഞ ആ ശബ്ദം വീണ്ടും കാതിൽ മുഴങ്ങും അപ്പോൾ: "എന്റീശ്വരാ... കുളത്തിൽനിന്ന് കയറിവന്നപ്പോൾ നേരെ മുന്നിൽ കണ്ടത് അനങ്ങാതെ കെടക്കണ നിന്നെയാണ്. സർവാംഗവും തളർന്നു. ന്റെ കുട്ടിയെ കാത്തോളണേ എന്ന് ഗുരുവായൂരപ്പനെ വിളിച്ചു കരയുകയല്ലാതെ വേറെന്താ വഴി? ഒടുവിൽ ഈശ്വരൻ കാത്തു നിന്നെ..."

ഓർമ്മയിൽ എസ്. ജാനകി പാടിക്കൊണ്ടേയിരിക്കുന്നു: "പുല്ലിൽ പൂവിൽ പുഴയിൽ കിളിയിൽ വന്യജീവിയിൽ വനചരനിൽ, ജീവബിന്ദുവിന്നമൃതം തൂകിയ ലോകപാലകാ ജഗദീശാ, ആനന്ദത്തിൻ അരുണകിരണമായ് അന്ധകാരമിതിൽ അവതരിക്കൂ..." ജീവിതത്തിലേക്ക് തിരികെ കൈപിടിച്ചു കൂട്ടിക്കൊണ്ടുപോന്ന ആ പാട്ടിന്റെ വരികളിൽ നിറഞ്ഞു തുളുമ്പിയതും ഈശ്വരനായിരുന്നില്ലേ?

■

ഒരു ദലം മാത്രം

പ്രണയഗാനം പാടുമ്പോൾ ശരിക്കും കാമുകനായി മാറും എം ജി രാധാകൃഷ്ണൻ; മനസ്സുകൊണ്ട് മാത്രമല്ല, രൂപഭാവങ്ങൾ കൊണ്ടും. "ജാലക"ത്തിൽ യേശുദാസിന് വേണ്ടി താൻ സൃഷ്ടിച്ച "ഒരു ദലം മാത്രം വിടർന്നൊരു ചെമ്പനീർ മുകുളമായ് നീയെന്റെ മുന്നിൽ നിന്നു" എന്ന മനോഹര ഗാനം തിരുവനന്തപുരത്തെ സെനറ്റ് ഹാളിന്റെ ബാക്ക് സ്റ്റേജിലിരുന്ന് ഒരിക്കൽ പാടിത്തന്നിട്ടുണ്ട് രാധാകൃഷ്ണൻ ചേട്ടൻ തനിക്ക് മാത്രം കഴിയുന്ന ശൈലിയിൽ.

"തരള കപോലങ്ങൾ നുള്ളി നോവിക്കാതെ
തഴുകാതെ ഞാൻ നോക്കി നിന്നു"

എന്ന വരിയെത്തുമ്പോൾ അറിയാതെ അദ്ദേഹത്തിന്റെ കണ്ണുകൾ അടയും. ഏതോ ആത്മനിർവൃതിയുടെ ലഹരി നുകർന്ന് പ്രണയിനിയെ ആരാധനയോടെ നോക്കി നിൽക്കുന്ന കൗമാര കാമുകനായി മാറും അപ്പോൾ അദ്ദേഹം. മറക്കാനാവാത്ത നിമിഷങ്ങൾ...

"ആ വരിയാണ് ആ പാട്ടിന്റെ സൗന്ദര്യം" എന്ന് പറഞ്ഞപ്പോൾ പൊട്ടിച്ചിരിച്ചു രാധാകൃഷ്ണൻ. "എന്നെ ഏറ്റവുമധികം കുഴക്കിയതും ആ വരി തന്നെ." അദ്ദേഹം പറഞ്ഞു. ട്രിവാൻഡ്രം ക്ലബ്ബിലെ കോട്ടേജിലിരുന്ന് ആ ഗാനം ഒരുക്കുമ്പോൾ രചയിതാവായ ഒ എൻ വി ഇല്ല ഒപ്പം. പക്ഷേ, കവിതയുടെ കവിൾത്തടങ്ങൾ നുള്ളി നോവിക്കാതെ വേണം പാട്ട് ചിട്ടപ്പെടുത്താൻ എന്ന് പല്ലവിയിൽ പറയാതെ പറഞ്ഞിട്ടുണ്ട് കവി. അതായിരുന്നു ഏറ്റവും വലിയ വെല്ലുവിളിയും "ഞാൻ ഏറ്റവുമധികം സമയമെടുത്ത് ചിട്ടപ്പെടുത്തിയ വരികളിൽ ഒന്നായിരിക്കണം അത്." എം ജി രാധാകൃഷ്ണന്റെ വാക്കുകൾ. "ജീവിതത്തിൽ പരാജിതനാണ് പാട്ടിലെ കാമുകൻ. പ്രണയത്തിൽ ദുർബലനും. ഒന്ന് തഴുകിയാൽ പോലും കാമുകിക്ക് നോവുമോ എന്ന് സംശയിക്കുന്നവൻ. അതുകൊണ്ടു തന്നെ ഈണത്തിൽ കാമത്തിന്റെ അംശമേ പാടില്ല. പ്രണയം ഉള്ളിലൊതുക്കി വേണം പാടാൻ. മാത്രമല്ല തീവ്ര പ്രണയത്തിൽ തുടങ്ങി പ്രണയനഷ്ടത്തിൽ എത്തിച്ചേരുന്ന പാട്ടാണ്. പലതവണ മാറിമാറി

ഈണമിട്ട ശേഷമാണ് എനിക്ക് തൃപ്തിയായത്. ഇന്ന് ആ പാട്ട് കേൾക്കുമ്പോൾ അദ്ധ്വാനം വെറുതെയായില്ലല്ലോ എന്ന് തോന്നാറുണ്ട്."

കലഹവും പരിഭവവുമൊന്നുമില്ലാതെ എന്ത് പ്രണയം? മനോഹരമായ ഈ പ്രണയഗാനത്തിന്റെ പിറവിയിലുമുണ്ടായി അത്തരം ചില അസ്വാരസ്യങ്ങൾ. പക്ഷേ, അവയെല്ലാം നല്ലതിന് വേണ്ടിയായിരുന്നു എന്ന് വിശ്വസിക്കുന്നു, ജാലകത്തിന്റെ സംവിധായകൻ ഹരികുമാർ. എം.ബി. ശ്രീനിവാസനെ പടത്തിന്റെ സംഗീത സംവിധാന ചുമതല ഏൽപ്പിക്കണം എന്നായിരുന്നു ഹരികുമാറിന്റെ ആഗ്രഹം. തൊട്ടു മുൻപ് ചെയ്ത 'അയന'ത്തിൽ എം.ബി.എസ് ആയിരുന്നു സംഗീത സംവിധായകൻ. പക്ഷേ, ശിഷ്യൻ കൂടിയായ എം.ജി. രാധാകൃഷ്ണനുമായി ഒരുമിക്കാൻ ഒ.എൻ.വി. ആഗ്രഹം പ്രകടിപ്പിച്ചപ്പോൾ മറുത്തൊന്നും പറഞ്ഞില്ല ഹരികുമാർ. "കമ്പോസിംഗിന് നിശ്ചയിച്ച ദിവസം എഴുതിത്തീർത്ത പാട്ടുകളുമായി കാലത്തേ ട്രിവാൻഡ്രം ക്ലബ്ബിൽ എത്തി ഒ.എൻ.വി. സാർ. പക്ഷേ, രാധാകൃഷ്ണന്റെ പൊടി പോലുമില്ല. വൈകുന്നേരം അഞ്ചു മണിവരെ കാത്തിരുന്നിട്ടും ആളെ കാണാതായപ്പോൾ സ്വാഭാവികമായും ഒ.എൻ.വി. സാർ ചൊടിച്ചു. രാധാകൃഷ്ണൻ വന്നിട്ട് വിളിച്ചാൽ മതി എന്നു പറഞ്ഞു ക്രുദ്ധനായി വീട്ടിലേക്ക് മടങ്ങിപ്പോയി അദ്ദേഹം. തുടക്കം തന്നെ പാളിപ്പോയല്ലോ എന്ന സങ്കടത്തിലായിരുന്നു ഞാനും പടത്തിന്റെ തിരക്കഥാകൃത്ത് ബാലചന്ദ്രൻ ചുള്ളിക്കാടും."

ഏറെ വൈകിയാണ് രാധാകൃഷ്ണൻ വന്നത്. "സംഗീത സംവിധാനം നിർവഹിക്കാവുന്ന അവസ്ഥയിലല്ല വരവ്. എങ്കിൽ പിന്നെ നാളെയാകാം ഗാനസൃഷ്ടി എന്ന് പറഞ്ഞു അദ്ദേഹത്തെ തിരിച്ചയച്ചു ഞങ്ങൾ." ഹരികുമാർ ഓർക്കുന്നു. പിറ്റേന്ന് കാലത്തുതന്നെ കുളിച്ചു സുന്ദരനായി എത്തി ട്രിവാൻഡ്രം ക്ലബ്ബിൽ എത്തി സംഗീത സംവിധായകൻ. തലേന്ന് കണ്ട രാധാകൃഷ്ണനല്ല; പൂർണ്ണമായും സംഗീതത്തിൽ മുഴുകിയ ഒരു യഥാർത്ഥ ജീനിയസ്. പാട്ടിന്റെ വരികളിലൂടെ ഒഴുകിക്കൊണ്ടേയിരിക്കുകയാണ് അദ്ദേഹം. ഈണങ്ങൾ വരുന്നു, പോകുന്നു. ശ്രമങ്ങൾ ഉദ്ദേശിച്ച പൂർണ്ണത നേടാതെ പോകുമ്പോൾ സ്വാഭാവികമായും അക്ഷമനാകുന്നു അദ്ദേഹം. മണിക്കൂറുകളുടെ അദ്ധ്വാനത്തിനൊടുവിൽ വൈകുന്നേരത്തോടെ പാട്ട് പൂർത്തിയായപ്പോൾ രാധാകൃഷ്ണന്റെ മുഖത്ത് വിരിഞ്ഞ പുഞ്ചിരി ഓർമ്മയുണ്ട്. ട്യൂൺ തയ്യാറായ ശേഷമാണ് ഒ.എൻ.വിയെ വിളിച്ചത്. ഉള്ളിലൊരു ഭയമുണ്ടായിരുന്നു. എങ്ങനെയായിരിക്കും അദ്ദേഹത്തിന്റെ പ്രതികരണം എന്നറിയില്ലല്ലോ. പ്രതീക്ഷിച്ചപോലെ ഒട്ടും പ്രസാദാത്മകമല്ല കവിയുടെ മുഖം. ഒരു പൊട്ടിത്തെറിയാണ് ഞങ്ങൾ പ്രതീക്ഷിച്ചത്. പക്ഷേ, രാധാകൃഷ്ണൻ പാട്ട് പാടിക്കേൾപ്പിച്ചപ്പോൾ മുഖത്തെ കാർമേഘം നീങ്ങി. പകരം സുന്ദരമായ ഒരു പുഞ്ചിരി വിരിഞ്ഞു അവിടെ. തരള കപോലങ്ങൾക്ക് പോറലേൽക്കാതെ തന്റെ കവിതയെ സംഗീത സാന്ദ്രമാക്കിയതിലുള്ള സന്തോഷം മുഴുവൻ ഉണ്ടായിരുന്നു ആ ചിരിയിൽ.

തിരുവനന്തപുരം തരംഗിണിയിൽ നടന്ന പാട്ടിന്റെ റെക്കോർഡിംഗ് മറ്റൊരു കൗതുകാനുഭവം. ഭാവമധുരമായിത്തന്നെ യേശുദാസ് പാടിത്തീർത്തപ്പോൾ എം.ജി. രാധാകൃഷ്ണനും റെക്കോർഡിസ്റ്റ് കരുണാകരനും ഉൾപ്പെടെ സ്റ്റുഡിയോയിൽ ഉണ്ടായിരുന്നവരെല്ലാം സംതൃപ്തർ. സംവിധായകൻ ഹരികുമാറിന്റെ മുഖത്ത് മാത്രമില്ല സന്തോഷം. "ദാസേട്ടൻ പാടിയത് മോശമായിട്ടല്ല. അതീവഹൃദ്യമായിത്തന്നെ അദ്ദേഹം പാടി. പക്ഷേ, ഇതല്ലല്ലോ എന്റെ സിനിമയിലെ സന്ദർഭത്തിന് ഇണങ്ങുന്ന പാട്ട് എന്നൊരു തോന്നൽ. പാട്ടിന്റെ മൂഡിൽ ചെറിയൊരു മാറ്റം വരുത്തുകയേ വേണ്ടൂ. പക്ഷേ, മാറ്റിപ്പാടാൻ എങ്ങനെ ദാസേട്ടനോട് പറയും. ആർക്കുണ്ട് അതിനുള്ള ധൈര്യം? രാധാകൃഷ്ണൻ നേരത്തെ തന്നെ ഒഴിഞ്ഞുമാറിയിരുന്നു. താരതമ്യേന ജൂനിയർ ആയ എനിക്കാണെങ്കിൽ പറഞ്ഞാൽ അധികപ്രസംഗമാകുമോ എന്ന പേടി.."

വിധി ഇടപെട്ടത് അപ്പോഴാണ്. പാട്ട് പാടി വോയ്സ് ബൂത്തിൽനിന്ന് പുറത്തിറങ്ങിവന്ന യേശുദാസിന് എന്തോ പന്തികേട് തോന്നിയിരിക്കണം. "ഡയറക്റ്റർ സാറിന് എന്താ ഒരു പ്രശ്നം? തൃപ്തിയായില്ലേ?" അദ്ദേഹം ചോദിച്ചു. മടിച്ചുമടിച്ചാണെങ്കിലും ഹരികുമാർ പറഞ്ഞു: "ദാസേട്ടാ, പാട്ട് ഒന്നുകൂടി കേട്ടുനോക്കൂ. എന്നിട്ട് ദാസേട്ടൻ പറയുംപോലെ ചെയ്യാം." റെക്കോർഡ് ചെയ്ത പാട്ട് ഒന്നുകൂടി കേൾപ്പിക്കാൻ കരുണാകരനോട് ആവശ്യപ്പെടുന്നു യേശുദാസ്. ശ്രദ്ധയോടെ കുറച്ചുനേരം പാട്ട് കേട്ടിരുന്നശേഷം എഴുന്നേറ്റ് അദ്ദേഹം പറഞ്ഞു: "നമുക്ക് ഇതൊന്നുകൂടി എടുക്കാം. എന്താ...?" ഹരികുമാറിന് ശ്വാസം നേരെവീണത് അപ്പോഴാണ്. നേരെ ബൂത്തിൽ കയറി മൈക്കിന് മുന്നിൽ ചെന്നുനിൽക്കുന്നു യേശുദാസ്. ആദ്യ ടേക്കിൽ തന്നെ പാട്ട് ഓക്കേ. അവിടെ കൂടിയിരുന്ന എല്ലാവരുടെയും കണ്ണുകളും ഹൃദയങ്ങളും നിറയ്ക്കാൻ പോന്ന എന്തോ ഒരു ഇന്ദ്രജാലം ഉണ്ടായിരുന്നു ആ ആലാപനത്തിൽ. "വീണ്ടും പാടിയത് നന്നായി. ഇപ്പോഴാണ് അതിനൊരു പൂർണ്ണത വന്നത്." തിരിച്ചുപോകും മുൻപ് യേശുദാസ് സംവിധായകനോടും സംഗീതസംവിധായകനോടുമായി പറഞ്ഞു. പാട്ടിന്റെ അവസാനം പല്ലവി ആവർത്തിക്കുന്ന ഭാഗത്ത് പശ്ചാത്തലസംഗീതം വേണ്ടെന്നു വെച്ചതും സംവിധായകൻ തന്നെ. പ്രണയനഷ്ടം സൂചിപ്പിക്കാൻ ഏറ്റവും ഉചിതമായ മാർഗ്ഗം അതാണെന്ന് തോന്നി. ചെറിയൊരു മുറുമുറുപ്പിന് ശേഷമാണെങ്കിലും ആ പരീക്ഷണം അംഗീകരിക്കാൻ ഒടുവിൽ എം.ജി. രാധാകൃഷ്ണൻ തയ്യാറായി എന്നോർക്കുന്നു ഹരികുമാർ.

പാട്ടെഴുതിയ ഒ.എൻ.വിയും ഈണമിട്ട എം.ജി. രാധാകൃഷ്ണനും റെക്കോർഡ് ചെയ്ത കരുണാകരനും ഒക്കെ ഇന്ന് ഓർമ്മ. എങ്കിലും ഒരു ദലം മാത്രം വിടർന്ന ആ ചെമ്പനീർപ്പൂവിന്റെ സൗരഭ്യം ഇന്നും പഴയതുപോലെ. ■

ചിത്രയെ ചിത്രയാക്കിയ സ്നേഹഗായകൻ

ചിറയിൻകീഴുകാരൻ അബ്ദുൾഖാദറും കരമന കൃഷ്ണൻനായരും. ഇരുവരും അറിയപ്പെടുന്ന നാടകനടന്മാർ; സിനിമാഭിനയമോഹികൾ; സഹൃദയർ; സർവോപരി യുവകോമളന്മാരും. പക്ഷേ, സിനിമയിൽ അരങ്ങേറാനുള്ള ഊഴം വന്നപ്പോൾ പ്രായക്കുറവും ഉയരക്കൂടുതലും അബ്ദുൾ ഖാദറിനെ തുണച്ചു. ക്യാമറാ ടെസ്റ്റിൽ നേരിയ വ്യത്യാസത്തിൽ കൃഷ്ണൻനായർ പുറത്ത്. എഴുത്തുകാരനും വാഗ്മിയും 'കൗമുദി' വാരികയുടെ പത്രാധിപരുമായ കെ ബാലകൃഷ്ണൻ കഥയും തിരക്കഥയും സംഭാഷണവുമെഴുതി സംവിധാനം ചെയ്യേണ്ടിയിരുന്ന "ത്യാഗസീമ" (1951)യിലെ മുഖ്യ നടന്മാരിലൊരാളായി ചിറയിൻകീഴ് അബ്ദുൾഖാദർ തിരഞ്ഞെടുക്കപ്പെടുന്നത് അങ്ങനെയാണ്. ആദ്യചിത്രം വെളിച്ചം കണ്ടില്ലെങ്കിലും ഖാദർ വളർന്ന് മലയാളികളുടെ പ്രിയപ്പെട്ട പ്രേംനസീറായതും നിത്യഹരിതനായകനായതും മലയാള സിനിമയുടെ ഗതിവിഗതികൾ നിയന്ത്രിച്ചതുമൊക്കെ പിൽക്കാല ചരിത്രം.

അതേ പടത്തിൽ മറ്റൊരാൾ കൂടിയുണ്ടായിരുന്നു നായകനായി മാനുവെൽ സത്യനേശൻനാടാർ എന്ന സത്യൻ. സത്യന്റേയും പ്രേംനസീറിന്റെയും അടൂർ ഭാസിയുടേയുമൊക്കെ അരങ്ങേറ്റ ചിത്രമാകേണ്ടിയിരുന്ന "ത്യാഗസീമ" സാമ്പത്തിക പ്രശ്നങ്ങളാൽ ഇടയ്ക്കു വെച്ച് മുടങ്ങിയിട്ടും ഈ അനുഗൃഹീത നടന്മാരെല്ലാം സിനിമയുടെ രാജവീഥികളിൽ ഇടം നേടിയെന്നത് വിധിനിയോഗമാകാം. നിർഭാഗ്യവാനായ കരമന കൃഷ്ണൻനായരുടെ കാര്യമോ? സിനിമാ മോഹം ഉപേക്ഷിച്ച് സ്വന്തം തട്ടകമായ നാടകത്തിലേക്കും സംഗീതവേദിയിലേക്കും തിരിച്ചുപോയ കൃഷ്ണൻനായർ തലസ്ഥാനത്തെ അറിയപ്പെടുന്ന നടനും ഗായകനുമായി. ഇടപ്പള്ളി രാഘവൻ പിള്ളയുടെ "മണിമുഴക്കം! മരണദിനത്തിന്റെ മണിമുഴക്കം" എന്ന പ്രശസ്ത കവിതയുടെ ഹൃദയസ്പർശിയായ അവതരണത്തിലൂടെ തിരുവനന്തപുരത്തുകാരുടെ പ്രിയപ്പെട്ട "മണിമുഴക്കം" കൃഷ്ണൻനായരായി. സ്നേഹസുരഭിലമായ ആ സംഗീത പാരമ്പര്യത്തിന്റെ പിന്തുടർച്ചാവകാശി ഇന്നും നമുക്കിടയിലുണ്ട്. മലയാളികളുടെ നിത്യജീവിതത്തിന്റെ ഭാഗമായിക്കഴിഞ്ഞ മധുരശബ്ദം കെ.എസ്. ചിത്ര.

“ചിത്രയെ കാണുമ്പോൾ ആദ്യം ഓർമ്മവരിക ആ കുട്ടിയുടെ അച്ഛന്റെ നന്മ നിറഞ്ഞ മുഖമാണ്.” സംഗീത സംവിധായകരുടെ കുലപതിയായ ദേവരാജൻ മാസ്റ്ററുടെ വാക്കുകൾ. “സദാ പുഞ്ചിരിക്കുന്ന ആ മുഖം കൃഷ്ണൻനായരുടെ സുതാര്യ വ്യക്തിത്വത്തിന്റെ ഭാഗം തന്നെയായിരുന്നു. ആരോടും പരിഭവമോ പരാതിയോ ഇല്ലാതെ ജീവിച്ചു മരിച്ച ഒരു നല്ല മനുഷ്യൻ...” കൃഷ്ണൻനായരുടെ കാവ്യാലാപനം തിരുവനന്തപുരം വി.ജെ.ടി ഹാളിലെ നിറഞ്ഞ സദസ്സിലൊരാളായി ഇരുന്ന് ആസ്വദിച്ചിട്ടുണ്ട് മാസ്റ്റർ. “മണിമുഴക്കം, മരണ ദിനത്തിന്റെ മണിമുഴക്കം മധുരം, വരുന്നു ഞാൻ” എന്ന് പാടിത്തുടങ്ങുമ്പോഴേ ഹാളിൽ അസ്വസ്ഥമായ ഒരു നിശ്ശബ്ദത പടരും. അങ്ങേയറ്റം ഭാവതീവ്രതയോടെയാണ് കൃഷ്ണൻനായർ പാടുക. കേൾവിക്കാരിൽ ചിലർ വേദന സഹിക്കാനാകാതെ തല കുനിച്ചിരിക്കും; മറ്റു ചിലർ കണ്ണീരൊപ്പും. ഒരു കവിതയ്ക്ക് എത്രത്തോളം ആഴത്തിൽ മനുഷ്യമനസ്സിനെ സ്വാധീനിക്കാൻ കഴിയും എന്ന് തിരിച്ചറിഞ്ഞത് കൃഷ്ണൻനായർ മണിമുഴക്കം ആലപിച്ചു കേട്ടപ്പോഴാണെന്ന് ദേവരാജൻ മാസ്റ്റർ. “എം.ജി. കോളേജിൽ എന്റെ ഒരു വർഷം സീനിയർ ആയി പഠിച്ചിരുന്ന കാലം മുതലേ കൃഷ്ണൻനായരെ അറിയാം. പക്ഷേ, മകൾ പാടുമെന്നോ സിനിമയിൽ അവസരം നൽകണമെന്നോ ഒരിക്കലും പറഞ്ഞുകേട്ടിട്ടില്ല അദ്ദേഹം. അതൊരു അത്ഭുതമല്ലേ?” മാസ്റ്ററുടെ ചോദ്യം.

ശാസ്ത്രീയമായി പാട്ടു പഠിച്ചിട്ടില്ല കൃഷ്ണൻനായർ. അപാരമായ കേൾവിജ്ഞാനമാണ് കൈമുതൽ. “മൂത്ത ചേച്ചി രാജമ്മയെ ഒരു ഭാഗവതർ വീട്ടിൽ വന്ന് വായ്പ്പാട്ടും വീണയും പഠിപ്പിച്ചിരുന്നു അക്കാലത്ത്. അത് കേട്ടാണ് കൃഷ്ണൻനായർ ചേട്ടൻ കുട്ടിക്കാലത്ത് സംഗീതം പഠിച്ചത്...” കൃഷ്ണൻനായരുടെ കൂടപ്പിറപ്പുകളിൽ ഇന്ന് ജീവിച്ചിരിപ്പുള്ള ഏക സഹോദരി ശോഭന. ചിത്രയുടെ പ്രിയപ്പെട്ട തങ്കിമാമി ഓർക്കുന്നു. തിരുവിതാംകൂറിൽ ജഡ്ജിയായിരുന്ന ദിവാൻ ബഹദൂർ എ ഗോവിന്ദപ്പിള്ളയുടെ മകൻ ജി. മാധവൻപിള്ളയാണ് കൃഷ്ണൻനായരുടെ പിതാവ്. ഇലക്ട്രിക്കൽ എഞ്ചിനീയറായിരുന്നു അദ്ദേഹം. മാധവൻ പിള്ള–തങ്കമ്മ ദമ്പതികൾക്ക് അഞ്ചു മക്കൾ: രാജമ്മ, ഗോപിനാഥൻനായർ, കൃഷ്ണൻനായർ, ചന്ദ്രശേഖരൻനായർ, ശോഭന. നാഗർകോവിലിലെ എസ്.എൽ.ബി. സ്കൂളിൽ പഠിക്കുന്ന കാലത്തേ സ്റ്റേജിൽ പാടും കൃഷ്ണൻനായർ. എം.കെ. ത്യാഗരാജ ഭാഗവതർ, ഘണ്ടശാല, പി.യു. ചിന്നപ്പ ഒക്കെയാണ് അന്നത്തെ പ്രിയഗായകർ. മുതിർന്നപ്പോൾ സൈഗൾ, പങ്കജ് മല്ലിക്, മുഹമ്മദ് റഫി, സി.എച്ച്. ആത്മ തുടങ്ങിയവരുടെ ഹിന്ദി പാട്ടുകളോടായി കമ്പം. “ഏതു ഗായകന്റെയും ശൈലി സ്വന്തം ആലാപനത്തിലേക്ക് അനായാസം പകർത്താൻ കഴിയുമായിരുന്നു ചേട്ടന്.” അനിയത്തിയുടെ ഓർമ്മ. “സൈഗളിന്റെ സോജാ രാജകുമാരി, പങ്കജ് മല്ലിക്കിന്റെ ഗുസർ ഗയാവോ സമാനാ, ആത്മയുടെ പ്രീതം ആൻ മിലോ, മുകേഷിന്റെ ജീവൻ സപ്നാ ടൂട്ട് ഗയാ.. ഈ പാട്ടുകൾ പലതും ചേട്ടൻ വേദിയിൽ പാടുന്നതിന്റെ

മങ്ങിയ ഓർമ്മയുണ്ട്. വിഷാദഗാനങ്ങളോട് അദ്ദേഹത്തിന് പ്രത്യേകിച്ചൊരു മമത ഉണ്ടായിരുന്നു. റഫിയുടെ ഓ ദുനിയാ കേ രഖ് വാലേ എന്ന പാട്ട് ചേട്ടൻ പാടുമ്പോൾ കരച്ചിൽ അടക്കിയാണ് സദസ്സ് കേട്ടിരിക്കുക.. അതൊരു കാലം."

ബഹുമുഖപ്രതിഭയായിരുന്നു കൃഷ്ണൻനായർ; സംഗീതത്തിന് പുറമെ നാടകാഭിനയത്തിലും ബാഡ്മിന്റൺ, നീന്തൽ തുടങ്ങിയ കായിക ഇനങ്ങളിലുമെല്ലാം മികവ് തെളിയിച്ചയാൾ. സദാശിവ ബ്രഹ്മേന്ദ്രരുടെ മാനസസഞ്ചരരേയും സ്വാതിതിരുനാളിന്റെ പദ്മനാഭ പാഹിയും വേദിയിൽ കൃഷ്ണൻനായർ ആലപിക്കുന്നത് കേട്ടാൽ കർണ്ണാടക സംഗീതം അതിന്റെ ചിട്ടവട്ടങ്ങളോടെ അഭ്യസിച്ചിട്ടില്ലാത്ത ഒരാളാണ് പാടുന്നതെന്ന് സങ്കൽപ്പിക്കാൻ പോലും പറ്റില്ല നമുക്ക്. സംഗീതത്തോടായിരുന്നു അഭിനിവേശമെങ്കിലും അധ്യാപനമാണ് കൃഷ്ണൻനായർ തിരഞ്ഞെടുത്ത തൊഴിൽ മേഖല. ബി.എഡും നിയമബിരുദവും നേടിയശേഷം വാമനപുരം സ്കൂളിൽ അധ്യാപകനായി തുടങ്ങിയ കൃഷ്ണൻനായർ വിരമിച്ചത് തേമ്പാമൂട് സ്കൂളിൽ ഹെഡ് മാസ്റ്ററായിട്ടാണ്. 1957ലായിരുന്നു വിവാഹം. ഭാര്യ ശാന്തകുമാരിയും അദ്ധ്യാപിക തന്നെ. നന്നായി പാടും; വീണ വായിക്കും. വീട്ടിലെ സംഗീതാന്തരീക്ഷം സ്വാഭാവികമായും മക്കളെ മൂന്നു പേരെയും സ്വാധീനിച്ചു. മൂത്തയാളായ കെ.എസ്. ബീനയാണ് ആദ്യം പാടിത്തുടങ്ങിയതും പിന്നണിഗായികയായി അരങ്ങേറിയതും – "തകിലുകൊട്ടാമ്പുറ"ത്തിൽ യേശുദാസിനോപ്പം പാടിയ കന്നിപ്പൂം പൈതൽ, ഡഡഡ ഡാഡി എന്നീ പാട്ടുകളിലൂടെ. പക്ഷേ, സിനിമയിൽ അധികകാലം തുടർന്നില്ല ബീന. തൊട്ടു പിന്നാലെ "അട്ടഹാസ"ത്തിൽ പാടിക്കൊണ്ട് ചിത്ര വരുന്നു. മലയാള സിനിമാചരിത്രത്തിന്റെ ഭാഗമായി മാറിയ ഐതിഹാസികമായ ഒരു സംഗീതയാത്രയുടെ തുടക്കം. ഇപ്പോൾ നൈജീരിയയിലെ ലാഗോസിലുള്ള ഏക സഹോദരൻ മഹേഷിനുമുണ്ട് സംഗീതപ്രേമം. നല്ലൊരു ഗിറ്റാറിസ്റ്റാണ് മഹേഷ്.

"ഡാഡിയുടെ സഹനവും ത്യാഗവുമാണ് എന്നിലെ പാട്ടുകാരിയെ വളർത്തിയത്." ചിത്ര പറയുന്നു. "കുട്ടിക്കാലത്ത് കാവാലം സാറിന്റെ നാടകസംഘത്തിൽ കോറസ് പാടിത്തുടങ്ങിയ കാലം മുതലേ സംഗീതയാത്രകളിൽ ഡാഡി നിഴൽപോലെ ഒപ്പമുണ്ട്. സിനിമയിൽ പാടിയതോടെ ചെന്നൈയിലേക്കായി ഞങ്ങളുടെ യാത്രകൾ എന്ന് മാത്രം. റെക്കോർഡിംഗ് സമയത്ത് വോയ്സ് ബൂത്തിൽ എന്റെ തൊട്ടു പിന്നിലാണ് ഡാഡി ഇരിക്കുക. പാടുന്നതിനിടെ ഇടയ്ക്കിടെ തിരിഞ്ഞുനോക്കും ഞാൻ. മുഖത്തെ സൂക്ഷ്മമായ ഭാവഭേദങ്ങളിൽനിന്ന് പോലും ഡാഡിയുടെ മനസ്സ് വായിച്ചെടുക്കാൻ കഴിഞ്ഞിരുന്നു എനിക്ക്." സ്നേഹപൂർവം മീര എന്ന ചിത്രത്തിൽ ബീനയും ചിത്രയും ഒരുമിച്ച് ഒരേ മൈക്കിന് മുന്നിൽ നിന്ന് പാടുന്നത് കേൾക്കാൻ കൃഷ്ണൻനായർക്ക് ഭാഗ്യമുണ്ടായി. അച്ഛനെന്ന നിലയിൽ അദ്ദേഹം ഏറ്റവും ആത്മസംതൃപ്തി അനുഭവിച്ച നിമിഷങ്ങൾ ആയിരിക്കും അവയെന്ന് വിശ്വസിക്കുന്നു ചിത്ര. ആദ്യത്തെ

ദേശീയ അവാർഡ് ചിത്ര ഏറ്റുവാങ്ങുന്നത് നേരിൽ കാണണമെന്ന് ആഗ്രഹിച്ചതാണ് അദ്ദേഹം. പക്ഷേ, അപ്പോഴേക്കും അർബുദം കൃഷ്ണൻ നായരെ ശയ്യാവലംബിയാക്കിയിരുന്നു. മകൾ രാജ്യത്തെ ഏറ്റവും മികച്ച ശബ്ദമായി അംഗീകരിക്കപ്പെടുന്ന കാഴ്ച്ച നിറകണ്ണുകളോടെ ടെലിവിഷനിൽ കണ്ട് നിർവൃതിയടഞ്ഞു അദ്ദേഹം.

നൊമ്പരമുണർത്തുന്ന ഒരനുഭവമുണ്ട് ചിത്രയുടെ ഓർമ്മയിൽ. ചെന്നൈയിലെ എ.വി.എം. "ജി" തീയറ്ററിൽ 'അനുരാഗി' (1988) എന്ന സിനിമയുടെ റെക്കോർഡിംഗ് നടക്കുന്നു. യൂസഫലി കേച്ചേരി ഗംഗൈ അമരൻ കൂട്ടുകെട്ടിന് വേണ്ടി ഏകാന്തതേ നീയും അനുരാഗിയോ എന്ന പാട്ട് പാടാൻ മൈക്കിന് മുന്നിൽ നിൽക്കുകയാണ് ചിത്ര. പതിവുപോലെ വോയ്സ് റൂമിൽ അച്ഛനുമുണ്ട്. മൈക്കിലേക്ക് ഹൃദയം തുറന്നു പാടുന്ന മകളെ നോക്കി പിന്നിലെ സോഫയിൽ ചാരിക്കിടക്കുകയാണ് അദ്ദേഹം. "അർബുദരോഗം കലശലായ കാലം. രോഗത്തിന്റെ രണ്ടാം ഘട്ടം തുടങ്ങിയിരുന്നു. ആദ്യം കവിളിനെയാണ് ബാധിച്ചത്. പിന്നെ മോണയിലേക്കും അത് പടർന്നു. അസഹനീയ വേദനയുമായാണ് ഡാഡി അന്നൊക്കെ റെക്കോർഡിംഗിന് വരിക. വേണ്ടെന്ന് പറഞ്ഞാലും സമ്മതിക്കില്ല. പല്ലവിയും ആദ്യ ചരണവും കഴിഞ്ഞപ്പോൾ ഞാൻ വെറുതെ തിരിഞ്ഞു നോക്കി. ഇഷ്ടപ്പെട്ടാൽ ഡാഡി ചിരിച്ചുകൊണ്ട് തലയാട്ടും. അതൊരു വലിയ പ്രോത്സാഹനമാണ് എനിക്ക്. എന്നാൽ അന്നത്തെ കാഴ്ച എന്നെ ശരിക്കും തളർത്തിക്കളഞ്ഞു. ആ കണ്ണുകൾ നിറഞ്ഞു തുളുമ്പുന്നു. കവിളുകളിലൂടെ നിലയ്ക്കാതെ ഒഴുകുകയാണ് കണ്ണീർ. ആ അവസ്ഥയിൽ അദ്ദേഹത്തെ കണ്ടിട്ടില്ല അതുവരെ. കരയുന്ന അച്ഛനെ പിന്നിലിരുത്തി എങ്ങനെ ആ പാട്ട് പാടിത്തീർത്തുവെന്ന് ഇന്നും എനിക്കറിയില്ല."

സിനിമാജീവിതം എന്നെന്നേക്കുമായി അവസാനിപ്പിക്കാൻ മനസ്സുകൊണ്ട് ചിത്ര ഉറച്ച ദിവസം. അന്നത്തെ റെക്കോർഡിങ് കഴിഞ്ഞയുടൻ അച്ഛനെ സ്റ്റുഡിയോക്ക് വെളിയിലേക്ക് വിളിച്ചുകൊണ്ടുപോയി മകൾ പറഞ്ഞു: "നമുക്ക് ഇന്ന് തന്നെ നാട്ടിലേക്ക് തിരിച്ചുപോകാം. എനിക്ക് മതിയായി. ഇത്രയൊക്കെ പാടിയത് തന്നെ ധാരാളം. ഡാഡിയെ വേദനിപ്പിച്ചുകൊണ്ട് ഇനി പാടേണ്ട.." അവശേഷിച്ച റെക്കോർഡിംഗുകൾ എല്ലാം കാൻസൽ ചെയ്ത് അച്ഛനോടൊപ്പം അന്ന് തന്നെ നാട്ടിലേക്ക് തിരിച്ചുപോയെങ്കിലും ചിത്ര മടങ്ങി വരിക തന്നെ ചെയ്തു. മകൾ പ്രശസ്തയായ പാട്ടുകാരിയാവണമെന്ന് സ്വപ്നം കണ്ടിരുന്ന അച്ഛന്റെ സ്നേഹപൂർണമായ നിർബന്ധമായിരുന്നു ചിത്രയുടെ മനംമാറ്റത്തിന് പിന്നിൽ. "ഇന്ന് തിരിഞ്ഞുനോക്കുമ്പോൾ തോന്നും, ഞാൻ അന്ന് പാട്ട് നിർത്തിയിരുന്നെങ്കിൽ ഡാഡിയോട് ചെയ്യുന്ന ഏറ്റവും വലിയ അപരാധമായിരുന്നേനെ എന്ന്. കാൻസറിലും വലിയ ആഘാതമായേനേ അതദ്ദേഹത്തിന്."

1986 ജൂലൈ 18നായിരുന്നു കൃഷ്ണൻനായരുടെ അന്ത്യം. ഒരു തൂവൽ കൊഴിയുംപോലെ എന്ന് പറയും ചിത്ര. "നെഞ്ചുവേദനയുമായി കോസ്മോപോളിറ്റൻ ആശുപത്രിയിൽ അഡ്മിറ്റ് ചെയ്തതായിരുന്നു ഡാഡിയെ. സുഖപ്പെട്ട് തിരിച്ചുവരും എന്നായിരുന്നു എല്ലാവരുടെയും പ്രതീക്ഷ. കാഴ്ച്ചയിൽ സന്തോഷവാനായിരുന്നു അദ്ദേഹം. കിടക്കയിൽ കിടന്നുകൊണ്ട് തന്നെ തമാശയൊക്കെ പറയും. ഞാനുമുണ്ട് ആ സമയത്ത് അടുത്ത്. ഒരു രാത്രി, ആഹാരം കഴിച്ച് കുറച്ചുനേരം കഴിഞ്ഞപ്പോൾ ചെറിയൊരു ശ്വാസതടസ്സംപോലെ. അത്രയേ ഉണ്ടായുള്ളൂ. ഞങ്ങൾ നോക്കിയിരിക്കേ തന്നെ ഡാഡി യാത്രയായി; സുഖകരമായ ഒരു ഉറക്കത്തിലേക്ക് വഴുതി വീഴും പോലെ..."

ചുണ്ടിലൊരു മന്ദസ്മിതത്തോടെ ഉറങ്ങിക്കിടന്ന അച്ഛന്റെ രൂപം ഇന്നുമുണ്ട് മകളുടെ ഓർമ്മയിൽ. പാടാൻ മൈക്കിന് മുന്നിൽ നിൽക്കുമ്പോഴെല്ലാം സൗമ്യമായ ആ മുഖം മനസ്സിൽ തെളിയും. അറിയാതെ തിരിഞ്ഞുനോക്കിപ്പോകും അപ്പോൾ. "എനിക്കറിയാം ഡാഡി അവിടെയുണ്ടാകുമെന്ന്. ആ അദൃശ്യ സാന്നിധ്യം ഇന്നും ഞാൻ അറിയുന്നു; അനുഭവിക്കുന്നു. അതാണെന്റെ ശക്തി.."

■

ദാ, ഇവിടെയുണ്ട് ആ പാട്ടുകാരി

"**ആ** പാട്ടൊന്ന് പാടിത്തരുമോ?" ചോദ്യം കേട്ട് പകച്ചുപോയിരിക്കണം 65കാരിയായ വീട്ടമ്മ. കുറച്ചുനേരം മിണ്ടാതെ നിന്നശേഷം ക്ഷമാപണ സ്വരത്തിൽ അവർ പറഞ്ഞു: "വരികളും ഈണവും ശരിക്ക് ഓർമ്മയില്ല. വർഷം കുറെയായില്ലേ? എങ്കിലും ശ്രമിച്ചുനോക്കാം. തെറ്റിപ്പോയാൽ പൊറുക്കണം..." പതിറ്റാണ്ടുകൾക്കു മുൻപ് താൻ റെക്കോർഡ് ചെയ്ത പാട്ടിന്റെ വരികൾ ഓർമ്മയിൽനിന്ന് വീണ്ടെടുത്ത് ഫോണിലൂടെ പതുക്കെ പാടിക്കേൾപ്പിക്കുന്നു ഷൈല സതീഷ്: "വാഴ്ത്തുന്നു ദൈവമേ നിൻ മഹത്വം, വാഴ്ത്തുന്നു രക്ഷകാ നിന്റെ നാമം, നീയെന്റെ പ്രാർത്ഥന കേട്ടു നീയെന്റെ മാനസം കണ്ടു..."

സിനിമയ്ക്ക് വേണ്ടി ആദ്യമായും അവസാനമായും പാടി റെക്കോർഡ് ചെയ്ത പാട്ട് ഇത്ര കാലത്തിനുശേഷം വീണ്ടും പാടുമ്പോൾ എന്തെന്തു വികാരങ്ങളാകും ആ മനസ്സിനെ വന്നു മൂടിയിരിക്കുക എന്നോർക്കുകയായിരുന്നു ഞാൻ. എത്രയെത്ര മുഖങ്ങളാകും ആ പാട്ടിനൊപ്പം ഗായികയുടെ ഓർമ്മയിൽ തെളിഞ്ഞിരിക്കുക? പല്ലവി പാടിനിർത്തിയ ശേഷം പഴയ മേരി ഷൈല (ഇന്ന് ഷൈല സതീഷ്) പറഞ്ഞു: "ഇരുപതാം വയസ്സിൽ പാടിയ പാട്ടല്ലേ? വരികളൊക്കെ മറന്നുതുടങ്ങി. കാറ്റു വിതച്ചവൻ എന്ന സിനിമയുടെ സംവിധായകൻ റവ. സുവിശേഷമുത്തു, സംഗീത സംവിധായകനായ പീറ്റർ രൂബൻ, ഗാനരചയിതാവ് പൂവച്ചൽ ഖാദർ, ആർ.കെ. ശേഖർ, ഗായകൻ ജെ.എം. രാജു... ഇവരൊക്കെ റെക്കോർഡിംഗിന് ഭരണി സ്റ്റുഡിയോയിൽ എത്തിയിരുന്നു എന്നാണു ഓർമ്മ." മലയാളികളുടെ ഒരു തലമുറയെ മുഴുവൻ ആകർഷിച്ച ആ പാട്ടിനെക്കുറിച്ചെഴുതുമ്പോൾ, അത് പാടിയ ഗായികയെ കണ്ടെത്താൻ കഴിയുമെന്ന് പ്രതീക്ഷിച്ചതല്ല. ഏറ്റവുമടുപ്പമുണ്ടായിരുന്നവർക്കുപോലും അറിയില്ലായിരുന്നു പഴയ പാട്ടുകാരി ഇപ്പോൾ എവിടെയാണെന്ന്. 1970കളുടെ ഒടുവിൽ സഹപ്രവർത്തകൻ സതീഷിന്റെ ജീവിതപങ്കാളിയായി ക്രിസ്ത്യൻ ആർട്സിനോട് വിടപറഞ്ഞ ശേഷം ചെന്നൈയിൽ നിന്ന് അപ്രത്യക്ഷയായതാണ് ഷൈല. "തിരുപ്പൂരിൽ കുടുംബസമേതം താമസിക്കുകയാണെന്ന്

കേട്ടിരുന്നു കുറച്ചുകാലം മുൻപ്. ഇപ്പോൾ എവിടെ എന്ന് പിടിയില്ല." ക്രിസ്ത്യൻ ആർട്സിന്റെ സുവർണ്ണകാലത്ത് റേഡിയോ സിലോണിലെ ഏറ്റവും പ്രശസ്ത ഗായക ശബ്ദമായിരുന്ന ജെ.എം. രാജു പറഞ്ഞു. രാജുവിനെപോലെ ദീർഘകാലം ഷൈലയുടെ സമകാലികനായിരുന്ന പൂവച്ചൽ ഖാദറിനും ഉണ്ടായിരുന്നില്ല ഗായികയുടെ പിൽക്കാല ജീവിതത്തെക്കുറിച്ചുള്ള വിവരം. സംഗീത വേദികളിലൊന്നും പിന്നീടവരുടെ പേര് പരാമർശിച്ചു കേട്ടിട്ടില്ല. വിജ്ഞാന ഭണ്ഡാരമായി വാഴ്ത്തപ്പെടുന്ന ഇന്റർനെറ്റിൽ പോലുമില്ല ഷൈലയുടെ ജീവിതരേഖ; പേരിനൊരു ഫോട്ടോ പോലും. ഇത്രയും വലിയൊരു ഹിറ്റ് ഗാനം മലയാളികൾക്ക് സമ്മാനിച്ച് കടന്നുപോയ പാട്ടുകാരി എവിടെ പോയി മറഞ്ഞിരിക്കണം? കൗതുകവും ദുരൂഹതയും നിറഞ്ഞ ചോദ്യം.

ബംഗളൂരുവിൽ ലിംഗരാജപുരത്ത് ഭർത്താവ് സതീഷിനൊപ്പം സന്തുഷ്ട കുടുംബജീവിതം നയിക്കുന്ന ഷൈലയെ ഒടുവിൽ കണ്ടെത്തിയത് ഫേസ്ബുക്കിന്റെ സഹായത്തോടെയാണ്. മകൾ സഞ്ജന സതീഷ് യൂട്യൂബിൽ അമ്മയുടെ പാട്ടിനെ കുറിച്ച് പോസ്റ്റ് ചെയ്ത ഒരു കമന്റിൽ നിന്നായിരുന്നു അന്വേഷണത്തിന്റെ തുടക്കം. ഫേസ്ബുക്കിൽ കണ്ടുമുട്ടിയപ്പോൾ സഞ്ജന പറഞ്ഞു: "അമ്മയ്ക്ക് സന്തോഷമാകും. മറന്നുതുടങ്ങിയ ആ കാലത്തെക്കുറിച്ച് ഗൃഹാതുരത്വത്തോടെ സംസാരിച്ചു കേൾക്കാറുണ്ട് അവർ..." മൂന്നു പെൺമക്കളാണ് സതീഷ്-ഷൈല ദമ്പതിമാർക്ക്. സുകന്യ, സഞ്ജന, ശരണ്യ. മൂന്നുപേരും വിവാഹിതർ. ദാമ്പത്യത്തിലേക്ക് പ്രവേശിച്ചശേഷം പാട്ടിന്റെ വഴിയിലേക്ക് തിരികെ പോയില്ല ഷൈല. കുട്ടികളെ വളർത്തുന്ന തിരക്കിൽ അതിനു സമയം കിട്ടിയില്ല എന്നതാണ് സത്യം. എങ്കിലും പാട്ടിനോടുള്ള സ്നേഹം ഷൈല കൈവിട്ടിരുന്നില്ല. അപൂർവമായി പള്ളിയിലെ ക്വയറിൽ പാടും. മലയാള സിനിമയിലെ എക്കാലത്തെയും സൂപ്പർഹിറ്റ് ക്രിസ്തീയ ഭക്തിഗാനങ്ങളിൽ ഒന്നിന് ശബ്ദം പകർന്ന ഗായികയാണ് തെല്ലൊരു സഭാകമ്പത്തോടെ മുന്നിൽനിന്ന് പാടുന്നതെന്ന് തിരിച്ചറിഞ്ഞവർ കുറവായിരുന്നു ബംഗളൂരുവിലെ കൂട്ടായ്മകളിൽ. ഷൈല അക്കാര്യം ആരോടും വെളിപ്പെടുത്താൻ പോയതുമില്ല. ഒരേയൊരു സിനിമാ പാട്ട് പാടി അപ്രത്യക്ഷയായ തന്നെ ആര് ഓർത്തിരിക്കാൻ?

ഇടയ്ക്കൊരിക്കൽ ഭർത്താവ് സതീഷ് ഔദ്യോഗിക ആവശ്യത്തിന് കേരളത്തിൽ പോയി തിരിച്ചുവന്നപ്പോഴാണ് ആ ധാരണ തിരുത്തേണ്ടി വന്നത്. ഏതോ നാട്ടിൻപുറത്തുകൂടി കാറിൽ കടന്നു പോകവേ സതീഷിന്റെ കാതിലേക്ക് പരിചിതമായ ഒരു ശബ്ദം ഒഴുകിയെത്തുന്നു. വണ്ടി നിർത്തി ശ്രദ്ധിച്ചപ്പോൾ, അദ്ഭുതം. ഭാര്യയുടെ പാട്ടാണ്. "തൊട്ടടുത്തുള്ള ഒരു സ്കൂൾ അസംബ്ലിയിൽ പ്രാർത്ഥനാഗീതമായി കുട്ടികൾ പാടിയ 'വാഴ്ത്തുന്നു ദൈവമേ...' എന്ന പാട്ട് സതീഷ് എനിക്കുവേണ്ടി ഫോണിൽ റെക്കോർഡ് ചെയ്തു. ഇവിടെ വന്ന് അത് കേൾപ്പിച്ചുതന്നപ്പോൾ എനിക്കെന്റെ കാതുകളെ വിശ്വസിക്കാനായില്ല. ഇത്ര കാലത്തിനുശേഷവും

ആ പാട്ട് ജീവിക്കുന്നുവെന്നോ? ശരിക്കും കണ്ണു നിറഞ്ഞുപോയി." ഷൈലയുടെ മക്കൾക്കും അതൊരു അദ്ഭുതകരമായ അറിവായിരുന്നു. അമ്മയെ വീണ്ടും സംഗീതത്തിലേക്ക് തിരിച്ചുകൊണ്ടുവരണമെന്ന് സുകന്യയും സഞ്ജനയും ശരണ്യയും തീരുമാനിക്കുന്നത് അന്നാണ്. 2007ൽ ഷൈലയുടെ പാട്ടുകൂടി ഉൾപ്പെടുത്തി ഒരു ഭക്തിഗാന ആൽബം പുറത്തിറക്കുന്നു അവർ. "കുട്ടികളുടെ നിർബന്ധത്തിനു വഴങ്ങിയാണ് അന്ന് ഞാൻ പാടിയത്. പിന്നെ പാടിയിട്ടില്ല." ഒരു നിമിഷം നിർത്തി ഷൈല കൂട്ടിച്ചേർക്കുന്നു: "ഇപ്പോൾ തോന്നും കുറച്ചുകൂടി പാട്ടുകൾ പാടാമായിരുന്നു എന്ന്. പക്ഷേ, വൈകിപ്പോയില്ലേ?"

ബർമ്മയിൽ വേരുകളുള്ള തമിഴ് കുടുംബത്തിലാണ് മേരി ഷൈലയുടെ ജനനം. ചെറുപ്പം മുതലേ റേഡിയോയുടെ ആരാധിക. ലതാ മങ്കേഷ്കറുടെ പാട്ടുകൾ കേട്ട് മനഃപാഠമാക്കുകയാണ് അന്നത്തെ പ്രധാന ഹോബി. ആദ്യം സ്റ്റേജിൽ പാടിയതും ലതയുടെ പാട്ടുകൾ തന്നെ. ക്രിസ്ത്യൻ ആർട്സ് ആൻഡ് കമ്മ്യൂണിക്കേഷൻ സർവീസസിൽ ചേർന്ന ശേഷം പതിവായി ഭക്തിഗാനങ്ങൾ പാടിത്തുടങ്ങി. "കാറ്റു വിതച്ചവനി"ലൂടെ (1973) ക്രിസ്ത്യൻ ആർട്ട്സ് സിനിമാനിർമ്മാണത്തിലേക്ക് കാലെടുത്തുവെച്ചപ്പോൾ, ഷൈലയ്ക്കും പിന്നണി പാടാൻ അവസരം നൽകണമെന്നത് സംവിധായകൻ സുവിയുടെ (റവ സുവിശേഷമുത്തു) നിർബന്ധമായിരുന്നു. പൂവച്ചൽ ഖാദർ എഴുതി പീറ്റർ രൂബൻ ചിട്ടപ്പെടുത്തിയ പ്രാർത്ഥനാഗീതം പഠിച്ചെടുക്കുക എളുപ്പമായിരുന്നില്ല ഷൈലയ്ക്ക്. ജെ.എം. രാജുവും ഖാദറുമാണ് ഒടുവിൽ ഗായികയുടെ സഹായത്തിനെത്തിയത്. "വാഴ്ത്തുന്നു ദൈവമേ" ഹിറ്റായതും കേരളത്തിലെ നിരവധി പള്ളികളിൽ പ്രാർത്ഥനാഗീതമായതും പിന്നീടുള്ള കഥ. ആദ്യഗാനം ജനപ്രീതി നേടിയിട്ടും സിനിമയിൽ എന്തുകൊണ്ട് തുടർന്ന് പാടിയില്ല എന്ന ചോദ്യത്തിന് ഷൈലയുടെ ഉത്തരം ഇങ്ങനെ: "അവസരം തേടി എങ്ങും പോയില്ല എന്നതാണ് സത്യം. എങ്കിലും ഗാനമേളകളിൽ പാടാറുണ്ടായിരുന്നു. മലേഷ്യ വാസുദേവന്റെ കൂടെ നിരവധി വേദികൾ പങ്കിട്ടിട്ടുണ്ട്. അദ്ദേഹത്തിന്റെ ശുപാർശയിൽ ഒരിക്കൽ ഇളയരാജ സിനിമയിൽ പാടാൻ ക്ഷണിക്കുകയും ചെയ്തു. കുടുംബജീവിതത്തിന്റെ തിരക്കിലായതിനാൽ ക്ഷണം സ്വീകരിക്കാനായില്ല..."

ഇനിയും സിനിമയിൽ പാടാൻ അവസരം ലഭിച്ചാൽ...? "അതൊക്കെ അമിതമായ ആഗ്രഹങ്ങളല്ലേ..." ഷൈല ചിരിക്കുന്നു. "ഒന്ന് മാത്രം പറയാം. സംഗീതം എനിക്ക് ഒരിക്കലും മടുക്കില്ല. ഇന്നും ലതാജിയുടെ പാട്ടുകളാണ് ഏകാന്തതയിൽ എനിക്ക് കൂട്ട്..." ■

ബ്രഹ്മാനന്ദനെ സ്നേഹിച്ച ബിജു

നന്ദി പറയാനാണ് ബിജു വിളിച്ചത്. ഇഷ്ടഗായകനായ ബ്രഹ്മാനന്ദനെക്കുറിച്ച് ഒരു വാരികയിൽ എഴുതിയ ലേഖനം വായിച്ച്. കൂട്ടത്തിൽ ഒരു ആവലാതിയും പറഞ്ഞു അയാൾ. വിചിത്രമായ ആവലാതി:

"സുഹൃത്തുക്കളൊക്കെ എന്നെ കളിയാക്കുന്നു സാർ; ബ്രഹ്മാനന്ദനാണ് മലയാളത്തിലെ ഏറ്റവും വലിയ പാട്ടുകാരൻ എന്ന് പറഞ്ഞതിന്റെ പേരിൽ. ഞാൻ പറഞ്ഞത് തെറ്റാണോ? നമുക്ക് ഇഷ്ടമുള്ള ഗായകനെ പുകഴ്ത്തിപ്പറയുന്നത് അത്ര വലിയ അപരാധമാണോ?" വിതുമ്പലിന്റെ വക്കോളമെത്തിയ ശബ്ദത്തിൽ അയാളുടെ ചോദ്യം.

എന്തു പറയണം എന്നറിയില്ലായിരുന്നു എനിക്ക്. അപൂർവമല്ല ഇത്തരം ഫോൺകോളുകൾ. ഒരു പ്രത്യേക ഗായകനോട്, ഗായികയോട്, അല്ലെങ്കിൽ സംഗീത സംവിധായകനോട് അകമഴിഞ്ഞ ആരാധന ഉള്ളിൽ സൂക്ഷിക്കുന്നവരായിരിക്കും ഇങ്ങനെ വിളിക്കുന്നവരിൽ ഏറെയും. ആരെയും നിരാശരാക്കാറില്ല. ഓരോരുത്തർക്കും ഉണ്ടാവുമല്ലോ അവരവരുടെ ഇഷ്ടങ്ങളും അനിഷ്ടങ്ങളും. "ബ്രഹ്മാനന്ദനെ ഇഷ്ടപ്പെടാൻ താങ്കൾക്ക് എല്ലാ അർഹതയുമുണ്ട്." ബിജുവിനെ ആശ്വസിപ്പിച്ചുകൊണ്ട് ഞാൻ പറഞ്ഞു. "ആ ഇഷ്ടത്തെ ആർക്കും ചോദ്യം ചെയ്യാൻ അവകാശവുമില്ല. മലയാളത്തിലെ ഏറ്റവും മികച്ച ഗായകരിൽ ഒരാൾ തന്നെയാണ് അദ്ദേഹം. കുറച്ചു പാട്ടുകളേ പാടിയുള്ളൂവെങ്കിലും അവയിൽ ഭൂരിഭാഗവും ഹിറ്റാക്കി മാറ്റിയ ഗായകൻ."

പക്ഷേ, ആശ്വാസവചനങ്ങളൊന്നും ബിജുവിനെ തൃപ്തനാക്കിയതായി തോന്നിയില്ല. ഉള്ളിലെ വേവലാതി മറച്ചുവെയ്ക്കാതെ അയാൾ വീണ്ടും പറഞ്ഞു: "അങ്ങനെയൊക്കെ ഞാൻ വാദിച്ചു നോക്കി, ഒരു ഫലവുമുണ്ടായില്ല സാറേ. യേശുദാസിന്റെയോ ജയചന്ദ്രന്റെയോ റേഞ്ച് ഇല്ല ബ്രഹ്മാനന്ദന് എന്നാണ് അവരെല്ലാം പറയുന്നത്. ദേവരാജൻ മാഷ്ക്കൊന്നും അയാളെ ഇഷ്ടമല്ലായിരുന്നു പോലും. എപ്പോൾ ബ്രഹ്മാനന്ദനെ കുറിച്ച് പറഞ്ഞു തുടങ്ങിയാലും കൂട്ടുകാർ എന്നെ ഒച്ചവെച്ച് തടയും. കൊല്ലാൻ വരും. എന്തു പറഞ്ഞാലാണ് എനിക്ക് അവരുടെ മുന്നിൽ ഒന്ന് പിടിച്ചുനിൽക്കാൻ പറ്റുക?" ബിജുവിന്റെ നിഷ്കളങ്കമായ ചോദ്യം.

യേശുദാസും ജയചന്ദ്രനും ഒരുപോലെ ഇഷ്ടപ്പെടുന്ന ശബ്ദമാണ് ബ്രഹ്മാനന്ദന്റേത് എന്ന് അവരോട് പറയൂ എന്ന് ഞാൻ. പോര; ബിജുവിന് എന്നിട്ടും തൃപ്തി വരുന്നില്ല.

ബ്രഹ്മാനന്ദന്റെ ശബ്ദത്തിന്റെയും ആലാപനത്തിന്റെയും സവിശേഷതകളെക്കുറിച്ച്, ഗാനങ്ങൾക്ക് അദ്ദേഹം പകർന്നു നൽകിയ അസാധാരണമായ ഭാവഗാംഭീര്യത്തെക്കുറിച്ച്, അരമണിക്കൂറെങ്കിലും ബിജുവിന് ക്ലാസെടുക്കേണ്ടിവന്നു അന്ന്. സന്തുഷ്ടനായാണ് അയാൾ ഫോൺ വെച്ചത്. അടുത്ത തവണ വിളിച്ചപ്പോൾ ശബ്ദത്തിൽ പഴയ ടെൻഷൻ ഉണ്ടായിരുന്നില്ല. ശുഭാപ്തിവിശ്വാസം വീണ്ടുകിട്ടിയ പോലെ. “ഇപ്പൊ അത്യാവശ്യം പിടിച്ചുനിൽക്കാൻ പറ്റുന്നുണ്ട്. എങ്ങനെ നന്ദി പറയണം ന്നറിഞ്ഞൂടാ. സാർ പറഞ്ഞ ചില കാര്യങ്ങളൊക്കെ അവർക്ക് പുതിയ അറിവായിരുന്നു. എന്നാലും ഉത്തരം മുട്ടുമ്പോ പിന്നേം അവർ പ്രശ്നമുണ്ടാക്കാൻ വരും. ഇപ്പൊ അതൊക്കെ അത്യാവശ്യം ഡീൽ ചെയ്യാൻ പറ്റുന്നുണ്ട്.” ബ്രഹ്മാനന്ദന്റെ ‘പ്രിയമുള്ളവളേ’ എന്ന പാട്ടിന്റെ പല്ലവി പാടിക്കേൾപ്പിച്ച ശേഷമാണ് അന്ന് ബിജു ഫോൺ വെച്ചത്.

അതായിരുന്നു തുടക്കം. പിന്നെയും ബിജു വിളിച്ചുകൊണ്ടിരുന്നു. മാസത്തിൽ ഒരു തവണ എന്ന കണക്കിൽ. ആദ്യമാദ്യം ലാൻഡ് ഫോണിലായിരുന്നു വിളി. മൊബൈൽ ഫോൺ തരംഗം വന്നതോടെ അതിലായി. വിചിത്രമായ സംശയങ്ങളുമായാണ് വിളിക്കുക. അധികവും യുക്തിക്ക് നിരക്കാത്തവ: പാടുമ്പോൾ യേശുദാസിന് എത്ര നേരം ശ്വാസം പിടിച്ചു നിർത്താൻ കഴിയും? സ്റ്റേജിൽ ഭഗവാൻ എന്ന പാട്ട് പാടി തൊണ്ട പൊട്ടി മുഹമ്മദ് റഫി ബോധം കെട്ടു വീണു എന്നത് ശരിയാണോ? ഹിന്ദിയിൽ തന്റെ അവസരം തട്ടിയെടുക്കാൻ വന്ന യേശുദാസിനെ കിഷോർ കുമാർ ഒരിക്കൽ തെരുവിൽ വെച്ച് വെടിവെച്ചില്ലേ? ഇങ്ങനെയൊക്കെയാണ് ചോദ്യങ്ങളുടെ പോക്ക്. പലപ്പോഴും ക്ഷമയുടെ നെല്ലിപ്പടി കണ്ടിട്ടും ബിജുവിന്റെ ഫോൺ എടുക്കാതിരിക്കാൻ മടിയായിരുന്നു ആ ശബ്ദത്തിലെ ശിശുസഹജമായ നിഷ്കളങ്കത തന്നെ കാരണം.

പാട്ടുവർത്തമാനങ്ങൾക്കിടെ അപൂർവമായി സ്വന്തം ജീവിതത്തെക്കുറിച്ചും സംസാരിക്കും ബിജു; നിർബന്ധിച്ചാൽ മാത്രം. അച്ഛനില്ല. അമ്മയുടെ ഒറ്റ മകൻ. പെയിന്റിംഗ് തൊഴിലാളിയാണ്; ഒപ്പം നല്ലൊരു ചെണ്ടവാദ്യ കലാകാരനും. ഉത്സവങ്ങൾക്കും രാഷ്ട്രീയപ്പാർട്ടികളുടെ സമ്മേളനങ്ങൾക്കും ചെണ്ട കൊട്ടാൻ പോകാറുണ്ട്. എങ്കിലും വീട്ടിലെ സാമ്പത്തിക സ്ഥിതി മഹാകഷ്ടം. അച്ഛൻ ഉപേക്ഷിച്ചു പോയ ശേഷം കൂലിപ്പണിയെടുത്താണ് അമ്മ ബിജുവിനെ വളർത്തിയത്. പ്രായം നാൽപ്പതാവാറായിട്ടും കല്യാണം കഴിക്കാത്തതെന്തേ എന്ന് ഒരിക്കൽ ചോദിച്ചപ്പോൾ പൊടുന്നനെ മൗനിയായി ബിജു. പിന്നെ, പതിഞ്ഞ ശബ്ദത്തിൽ പറഞ്ഞു: “ആഗ്രഹം ഇല്ലാഞ്ഞിട്ടല്ല. അമ്മയും നിർബന്ധിക്കുന്നുണ്ട്. പക്ഷേ എനിക്കാരും പെണ്ണ് തരില്ല സാർ...” സംസാരം പിന്നേയും

കരച്ചിലിലേക്ക് വഴുതിവീഴുമോ എന്ന് സംശയം തോന്നിയതിനാൽ കൂടുതൽ ഒന്നും ചോദിച്ചില്ല. അടുത്ത തവണ വിളിച്ചപ്പോൾ ചോദിക്കാതെ തന്നെ ബിജു തന്റെ കഥ പറഞ്ഞു: "ഫുൾ കഷണ്ടിയാണ് സാർ ഞാൻ. തലയിൽ പേരിന് പോലുമില്ല ഒരു രോമം. മീശേം താടീം ഒന്നൂല്യ.... പത്തുപതിനഞ്ചു വർഷം മുൻപ് ഒരു പനി വന്ന് എന്തോ മരുന്ന് കഴിച്ച ശേഷം സംഭവിച്ചതാണ്. ഒരാഴ്ച കൊണ്ട് രോമമൊക്കെ കൊഴിഞ്ഞു പോയി. പല പല മരുന്നും പരീക്ഷിച്ചു നോക്കി. ഒരു കാര്യോം ഉണ്ടായില്ല. ഇനിയൊട്ട് പ്രതീക്ഷയും ഇല്ല..."

പാട്ട് ഇഷ്ടമുള്ള ഏതെങ്കിലും ഒരു പെൺകുട്ടിക്ക് യഥാർത്ഥ ബിജുവിനെ മനസ്സിലാക്കാൻ കഴിഞ്ഞെങ്കിലോ എന്ന് ചോദിച്ചപ്പോൾ നിഷ്കളങ്കമായി ചിരിച്ചു അയാൾ. "അങ്ങനെ ഒരുത്തി ഉണ്ടായിരുന്നു സാറേ. കുട്ടിക്കാലം മുതലുള്ള പ്രേമായിരുന്നു. അവളും പാടും. പക്ഷേ കഷണ്ടി ആയ ശേഷം അവൾ എന്നെ കണ്ടാൽ മിണ്ടാണ്ടായി. മൈൻഡ് ഇല്ല. വീട്ടുകാർ അവളെ വേഗം കെട്ടിച്ചുവിട്ടു." ഒരു നിമിഷം നിർത്തിയ ശേഷം ബിജു തുടർന്നു: "ആ കുട്ടിയെ കുറ്റപ്പെടുത്താൻ പറ്റില്ല. എന്റെ രൂപം കണ്ടാൽ സാറും അതേ പറയൂ. അത്രേം മോശാണ്. കൂട്ടുകാര് മുട്ട ബിജൂന്നാ വിളിക്ക്യാ. ഇപ്പൊ അതൊക്കെ ശീലായി. എന്നാലും ഇടയ്ക്ക് വല്ലാത്ത സങ്കടം വരും. പാട്ടു കേൾക്കുന്നത് തന്നെ ആ സങ്കടം മാറാനാണ്... " കൂടുതലൊന്നും പറഞ്ഞില്ല ബിജു. പിന്നീടുള്ള സംഭാഷണങ്ങളിൽ ആ വിഷയം സ്പർശിച്ചുമില്ല ഞങ്ങൾ.

ആറേഴു മാസം കഴിഞ്ഞപ്പോൾ ബിജുവിന്റെ വിളികൾ വരാതായി. ഉപജീവനാർത്ഥം വിദേശത്തു പോയിരിക്കുമെന്നാണ് കരുതിയത്. ഗൾഫിൽ ജോലിക്ക് ശ്രമിക്കുന്നതിനെക്കുറിച്ച് ഇടയ്ക്കിടെ പറയുമായിരുന്നു അയാൾ. ഒരിക്കൽ ഫോൺ മാറ്റിയപ്പോൾ ആ നമ്പർ നഷ്ടപ്പെടുക കൂടി ചെയ്തതോടെ ബിജുവുമായുള്ള അവസാന ബന്ധവും അറ്റു. വിചിത്രമായ ആ സംശയങ്ങളും പരിഭവങ്ങളുമെല്ലാം ഓർമ്മ മാത്രമായി. എങ്കിലും ബ്രഹ്മാനന്ദന്റെ പാട്ടുകൾക്കൊപ്പം ബിജുവിന്റെ സംസാരവും മനസ്സിൽ കടന്നുവരുമായിരുന്നു എപ്പോഴും. രണ്ടു വർഷം കഴിഞ്ഞു ഒരിക്കൽ യാദൃച്ഛികമായി ബിജുവിന്റെ നമ്പർ കണ്ടുകിട്ടുന്നു. പഴയൊരു ഡയറിയിൽ കുറിച്ചുവെച്ചതാണ്. വെറുതെ ഒരു കൗതുകത്തിന് ആ നമ്പർ ഡയൽ ചെയ്തപ്പോൾ ഫോണെടുത്തത് ബിജുവിന്റെ അമ്മ.

മകന് ഫോൺ കൊടുക്കാമോ എന്ന ചോദ്യത്തിന് മുന്നിൽ നിമിഷങ്ങളോളം മൗനിയായി നിന്നു അവർ. പിന്നെ പറഞ്ഞു: "ബിജു പോയി മോനേ. ഒന്നര കൊല്ലമായി. അവന്റെ കൂട്ടുകാരെയൊന്നും അറിയിക്കാൻ പറ്റിയില്ല. എനിക്ക് നിങ്ങളെയൊന്നും പരിചയമില്ലല്ലോ..." ശബ്ദത്തിലെ നേർത്ത ഗദ്ഗദം പുറത്തു കേൾപ്പിക്കാതിരിക്കാൻ ശ്രദ്ധിച്ചുകൊണ്ട് അവർ പറഞ്ഞു. ഞെട്ടിക്കുന്ന ആ വാർത്ത കേട്ട് ഒന്നും മിണ്ടാനാകാതെ തരിച്ചു നിൽക്കുകയായിരുന്നു ഞാൻ.

സാധാരണ മരണമായിരുന്നില്ലത്രേ ബിജുവിന്റേത്; ആത്മഹത്യയായിരുന്നു. മകൻ മരണം തിരഞ്ഞെടുക്കാൻ കാരണമെന്തെന്ന് ഇത്ര കാലം കഴിഞ്ഞിട്ടും അമ്മയ്ക്കറിയില്ല. ഒന്നും എഴുതിവെച്ചിരുന്നില്ല ബിജു. എങ്കിലും ജീവിതത്തിൽ ഒറ്റപ്പെട്ടു പോയതിന്റെ ദുഃഖം ഉണ്ടായിരുന്നുവത്രേ അയാൾക്ക്. “മൂന്ന് നാലു കല്യാണം വഴിക്കുവഴിയായി മുടങ്ങിയ ശേഷം അവൻ വല്ലാത്ത ഒരു അവസ്ഥയിലായിരുന്നു. അധികനേരവും വാതിലടച്ചിട്ട് മുറിയിൽ ഒറ്റയ്ക്കിരിക്കും. ചെലപ്പോ മാനസിക വിഷമം കൊണ്ടാവും ഈ കടുംകൈ ചെയ്തത്. അവന്റെ കഷണ്ടിയാണ് സാറേ എല്ലാത്തിനും കാരണം...” അമ്മയുടെ ശബ്ദം ഇടറുന്നു. കൂടുതലൊന്നും ചോദിക്കാതെ ഫോൺ ഡിസ്കണക്റ്റ് ചെയ്തിട്ടും ബിജുവിന്റെ ശബ്ദം കാതിൽ മുഴങ്ങിക്കൊണ്ടേയിരുന്നു; അയാൾ പാടിത്തന്ന ബ്രഹ്മാനന്ദന്റെ പാട്ടുകളും. ഇനിയും ഉൾക്കൊള്ളാനായിട്ടില്ല ആ മരണം; വർഷങ്ങൾ ഇത്ര കഴിഞ്ഞിട്ടും.

അഷ്റഫ് ഹംസ സംവിധാനം ചെയ്ത ‘തമാശ’ എന്ന സിനിമ കണ്ടപ്പോൾ വീണ്ടും ബിജുവിനെ ഓർത്തു. തീർത്തും അപ്രസക്തം, ബാലിശം എന്നൊക്കെ എന്ന് നമ്മൾ കരുതുന്ന കാര്യങ്ങൾ ചിലരുടെ ജീവിതത്തെ എത്ര തീവ്രമായി ബാധിക്കുന്നു എന്നതിന്റെ നേർക്കാഴ്ച്ച. കഷണ്ടിക്കാരനായ നായകന്റെ ആകുലതകളും വ്യാകുലതകളും ആശങ്കകളും എത്ര തന്മയത്വത്തോടെയാണ് വിനയ് ഫോർട്ട് എന്ന യുവനടൻ ആ സിനിമയിൽ വരച്ചുകാട്ടുന്നത്. അപകർഷബോധമുള്ള കഥാപാത്രങ്ങളെ എത്രയോ നടൻമാർ വെള്ളിത്തിരയിൽ അവതരിപ്പിച്ചുകണ്ടിട്ടുണ്ട് ഇതിനു മുൻപും. പക്ഷേ വിനയ് ഫോർട്ടിന്റെ ശ്രീനിവാസൻ എന്ന കഥാപാത്രം അവരെയെല്ലാം പിന്നിലാക്കുന്നു.

ബിജുമാരുടെ ആകുലതകൾ അവസാനിക്കുന്നില്ല. സമൂഹം എന്നാണിനി അവരോട് അല്പം കൂടി കനിവ് കാട്ടുക?

■

ഭാഗ്യമില്ലാത്ത ഈ പേര് മാറ്റിക്കൂടേ?

"**സാ**ക്ഷാൽ" രവിമേനോനെ ആദ്യമായും അവസാനമായും കണ്ടതും സംസാരിച്ചതും 1980കളുടെ ഒടുവിലാണ്; കോഴിക്കോട്ടെ ഹോട്ടൽ മഹാറാണിയിൽ വെച്ച്. സിനിമയിൽ പഴയ പോലെ തിരക്കില്ല അന്ന് മേനോന്. ഐ.വി. ശശിയുടെ ഏതോ പടത്തിൽ ചെറുറോളിൽ അഭിനയിക്കാൻ എത്തിയതാണ് അദ്ദേഹം. ഞാനാകട്ടെ, കലാകൗമുദി ഫിലിം മാഗസിന് വേണ്ടി ഷൂട്ടിംഗ് കവർ ചെയ്യാനും.

ഒപ്പമുള്ള സുഹൃത്ത് ഗിരീഷ് പുത്തഞ്ചേരി (അന്ന് സിനിമയുടെ ഭാഗമായിട്ടില്ല) പേരു പറഞ്ഞ് എന്നെ പരിചയപ്പെടുത്തിയപ്പോൾ ചെറിയൊരമ്പരപ്പോടെ തല ചെരിച്ച് നോക്കി നടൻ രവിമേനോൻ. പിന്നെ പൊട്ടിച്ചിരിച്ചു. "ഓഹോ... ഇഷ്ടംപോലെ രവിമേനോന്മാരായി ഇപ്പൊ നാട്ടിൽ അല്ലേ... നമ്മളൊക്കെ ഔട്ടായി..."

തമാശയായിട്ടാണ് പറഞ്ഞതെങ്കിലും നേർത്ത വിഷാദ ധ്വനിയുണ്ടായിരുന്നില്ലേ ആ വാക്കുകളിൽ? "അയ്യോ... ഒരിക്കലുമില്ല. ദേർ ഈസ് ഒൺലി വൺ രവിമേനോൻ... ദി വൺ ആൻഡ് ഒൺലി." ഞാൻ പറഞ്ഞു. "മറക്കാൻ പറ്റില്ല താങ്കളുടെ പല റോളുകളും. നിർമ്മാല്യത്തിലെ ആ ഉണ്ണിനമ്പൂരി, പിന്നെ വാടകവീടിലെയും രാധ എന്ന പെൺകുട്ടിയിലെയും ശാലിനി എന്റെ കൂട്ടുകാരിയിലെയും കഥാപാത്രങ്ങൾ. അതൊക്കെ പോട്ടെ. മണി കൗളിന്റെ സിനിമയിൽ അഭിനയിക്കാൻ ഭാഗ്യമുണ്ടായില്ലേ... മറ്റെന്തു വേണം..?" ഹൃദയത്തിന്റെ അടിത്തട്ടിൽ നിന്ന് വന്ന വാക്കുകൾ.

ഒരു നിമിഷം മൗനിയായി രവിമേനോൻ; പിന്നെ, പുറത്തെ പൊള്ളുന്ന വെയിലിലേക്കും ഞങ്ങളുടെ മുഖങ്ങളിലേക്കും മാറിമാറി നോക്കി: "സുഹൃത്തേ, അതൊക്കെ പ്രെറ്റി ഓൾഡ് സ്റ്റോറീസ്. പഴങ്കഥകൾ. പക്ഷേ, കേൾക്കാൻ സുഖംണ്ട്. അതേ രവിമേനോൻ ഇതാ ശശിയുടെ പടത്തിൽ ബിറ്റ് റോൾ ചെയ്യാൻ മേക്കപ്പിട്ട് കാത്തിരിക്കുന്നു. വെറുതെ വന്നു പോകുന്ന ഒരു റോൾ. നോ വണ്ടർ. ഇതൊക്കെയാണ് സിനിമയുടെ ലോകം. ലക്ക് മേക്ക്സ് ഓൾ ദി ഡിഫറൻസ് ഹിയർ... എല്ലാം ഭാഗ്യദേവതയുടെ കളി."

സിനിമാജീവിതത്തിന്റെ ആരംഭദശയിൽ അതേ ഭാഗ്യദേവതയുടെ കടാക്ഷം ആവോളം ലഭിച്ചിരുന്നു രവിമേനോന്. മണികൗളിനെ പോലൊരു പ്രഗദ്ഭ ചലച്ചിത്രകാരന്റെ സിനിമയിൽ നായകവേഷമണിഞ്ഞുകൊണ്ട് അഭിനയത്തിൽ ഹരിശ്രീ കുറിക്കാൻ മറ്റേത് മലയാളിക്കാണ് ഭാഗ്യം ലഭിച്ചിട്ടുണ്ടാകുക? മികച്ച സംവിധായകനുള്ള 1973ലെ ദേശീയ അവാർഡ് കൗളിന് നേടിക്കൊടുത്ത 'ദുവിധ'യിൽ രവിമേനോൻ എത്തിപ്പെടുന്നത് പൂനാ ഫിലിം ഇൻസ്റ്റിട്യൂട്ടിലെ ഡിപ്ലോമ ചിത്രമായ മാനിഷാദ (സംവിധാനം കബീർ റാവുത്തർ)യിലെ മികച്ച അഭിനയത്തിന്റെ പിൻബലത്തിലാണ്. കരിമ്പുഴക്കാരൻ രവീന്ദ്രനാഥമേനോനെ രവിമേനോനായി ജ്ഞാനസ്നാനം ചെയ്യിച്ചിരുന്നു അതിനകം സാക്ഷാൽ മൃണാൾ സെൻ. രവിമേനോന്റെ സിനിമാജീവിതത്തിന്റെ തുടക്കം അവിടെ നിന്നാണ്.

പൂനയിൽ വെച്ച് പരിചയപ്പെട്ട എം.ടി. വാസുദേവൻനായർ തന്റെ ആദ്യ സംവിധാന സംരംഭമായ 'നിർമ്മാല്യ'ത്തിലേക്ക് ക്ഷണിച്ച വേളയിൽ തന്നെ മറ്റൊരു സ്വപ്നതുല്യമായ ഓഫർകൂടി രവിമേനോനെ തേടിയെത്തി, ബസു ചാറ്റർജിയുടെ 'ചിത്ചോറി'ലെ നായകസ്ഥാനം. മനസ്സുകൊണ്ടും ശരീരഭാഷകൊണ്ടും അടിമുടി മലയാളിയും പാലക്കാട്ടുകാരനുമായ മേനോൻ തിരഞ്ഞെടുത്തത് എം.ടിയുടെ സിനിമ. രവിമേനോൻ ഉപേക്ഷിച്ച ചിത്ചോറിലെ റോൾ പിന്നീടഭിനയിച്ചത് അമോൽ പലേക്കറാണ്. "നിർമ്മാല്യം" പരക്കെ അംഗീകരിക്കപ്പെട്ടെങ്കിലും അഭിനയ പ്രാധാന്യമുള്ള വേഷങ്ങൾ അപൂർവമായേ പിന്നീട് മേനോനെ തേടിയെത്തിയുള്ളൂ. ഭ്രഷ്ട്, ഏകാകിനി, സ്വന്തം ശാരിക, രാധ എന്ന പെൺകുട്ടി, വാടകവീട്....വിരലിലെണ്ണാവുന്ന നല്ല ചിത്രങ്ങൾ. പതുക്കെ സിനിമയുടെ മുഖ്യധാരയിൽനിന്ന് മാഞ്ഞുപോകുകയായിരുന്നു അദ്ദേഹം. ജീവിക്കാൻവേണ്ടി പിന്നീട് വെള്ളിത്തിരയിൽ രവിമേനോൻ കെട്ടിയാടിയ "തുണ്ട്" വേഷങ്ങൾ എത്രയെത്ര; പെട്ടിക്കടക്കാരൻ മുതൽ കൂട്ടിക്കൊടുപ്പുകാരന്റെ റോൾ വരെ. "മടുത്തു. നാട്ടിലേക്ക് തിരിച്ചുപോയി കൃഷി ചെയ്തു ജീവിച്ചാലോ എന്ന് ആലോചിക്കുകയാണ്..." രവിമേനോൻ പിറുപിറുക്കുന്നു.

യാത്രയാക്കുമ്പോൾ എന്റെ കണ്ണുകളിലേക്ക് നോക്കി പുഞ്ചിരിച്ചുകൊണ്ട് ഒന്നുകൂടി പറഞ്ഞു അദ്ദേഹം: "പിന്നേയ്... നിങ്ങക്ക് വേണെങ്കിൽ നിങ്ങടെ പേര് മാറ്റാം ട്ടോ. ഭാഗ്യമില്ലാത്ത പേരാ." പിന്നെ ആത്മഗതം പോലെ ഇത്ര കൂടി: "അല്ലെങ്കി വേണ്ട. എല്ലാ രവിമേനോന്മാരും എന്നെപ്പോലെ ആവണമെന്നില്ലല്ലോ." പൊട്ടിച്ചിരിക്കുന്നു രവിമേനോൻ.

ഗിരീഷും ഞാനും മുഖത്തോടു മുഖം നോക്കി. ഒന്നും പറയാനുണ്ടായിരുന്നില്ല ഞങ്ങൾക്ക്. മഹാറാണിയുടെ ലോബിയിൽ നിന്ന് പുറത്തെ ചൂടിലേക്ക് ഇറങ്ങി നടക്കവേ, ഗിരീഷ് പതുക്കെ പറഞ്ഞു: "നമ്മളൊക്കെ സിനിമാനടന്മാരാകാത്തത് ഭാഗ്യം..." ■

അനുബന്ധം
പന്തുകളി, പാട്ട്, ജീവിതം

ഇന്ത്യൻ എക്സ്പ്രസിനുവേണ്ടി നെഹ്റുകപ്പും പ്രീ ഒളിമ്പിക്സും സന്തോഷ് ട്രോഫിയും ദേശീയ ലീഗും ഫെഡറേഷൻ കപ്പും ഉൾപ്പെടെ ടൂർണമെന്റുകളായ ടൂർണമെന്റുകൾ മുഴുവൻ റിപ്പോർട്ടു ചെയ്തു കറങ്ങി നടക്കുന്ന കാലത്തൊരിക്കൽ നാട്ടിലെത്തിയപ്പോൾ യാദൃച്ഛികമായി സ്കൂളിലെ പഴയ ഡ്രിൽമാഷെ കണ്ടു.

ജോസഫ് സാർ, സൗമ്യൻ, മിതഭാഷി. പക്ഷേ, കളിക്കളത്തിൽ അങ്ങേ യറ്റം കണിശക്കാരൻ. അദ്ഭുതത്തോടെ എന്റെ മുഖത്തുനോക്കി സാർ ചോദിച്ചു:

"എടോ, ഡ്രിൽ പിരിയഡിൽ കാലിനു സുഖമില്ലെന്നോ തലവേദന യാണെന്നോ മുടന്തൻ ന്യായം പറഞ്ഞ് സ്ഥിരമായി ഗ്രൗണ്ടിന്റെ മൂലയി ലുള്ള മരത്തണലിൽ ചെന്ന് കൂനിക്കൂടിയിരിക്കാറുള്ള താനെങ്ങനെ ഫുട്ബോൾ റിപ്പോർട്ടറായി?"

ജാള്യത തോന്നിയെന്നത് സത്യം. പക്ഷേ, ഞെട്ടിയില്ല. അങ്ങനെ യൊരു ചോദ്യം ഏതു നിമിഷവും പ്രതീക്ഷിച്ചിരുന്നു. അതുകൊണ്ടുതന്നെ ഉത്തരം മനസ്സിൽ കരുതിവെച്ചിരുന്നുതാനും. "സിനിമയെക്കുറിച്ച് എഴു തുന്നവൻ സിനിമക്കാരനോ കവിതാനിരൂപണം നടത്തുന്നവൻ കവിയോ രാഷ്ട്രീയലേഖകൻ രാഷ്ട്രീയത്തിൽ പയറ്റിത്തെളിഞ്ഞവനോ ആവണ മെന്നില്ലല്ലോ സാർ..."

പക്ഷേ, പറഞ്ഞില്ല. വെറുതെ ചിരിച്ചൊഴിയുകമാത്രം ചെയ്തു. വയറ്റുപ്പിഴപ്പല്ലേ സാർ എന്നൊരു ധ്വനിയുണ്ടായിരുന്നോ ആ ചിരിയിൽ?

പലപ്പോഴും സ്വയം ചോദിച്ചുനോക്കിയിട്ടുള്ളതാണ് മാഷിന്റെ ചോദ്യം. കുട്ടിക്കാലത്ത് തിരക്കുകളിൽനിന്നും ബഹളങ്ങളിൽനിന്നും ഒളിച്ചോടി ഏകാന്തതയുടെ തുരുത്തിൽ ഒതുങ്ങിക്കൂടാൻ മോഹിച്ച എനിക്ക് എങ്ങനെ കളിക്കളങ്ങളിലെ ചൂടിലും പുകയിലും കാതടപ്പിക്കുന്ന ആര വങ്ങളിലും അലിഞ്ഞുചേരാനായി? ആൾക്കൂട്ടങ്ങളെ എന്നും ഭയപ്പാടോടെ കണ്ട, സൗമ്യമായ നോട്ടങ്ങൾക്കു മുന്നിൽപോലും ചൂളിപ്പോയിരുന്ന

പയ്യന്, എന്തുവിലകൊടുത്തും സെലബ്രിറ്റികളെ വേട്ടയാടിപ്പിടിക്കുന്ന പാപ്പരാസിക്കൂട്ടത്തിന്റെ ഭാഗമാകാൻ എങ്ങനെ കഴിഞ്ഞു?

സംഗീതത്തെക്കുറിച്ചു പലതും പാഞ്ഞിട്ടുള്ളതുപോലെ, ആസ്വാദകനെ ആത്മവിസ്മൃതിയിലേക്ക് നയിക്കുന്ന എന്തോ ഒരു ഘടകം, ഒരു മാജിക് ഉണ്ടാവണം ഫുട്ബോളിനും. ഉണ്ടെന്നു തോന്നിയ ഘട്ടങ്ങൾ കുറവല്ലായിരുന്നു. ക്ഷമിക്കുക എല്ലാ വിശ്വാസങ്ങളും ആത്മനിഷ്ഠമല്ലേ?

കുട്ടിക്കാലത്തേ ഫുട്ബോൾ ഒരു ഹരമായിരുന്നു. സിരകളെ ത്രസിപ്പിച്ചിരുന്ന ആവേശം. ഒരു പന്തുരുളുന്നതു കാണാൻ എത്ര ദൂരം വേണമെങ്കിലും കാൽനടയായി യാത്രചെയ്യാൻ മടിയുണ്ടായിരുന്നില്ല അന്ന്. സ്കൂളിലെ ഡ്രിൽ പിരിയഡിൽ മുങ്ങിക്കളയുമായിരുന്നെങ്കിലും വീട്ടുമുറ്റത്തും പരിസരത്തെ കൊച്ചുമൈതാനങ്ങളിലുമെല്ലാം പതിവായി വൈകുന്നേരങ്ങളിൽ തുണിപ്പന്തുകെട്ടി കളിച്ചിരുന്നു. അത് - ചുറ്റുപാടുമുള്ള തൊഴിലാളികുടുംബങ്ങളിലെ കുട്ടികൾക്കൊപ്പം.

അന്നൊക്കെ ഗോൾകീപ്പറുടെ പൊസിഷനായിരുന്നു ഏറ്റവും വലിയ ആകർഷണം. മുഴുക്കയ്യൻ ജേഴ്സിയണിഞ്ഞ് ക്രോസ്ബാറിനു കീഴെ ഈറ്റപ്പുലിയെപ്പോലെ ഉലാത്തുന്ന ഗോളിയുടെ ജന്മം എന്നും എന്നെ മോഹിപ്പിച്ചിരുന്നു. പറന്നുവീഴുന്ന ജർമ്മൻ ഗോൾകീപ്പർ സെപ്മെയറുടെയും മാറോടടുക്കിപ്പിടിച്ച പന്തുമായി ഗോൾലൈനിൽനിന്ന് എണീറ്റു വരുന്ന വിക്ടർ മഞ്ഞിലയുടെയും പെനാൽട്ടികിക്ക് കാത്തുനിൽക്കുന്ന ഗോർഡൻ ബാങ്ക്സിന്റേയുമൊക്കെ പത്രത്തിൽനിന്നു വെട്ടിയെടുത്ത ബ്ലാക്ക് ആന്റ് വൈറ്റ് ചിത്രങ്ങൾ പഠനമുറിയിലെ ബുക്ക്ഷെൽഫിൽ ഭംഗിയായി ഒട്ടിച്ചുവെക്കുകയായിരുന്നു അന്നത്തെ പ്രധാന ഹോബികളിൽ ഒന്ന്.

ആരാധന പ്രധാനമായും രണ്ടു പേരോടായിരുന്നു - വിക്ടർ മഞ്ഞിലയോടും കെ.പി. സേതുമാധവനോടും. ഇരുവരും എഴുപതുകളിൽ കേരള ഫുട്ബോളിലെ ഗ്ലാമർ ടീമായിരുന്ന പ്രീമിയർ ടയേഴ്സിന്റെ കാവൽ ഭടന്മാർ. ഇന്നത്തെപോലെ പന്തുകളി നമ്മുടെ നാട്ടിൽ നശിച്ചു നാമാവശേഷമായിരുന്നില്ല അന്ന്. സേട്ട് നാഗ്ജി. ശ്രീനാരായണ, ചാക്കോള, ജി.വി. രാജ, മാമ്മൻമാപ്പിള ട്രോഫി, കൊല്ലം മുനിസിപ്പൽ ഗോൾഡൻ ജൂബിലി തുടങ്ങി മുട്ടിനു മുട്ടിനു അഖിലേന്ത്യാ ടൂർണമെന്റുകൾ. കളികാണാൻ പതിനായിരങ്ങൾ, ഉഗ്രന്മാരായ കളിക്കാർ. ജീവിതത്തിലാദ്യമായി ഒരു ഫുട്ബോൾ മത്സരം കാണാൻ ശാഠ്യം പിടിച്ചു കരഞ്ഞത് നാഗ്ജി ട്രോഫിയിൽ പ്രീമിയർ ടയേഴ്സിന്റെ കളികാണാനാണ്. അതും പ്രിയപ്പെട്ട ഗോൾകീപ്പർമാരുടെ തകർപ്പൻ പ്രകടനം കാണാൻ.

അതുവരെ വായിച്ചറിവുമാത്രമുള്ള കളി. എന്നും വൈകി മാത്രം വയനാട്ടിലെ എന്റെ വീട്ടിലെത്തിയിരുന്ന മാതൃഭൂമി പത്രത്തിലൂടെയാണ് വിക്ടറും സേതുവും സേവ്യർ പയസും ജേർഡ്മുള്ളറും ബെക്കൻബോവറും മുഹമ്മദലിയും പെലെയും ഗാവസ്കറും ചന്ദ്രശേഖറും

അതുപോലുള്ള നൂറുനൂറു സൂപ്പർതാരങ്ങളും മനസ്സിലേക്കു കുതിച്ചു കയറിവരുന്നതും എന്നന്നേക്കുമായി അവിടെ ഇരിപ്പിടം നേടുന്നതും. കാലത്തെഴുന്നേൽക്കുന്നതു മുതൽ തുടങ്ങുന്നു പത്രത്തിനുവേണ്ടിയുള്ള അക്ഷമമായ കാത്തിരിപ്പ്. പത്തുമണിയോടെ മഞ്ഞിൽ കുതിർന്ന് മാതൃഭൂമിയുടെ കോഴിക്കോട് എഡിഷൻ വന്നെത്തുമ്പോൾ ആദ്യം പരതുക അങ്ങിങ്ങായി ചിതറിക്കിടക്കുന്ന കളിവാർത്തകൾക്കുവേണ്ടിയാണ്. അന്നത്തെ ഏറ്റവും വലിയ അട്രാക്ഷൻ വിംസി എന്ന ബൈലൈൻ ആയിരുന്നു. ഹരം പകരുന്ന ആ ഭാഷ, മൂർച്ചയേറിയ ആ ശൈലി - അക്ഷരങ്ങളുമായി സ്നേഹബന്ധം സ്ഥാപിച്ച നാൾ മുതൽ അവ രണ്ടും എന്റെ ദൗർബല്യങ്ങൾ. അച്ചടിമഷി പുരണ്ട ആ അക്ഷരങ്ങൾ ത്രസിക്കുന്നുണ്ടോ എന്നറിയാൻ അവയ്ക്കു മുകളിലൂടെ വെറുതെ വിരലോടിക്കാറുണ്ടായിരുന്നു എന്നു പറഞ്ഞാൽ വിശ്വസിക്കുമോ?

കുട്ടിക്കാലത്തു കണ്ട കളികളിൽ ഒന്നെങ്കിലും ഇന്നും മനസ്സിൽ പ്രഭ ചൊരിഞ്ഞുനിൽക്കുന്നു. മഗൻസിംഗിന്റെ രാജസ്ഥാൻ പൊലീസ് ഒരു വശത്ത്, ഇന്ദർസിംഗിന്റെ ഇന്ത്യൻ ഇലവൻ മറുവശത്ത്. 90 മിനുട്ട് വീർപ്പടക്കിയിരുന്നു കണ്ട മത്സരം. ജ്യേഷ്ഠനായ ചെയ്ൻ സിംഗ് കോർണർ ഫ്ളാഗിനടുത്തുനിന്നു നൽകിയ ഒരു ഫ്ളോട്ടിങ് ക്രോസിൽ സമർത്ഥമായി ചാടിയുയർന്നു തലവെച്ച് മഗൻസിംഗ് രാജസ്ഥാനെ മുന്നിലെത്തിച്ചപ്പോൾ പൊട്ടിത്തെറിച്ച കോഴിക്കോടൻ സ്റ്റേഡിയം ഗാലറികളുടെ ചിത്രം മറക്കാനാവില്ല. മഗൻ അന്ന് കോഴിക്കോട്ടുകാർക്ക് പ്രിയപ്പെട്ട 'മകൻ' തന്നെയായിരുന്നല്ലോ.

മത്സരം, സുഭാഷ് ഭൗമിക്കിന്റെ ഗോളിന് ഇന്ത്യൻ ഇലവൻ സമനിലയിലാക്കിയെന്നാണോർമ്മ. കാൽമുട്ടിൽ പാസ് സ്വീകരിച്ച് തന്ത്രപൂർവം ഇൻസ്റ്റെപ്പിലേക്ക് ട്രാൻസ്ഫർ ചെയ്തശേഷം പന്തു മുന്നോട്ട് ഉരുട്ടിയിട്ട് അസാമാന്യമായ ശരീരചലനങ്ങളോടെ എതിർ പ്രതിരോധ ഭടന്മാർ തീർത്ത പത്മവ്യൂഹത്തിലേക്ക് ഒറ്റയ്ക്ക് പാറ്റൺ ടാങ്കിനെപ്പോലെ കുതിക്കുന്ന ഭൗമിക്കിന്റെ രൂപം ഇന്നുമുണ്ട് ഓർമ്മയിൽ.

ഭൗമിക്കും ഇന്ദറും മഗനും സേതുവും വിക്ടറുമെല്ലാം പിന്നീടെന്റെ സുഹൃത്തുക്കളായി. പഴയ സുവർണനിമിഷങ്ങൾ അഭിമുഖങ്ങൾക്കിടെ അയവിറക്കി കേൾക്കുമ്പോൾ അവർക്കു മുൻപിൽ എന്നിലെ കളിയെഴുത്തുകാരൻ ഒരു കൊച്ചുകുട്ടിയായി മാറുന്നതു ഞാനറിഞ്ഞു - വിടർന്ന കണ്ണുകളിൽ അദ്ഭുതത്തോടെ താടിക്കു കൈകൊടുത്തിരുന്ന് ആരാധനാപുരുഷന്മാരുടെ വീരകഥകൾ കേട്ടു തരിച്ചിരിക്കുന്ന ഒരു കുട്ടി.

കളിയും സംഗീതവും

ഇരമ്പുന്ന ഗാലറികൾ. മിന്നുന്ന ഗോളുകൾ. പന്തിനുവേണ്ടി പറന്നുയരുന്ന ഗോൾകീപ്പർമാർ. അതൊരു കാലം. പിന്നെയെപ്പോഴാണ് ഫുട്ബോളിന്റെ ആരവങ്ങളിൽനിന്ന് സംഗീതത്തിന്റെ ഏകാന്തമൗനങ്ങളിലേക്ക് ഞാൻ യാത്ര തുടങ്ങിയത്?

ഒരു കിളി പാട്ട് മൂളവേ...

നിനച്ചിരിക്കാതെ ഏതോ ഒരു നാൾ സംഗീതം മനസ്സിൽ വന്നു നിറ യുകയായിരുന്നില്ല. ഉള്ളിൽ എന്നുമുണ്ടായിരുന്നു മധുരോദാരമായ ഈണ ങ്ങളുടെ ഒരു മഹാപ്രപഞ്ചം. മനസ്സ് പന്തിനുപിറകെ പായുമ്പോൾ പോലും പശ്ചാത്തലത്തിൽ കേൾക്കാമായിരുന്നു. ആ നേർത്ത ഈണം. പ്രശാന്ത സുന്ദരമായ വയനാടൻ അന്തരീക്ഷം തന്നെയാവണം മറ്റു പലരെയുമെന്ന പോലെ എന്നെയും സ്വപ്നജീവിയും എഴുത്തുകാരനും സംഗീതപ്രേമി യുമെല്ലാമാക്കിയത്.

ജനിച്ചത് വയനാട്ടിലല്ല, മലപ്പുറം ജില്ലയിലെ എടരിക്കോട് എന്ന ഗ്രാമ ത്തിലാണ്. അമ്മയുടെ കുടുംബവീട് അവിടെയായിരുന്നു; വളർന്നത് വയനാട്ടിലും. ചൂണ്ടേൽ എന്ന വയനാടൻ ഗ്രാമത്തിൽ, അമ്മാവന്റെ ഉടമസ്ഥതയിലുള്ള കാപ്പിത്തോട്ടത്തിന്റെ മേൽനോട്ടം വഹിക്കുകയായി രുന്നു അച്ഛൻ അന്ന്.

ഭിഷഗ്വരനാണ് അമ്മാവൻ, പേര് ഡോ. ടി.കെ. ഗോവിന്ദൻനായർ. വയനാടൻ ചുരം കേറിയെത്തിയ ആദ്യകാല ക്വാളിഫൈഡ് ഡോക്ടർ മാരിലൊരാൾ. കമ്പൗണ്ടർമാരുടെ പ്രഭവകാലമായിരുന്നു അതുവരെ. 1920കളിൽ ഹാരിസൺ ക്രോസ്ഫീൽഡിന്റെ ഉടമസ്ഥതയിലുള്ള മലയാളം പ്ലാന്റേഷൻസിന്റെ ചീഫ് മെഡിക്കൽ ഓഫീസറായി കോഴിക്കോട്ടുനിന്ന് ഗോപിമ്മാമ (ഞങ്ങൾ അദ്ദേഹത്തെ അങ്ങനെയാണ് വിളിച്ചു പോന്നത്) മേപ്പാടിയിൽ എത്തിച്ചേരുമ്പോൾ മലമ്പനിയുടെ താണ്ഡവമായിരുന്നു വയനാട്ടിൽ. കുതിരവണ്ടിയിൽ ദുർഗമമായ കാട്ടുപാതകൾ താണ്ടി രാവും പകലുമെന്നില്ലാതെ രോഗികളെ തേടിച്ചെന്നിരുന്ന ഡോക്ടർ വയനാട്ടു കാരുടെ മനസ്സിൽ ദൈവദൂതനായിരുന്നുവെന്ന് അച്ഛൻ പറഞ്ഞുകേട്ടി ട്ടുണ്ട്.

1930കളുടെ തുടക്കത്തിൽ ചുണ്ടയിലെ ശ്രീപുരം എസ്റ്റേറ്റ് ഡോക്ടർ വിലയ്ക്കു വാങ്ങുന്നു. തോട്ടം നടത്തിപ്പിൽ അമ്മാവനെ സഹായിക്കാൻ സഹോദരീപുത്രൻ മാധവൻനായർ (എന്റെ അച്ഛൻ) വയനാട്ടിലെത്തു ന്നത് 1948-ൽ. സ്കൂൾ വിദ്യാഭ്യാസം പിന്നിട്ടിരുന്നതേയുള്ളൂ അച്ഛൻ.

ആനയും പുലിയും വിഹരിച്ചിരുന്ന മലഞ്ചെരിവുകളിൽ കൃഷി നടത്തി പൊന്നുവിളയിക്കാൻ വർഷങ്ങളോളം വിയർപ്പൊഴുക്കിയശേഷം അച്ഛൻ എസ്റ്റേറ്റിന്റെ മാനേജരായി ചുമതലയേൽക്കുന്നു. അപ്പോഴേക്കും ഔദ്യോ ഗിക പദവിയോട് വിട വാങ്ങി ഗോപിമ്മാമ ചുരമിറങ്ങി നാട്ടിലേക്ക് തിരിച്ചു പോയിക്കഴിഞ്ഞിരുന്നു. 1961ലാണ് നവവധുവായി അമ്മ വയനാട്ടിലെ ത്തുന്നത്.

ചുണ്ടയിലെ ആ എസ്റ്റേറ്റ് ബംഗ്ലാവിൽ ചെലവഴിച്ച ശൈശവം എന്റെ ജീവിതത്തിലെ തന്നെ ഏറ്റവും സുന്ദരമായ കാലമായിരുന്നു. നിഗൂഢ മായ ഒരു കൊളോണിയൽ ഹാങ്ങോവറുണ്ടായിരുന്നു ഞങ്ങൾ താമസി ച്ചിരുന്ന വീടിന്. വശങ്ങളിലും പിന്നിലുമായി തലയുയർത്തിനിൽക്കുന്ന വൃക്ഷഭീമന്മാരുടെ തണലിൽ ഇടതൂർന്നു നിൽക്കുന്ന കാപ്പിച്ചെടികൾ.

അവയ്ക്കിടയിൽ പൗരാണികമായ ഒരു കോട്ടപോലെ, വീട്. ഉമ്മറത്തു നിന്നു നോക്കിയാൽ താഴെ വിശാലമായ നെൽപ്പാടങ്ങൾ കാണാം. അവയെ രണ്ടായിപകുത്തുകൊണ്ട് എസ്റ്റേറ്റിന്റെ കവാടത്തോളം എത്തുന്ന പച്ചപ്പുൽറോഡിലൂടെയാണ് ഞങ്ങൾ മൂന്നു സഹോദരങ്ങൾ - ഞാൻ, അനുജൻ, രജി (രാജേന്ദ്രൻ), അനുജത്തി രഞ്ജിനി - ദിവസേന സ്കൂളിൽ പോയിക്കൊണ്ടിരുന്നത്. ചൂണ്ടക്കാർക്ക് മുഴുവൻ സുപരിചിതമായ തന്റെ റോയൽ എൻഫീൽഡ് മോട്ടോർ സൈക്കിളിൽ അച്ഛൻ വീട്ടിൽ വന്നുപോയിക്കൊണ്ടിരുന്നതും അതേ വഴിയിലൂടെ തന്നെ.

വയനാടൻ പകലുകൾ - രാവുകളും

മഞ്ഞിൽ മുങ്ങിപ്പുതച്ചു നിൽക്കുന്ന വയനാടൻ പ്രഭാതങ്ങൾ മറക്കാനാവില്ല. പത്തുമണിയെങ്കിലുമാവണം വെയിലിന്റെ ആദ്യകിരണങ്ങൾ ഭൂമിയെ ചുംബിക്കാൻ. 42 സിമന്റു പടവുകൾ ഒന്നൊന്നായി കയറി ഞങ്ങൾ താമസിച്ചിരുന്ന വീടിന്റെ മുറ്റത്തെത്താൻ പിന്നേയും സമയമെടുക്കും. പൊൻനിറമുള്ള പുലർവെയിലിന്റെ വരവും കാത്ത് പ്രതീക്ഷയോടെ ഞങ്ങൾ മൂന്നുകുട്ടികളും വീടിനു മുന്നിലൊരു ബെഞ്ചിൽ കൂനിക്കൂടിയിരുന്ന കാലം ഓർമ്മയുണ്ട്. പരുക്കൻ വൂളൻ സ്വറ്ററിനുള്ളിൽ തണുത്തു വിറയ്ക്കുന്നുണ്ടാവും മൂന്നുപേരും.

മഞ്ഞിന്റെ കനത്ത പാളികൾ വകഞ്ഞുമാറ്റിക്കൊണ്ടുള്ള സ്കൂൾ യാത്രകൾ മറ്റൊരനുഭവമായിരുന്നു. രണ്ടു കിലോമീറ്ററിലേറെ നടന്നു വേണം പഠിച്ചിരുന്ന ആർ.സി. ഹൈസ്കൂളിലെത്താൻ. ഹെഡ് ലൈറ്റിന്റെ തീക്ഷ്ണമായ പ്രകാശം കൊണ്ടേ മുന്നിൽനിന്ന് കുതിച്ചെത്തുന്ന വാഹനങ്ങളെ തിരിച്ചറിയാനാകൂ. ജീപ്പും മോട്ടോർസൈക്കിളുമാണ് അന്ന് വയനാട്ടിൽ ഏറ്റവും പ്രചാരമുള്ള വാഹനങ്ങൾ. അംബാസിഡർ കാർപോലും അപൂർവം. അതുകൊണ്ടുതന്നെ, കൊല്ലത്തിലൊരിക്കൽ കോഴിക്കോട്ടു നിന്നു ചുരം കയറാൻവരാറുള്ള ഗോപിമ്മാമയുടെ വിശാലമായ സ്റ്റുഡിബേക്കർ കാർ അപൂർവ്വസുന്ദര ദൃശ്യമായിരുന്നു അക്കാലത്ത്.

രാത്രികളെ സ്നേഹിച്ചു തുടങ്ങിയിരുന്നില്ല. അവയെ ചൂഴ്ന്നുനിന്ന ഭീതിദമായ അന്തരീക്ഷമാകാം കാരണം. കട്ടപിടിച്ച ഇരുട്ടിൽ അങ്ങുദൂരെ വെള്ളരിമലയിൽ, ചിതറിവീണ സ്വർണവളപ്പൊട്ടുകൾ പോലെ കാട്ടുതീ എരിയുന്നതു കാണാം. പശ്ചാത്തലത്തിൽ, പണിയക്കുടിലുകളിൽ നിന്നുള്ള നൃത്തവാദ്യഘോഷം. ഒരുതരം സൈക്കഡെലിക് പരിവേഷമുണ്ടായിരുന്നു വിദൂരതയിൽ നിന്നൊഴുകിയെത്താറുള്ള ആ സംഗീതത്തിന്. കുട്ടിക്കാലത്ത്, എങ്ങനെയെങ്കിലും ഈ രാത്രിയൊന്നു കഴിഞ്ഞു കിട്ടണേ എന്നു പ്രാർത്ഥിച്ച് പേടിയകറ്റാൻ അർജ്ജുനനെയും ഹനുമാനെയും ധ്യാനിച്ച് കിടന്നുറങ്ങിയ കാലം ഓർമ്മയിലുണ്ട്.

പിന്നെയെപ്പോഴോ ഞങ്ങൾ മൂന്നു പേരും രാത്രികളെ സ്നേഹിച്ചു തുടങ്ങി - മുഹമ്മദ് റഫിക്കും ലതാ മങ്കേഷ്കർക്കും അച്ഛന്റെ ഫിലിപ്സ്

ട്രാൻസിസ്റ്ററിനും നന്ദി. രാത്രി എട്ടരയ്ക്കോ എട്ടേമുക്കാലിനോ ആകാശ വാണിയുടെ ഉർദു സർവീസിലൂടെ ഒഴുകിവന്നിരുന്ന അനശ്വരഗാന ങ്ങളാണ് ഹിന്ദി സിനിമാസംഗീതത്തിന്റെ മായികവലയത്തിലേക്ക് എന്നെ ആദ്യമായി ആകർഷിച്ചത്. നൗഷാദിനുവേണ്ടി റഫിയും ലതാജിയും ഷംഷാദ് ബീഗവും സുരയ്യയും പാടിയ ഗാനങ്ങളാണ് ആ പരിപാടിയിൽ ഏറെയും കേൾക്കുക. ബൈജു ബാവ്‌രയിലെ പ്രശസ്തരായ ഭഗ്‌വാനും മൻതർപതും കോഹിനൂരിലെ മധുബൻ മേ രാധികയും മുഗളെ അസ മിലെ പ്യാർകിയാ തോ ഡർനാ ക്യായും സി.ഐ.ഡിയിലെ ഒ.പി. നയ്യാർ ഈണമിട്ട ആംഖോം ഹി ആംഖോംമേയുമെല്ലാം അന്ന് കേട്ട് മനസ്സിൽ പതിഞ്ഞ പാട്ടുകൾ. അവ ആദ്യശ്രവണമാത്രയിലേ അതേ അനുഭൂതി യോടെ ഇന്നുമുണ്ട് മനസ്സിൽ.

നൗഷാദായിരുന്നു സങ്കല്പങ്ങളിലെ സംഗീതചക്രവർത്തി. പിന്നെ പ്പിന്നെ അഭിരുചികൾ മാറി, മുൻഗണനകളും. സച്ചിൻദേവ് ബർമ്മന്റെയും മദൻമോഹന്റെയും രോഷന്റെയും ആർ.ഡി. ബർമ്മന്റെയുമൊക്കെ ഈണ ങ്ങളിൽ സ്വയം മറന്നലിയവേ, നൗഷാദിനോടുള്ള പഴയ ആരാധനയ്ക്ക് സ്വല്പം മങ്ങലേറ്റോ എന്നു സംശയം. നൗഷാദിന്റെ കൊട്ടിഘോഷിക്ക പ്പെടുന്ന ക്ലാസിക്കുകളേക്കാൾ ഇന്നും എനിക്കിഷ്ടം അദ്ദേഹത്തിന്റെ അത്രതന്നെ പ്രശസ്തങ്ങളല്ലാത്ത പാട്ടുകളാണ് – 'കോയി സാഗർ ദിൽകോ ബഹലാതാ' (ദിൽദിയാ ദർദ് ലിയാ) പോലെ.

ബംഗ്ലാവിലെ മുകൾനിലയിലെ മരപ്പലകകൾ പാകിയ നിലത്ത് മലർന്നുകിടന്നാൽ, തുറന്നിട്ട ജനൽപ്പാളികൾക്കപ്പുറത്ത് വിശാലമായ ആകാശം കാണാം. കണ്ണുചിമ്മിത്തുറക്കുന്ന നക്ഷത്രങ്ങളെ നോക്കി എത്രയെത്ര രാവുകളാണ് ഞങ്ങൾ മൂന്നുപേരും ആ പലകകളിന്മേൽ മലർന്നു കിടന്നിട്ടുള്ളത്. ആ കിടപ്പിൽ രഞ്ജിനി പാടിക്കൊണ്ടേയിരിക്കും എസ്. ജാനകിയുടെ ഹിറ്റ് ഗാനങ്ങൾ. താമരക്കുമ്പിളല്ലോ, സൂര്യകാന്തി, ഒരു കൊച്ചുസ്വപ്നത്തിൻ, സ്വർണവളകളിട്ട കൈകളിൽ, ഗോപുര മുകളിൽ...

അന്ന് നാലിലോ അഞ്ചിലോ പഠിക്കുകയാണ് രഞ്ജിനി. പിൽ ക്കാലത്ത് അഡയാറിലെ കലാക്ഷേത്രയിൽ സംഗീത ശിരോമണി കോഴ്സിന് പഠിക്കവേ സാക്ഷാൽ എം.ഡി. രാമനാഥന്റെയും പുതുക്കോട് കൃഷ്ണമൂർത്തിയുടെയും ശിഷ്യത്വം സ്വീകരിക്കാൻ ഭാഗ്യമുണ്ടായി അവൾക്ക്. ഇന്ന് ലോസ് ആഞ്ജലസിൽ ഭർത്താവിനും മകനുമൊപ്പം താമസിക്കുമ്പോഴും കൊച്ചുകുട്ടികളെ സംഗീതം പഠിപ്പിക്കാൻ സമയം കണ്ടെത്തുന്നു അവൾ. ശബരിമലയിൽ തങ്കസൂര്യോദയം പോലുള്ള ഭക്തിഗാനങ്ങൾ മനോഹരമായി പാടിയിരുന്ന രജി ഇപ്പോൾ വാണിയം പാറ റബ്ബർ എസ്റ്റേറ്റിലെ മാനേജരാണ് – ഞങ്ങൾ മൂവരിൽ അച്ഛന്റെ വഴി തിരഞ്ഞെടുത്ത ഒരേയൊരാൾ.

വലിയ സംഗീത പാരമ്പര്യമൊന്നുമില്ലാതിരുന്നിട്ടും ഞങ്ങൾ മൂന്നു പേരും ചെറുപ്പംമുതലേ എങ്ങനെ സംഗീതവുമായി ആത്മബന്ധം സ്ഥാപിച്ചുവെന്നോർത്ത് അദ്ഭുതപ്പെട്ടിട്ടുണ്ട്. അബ് തെരേ സിവാ കോൻ മേരാ കൃഷ്ണ് കനൈയാ, വാരായോ വെണ്ണിലാവേ, കണ്ണിനോടു കണ്ണും നോക്കി തുടങ്ങിയ മൂളിപ്പാട്ടുകൾക്കപ്പുറത്ത് സംഗീതത്തെ ഗൗരവമായി കാണുന്ന പതിവൊന്നുമില്ലായിരുന്നു അച്ഛന്. കോട്ടയ്ക്കൽ രാജാസ് ഹൈസ്കൂളിൽ പഠിക്കുന്ന കാലത്ത് 'നവലോക'ത്തിലെ 'ഗായകാ ഗായകാ' എന്ന ഗാനം സ്റ്റേജിൽ ഉറക്കെ പാടി സദസ്സിനെ അമ്പരപ്പിച്ച താണ് അമ്മയുടെ ആകെയുള്ള സംഗീത പാരമ്പര്യം.

എങ്കിലും പാട്ടുകേൾക്കാൻ ഇഷ്ടമായിരുന്നു അച്ഛനുമമ്മയ്ക്കും. റേഡി യോയ്ക്ക് മുന്നിൽ തപസ്സിരിക്കുന്ന മക്കളെ ചൂരൽക്കഷായം കൊണ്ടോ 'കൗൺസലിങ് കൊണ്ടോ പിന്തിരിപ്പിക്കാൻ ശ്രമിച്ചുമില്ല അവർ. വൈകീട്ട് മൂന്നര മുതൽ റേഡിയോ സിലോണിൽ സരോജിനി ശിവലിംഗം തമിഴ്ചുവയുള്ള മലയാളത്തിൽ അവതരിപ്പിച്ചുപോന്ന ചലച്ചിത്രഗാന പരി പാടി ഒരു ദിവസം പോലും മുടക്കാറില്ല അമ്മ. ഷോർട്ട് വേവിലൂടെ പൊങ്ങിയും താണും തരംഗമാലകളായി ഒഴുകിയെത്തുന്ന യേശുദാസി ന്റെയും ജയചന്ദ്രന്റെയും സുശീല-ജാനകിമാരുടെയുമൊക്കെ ശബ്ദങ്ങൾ അവയുടെ എല്ലാ സൗന്ദര്യത്തോടെയും ആസ്വദിക്കാൻ ഞാനുമുണ്ടാകും അടുക്കളയിൽ അമ്മയ്ക്കൊപ്പം. മൃദുശബ്ദങ്ങൾക്കിടയിൽ പെട്ടെന്നൊരു നാൾ 'ഏകാന്തതയുടെ അപാരതീരം' എന്ന ഗാനം കമുകറ പുരുഷോ ത്തമന്റെ ഗാംഭീര്യമാർന്ന ശബ്ദത്തിൽ കേട്ടപ്പോൾ വിസ്മയിച്ചുപോയത് ഓർക്കുന്നു. ആന്റോയും പി. ലീലയും 'അസുരവിത്തി'നുവേണ്ടി പാടിയ 'കുന്നത്തൊരു കാവുണ്ട്' ആണ് അക്കാലത്ത് എന്നെ ആകർഷിച്ച മറ്റൊരു ഗാനം. വേറിട്ട ആലാപനം തന്നെയാവണം ആ ഗാനങ്ങളെ സ്നേഹിക്കാൻ പ്രേരിപ്പിച്ചത്.

എ.എമ്മോ, എഫ്.എമ്മോ ആകട്ടെ, റേഡിയോയെ എന്നും പ്രിയങ്കര മാക്കുന്നത് അതിന്റെ പ്രവചനാതീത സ്വഭാവമാണെന്നു തോന്നിയിട്ടുണ്ട്. ചലച്ചിത്ര ഗാനപരിപാടികൾ കേട്ടുനോക്കുക. ഒരു പാട്ടുകഴിഞ്ഞാൽ അടുത്തതേതെന്ന് സങ്കല്പിക്കാൻ പോലുമാവില്ല നമുക്ക്. ചിലപ്പോൾ ഏറെ നാളായി കേൾക്കാൻ കൊതിച്ചിരുന്ന പാട്ടാവും. അല്ലെങ്കിൽ എന്നോ നാം കേട്ടുമറന്ന ഒരു പാട്ട്. ടേപ്പ് റെക്കാർഡറിനു നൽകാൻ കഴിയാത്തതും ഈ മധുരമുള്ള സസ്പെൻസാണ്. അവിടെ നമുക്കിഷ്ടമുള്ള പാട്ടുകൾ നാം വെച്ചുകേൾക്കുന്നു. അത്രതന്നെ.

ടേപ്പ് റെക്കാർഡർ വിശിഷ്ടാതിഥിയായി വീട്ടിലെത്തിയ ദിവസം ഓർമ്മയുണ്ട്. എഴുപതുകളുടെ തുടക്കത്തിലാണ്. ഞാനന്ന് മൂന്നാം ക്ലാസ് വിദ്യാർത്ഥി. മേശപ്പുറത്തു കിടത്തിവെയ്ക്കാവുന്ന ഒരു കൗതുക വസ്തു വായിരുന്നു ഞങ്ങൾക്ക്. അതു വീട്ടിൽ കൊണ്ടുവന്ന ദിവസം അച്ഛൻ ഞങ്ങളുടെയെല്ലാം ശബ്ദം ഒരു കാസറ്റിൽ റെക്കോർഡ് ചെയ്തു.

'കാറ്റടിച്ചു കൊടുംകാറ്റടിച്ചു' എന്ന തുലാഭാരത്തിലെ പാട്ടാണ് ഞാൻ പാടിയത്. ആദ്യമായി ശബ്ദം റെക്കോർഡ് ചെയ്ത് കേൾക്കുകയായിരുന്നു. അന്നതു കേട്ടശേഷമാണ് സ്വന്തം ശബ്ദത്തെക്കുറിച്ചൊരു ബോധമുണ്ടാകുന്നത്. പിന്നീട് സ്വയം പാടി റെക്കോർഡ് ചെയ്തു കേൾക്കാൻ ധൈര്യമുണ്ടായിട്ടില്ല.

പഴമയുടെ ഗന്ധം

പഴമയുടെ ഗന്ധമായിരുന്നു വീട്ടിലെ മുറികൾക്ക്. കാലം ഘനീഭവിച്ചു നിൽക്കുന്നതുപോലെ തോന്നും തണുത്തു വിറങ്ങലിച്ച ആ മുറികളിൽ. നൂറ്റാണ്ടിലേറെ പഴക്കമുള്ള കൂറ്റൻ മണ്ണെണ്ണവിളക്കുകൾ, റാന്തലുകൾ, അഴിച്ചെടുത്ത് കഠാരയായും ഉപയോഗിക്കാവുന്ന വാക്കിങ് സ്റ്റിക്കുകൾ, പഴയ കുതിരവണ്ടിച്ചക്രങ്ങൾ, പത്തൊമ്പതാം നൂറ്റാണ്ടിന്റെ അവസാനം ബ്രിട്ടനിൽ സ്ഥാപിക്കപ്പെട്ട 'സാലുഡോർ' വാട്ടർ ഫിൽറ്റർ (ഇത്തരത്തിലൊന്ന് പിന്നീട് കാണുന്നത് ഡേവിഡ് ലീനിന്റെ 'പാസേജ് ടു ഇന്ത്യ' എന്ന സിനിമയിലാണ്), ഒന്നാംലോകമഹായുദ്ധകാലത്തെ ഇംപീരിയൽ ടൈപ്പ്റൈറ്റർ (അർദ്ധവൃത്താകൃതിയിലായിരുന്നു അതിന്റെ കീബോർഡ്), കൊഡാക്കിന്റെ പഴയ ബോക്സ് ക്യാമറ, മുറികളിലെ തണുപ്പകറ്റാനുള്ള വലിയ സമോവറുകൾ...

കളപ്പുരയിലെ അടച്ചുപൂട്ടിയ സ്റ്റോർമുറിയിലെ അലമാരയായിരുന്നു എന്റെ ഏകാന്തലോകം. പഴയ പ്രസിദ്ധീകരണങ്ങളാണ് ആ അലമാര നിറയെ. എല്ലാം ഗോപിമ്മാമ ശേഖരിച്ചുവെച്ചവ. ലൈഫ്, ടൈം, റീഡേഴ്സ് ഡൈജസ്റ്റ്, സ്ട്രാൻഡ്, നാഷണൽ ജ്യോഗ്രഫിക്, ചേംബേഴ്സ് ജേർണൽ തുടങ്ങിയ മാസികകളുടെ പഴയ ലക്കങ്ങളാണേറെയും. 1920കളിലെ നാഷണൽ ജ്യോഗ്രഫിക് മാസികകൾ ഭംഗിയായി ബൈൻഡ് ചെയ്തു വെച്ചിരുന്നു അലമാരയിൽ.

എന്നെ ഏറ്റവുമാകർഷിച്ചത് 1958-60 കാലത്തെ 'ദീപ്തി' ചലച്ചിത്ര വാരികയുടെ കളക്ഷനാണ്. കൊച്ചിയിൽനിന്നു പ്രസിദ്ധീകരിച്ചിരുന്ന ആ വാരികയുടെ പത്രാധിപർ കമാൽ ജസ്പാര എന്നൊരാളായിരുന്നു. അദ്ഭുതകരമാംവിധം 'പ്രൊഫഷണലാ'യി എഡിറ്റ് ചെയ്ത് പ്രസിദ്ധീകരിച്ചിരുന്ന വാരികയായിരുന്നു 'ദീപ്തി'. ഇന്നത്തെപ്പോലെ, പുതിയ ചിത്രങ്ങളുടെ സ്റ്റില്ലുകളും താരങ്ങളുടെ ഗോസിപ്പുകളും കുസൃതി നിറഞ്ഞ ചോദ്യോത്തരപംക്തിയും പുതിയ ഹിറ്റ് പാട്ടുകളുടെ ലിറിക്സുമെല്ലാം കാണുമതിൽ. പുറത്തുവരുന്ന മലയാളചിത്രങ്ങളുടെ എണ്ണം കുറവായതിനാൽ ഹിന്ദി സിനിമാലോകത്തെ കേന്ദ്രീകരിച്ചാണ് കവറേജ്. എങ്കിലും നീലക്കുയിൽ, ന്യൂസ്പേപ്പർ ബോയ് തുടങ്ങിയ ചിത്രങ്ങളെക്കുറിച്ചുള്ള ഗൗരവപൂർണമായ ആസ്വാദനങ്ങൾ 'ദീപ്തി'യിൽ വായിച്ചിട്ടുണ്ട്. ബഹുവർണ കവറുകളിൽ നർഗീസും കാമിനി കൗശലും മധുബാലയും നിഗാർ സുൽത്താനയുമെല്ലാം വശ്യമായ പുഞ്ചിരിയോടെ

നിറഞ്ഞുനിൽക്കുന്നുണ്ടാവും. ബ്ലാക്ക് ആൻഡ് വൈറ്റ് ചിത്രങ്ങൾക്ക് ചായം പൂശിയതാവണം. സിനിമാമാസിക, നർഗീസ്, ഫിലിം എന്നിവയായിരുന്നു ആ ശേഖരത്തിൽ കണ്ട മറ്റു ചലച്ചിത്ര വാരികകൾ.

ബംഗ്ലാവിന്റെ മുകൾനിലയിൽ തണുപ്പുകാലത്ത് ഞങ്ങൾ കുട്ടികൾ മൂടിപ്പുതച്ചു കിടന്നുറങ്ങിയിരുന്ന ഹാളിന്റെ ചുമരിനെ മനോഹരമായ ഒരു പെയിന്റിങ് അലങ്കരിച്ചിരുന്നു- ഹാംലെറ്റിന്റെ ഒരു പോർട്രെയ്റ്റ്. അരപ്പട്ടയിലെ വാളിന്റെ കൈത്തലയിൽ ഇടതുകൈ മലർത്തി, നിശ്ചയദാർഢ്യം സ്ഫുരിക്കുന്ന മുഖഭാവത്തോടെ ചുമരിൽനിന്ന് ഞങ്ങളെ നോക്കിനിന്ന യോദ്ധാവ്, സർ ഹെൻറി ഇർവിങ് എന്ന വിഖ്യാത ബ്രിട്ടീഷ് നാടകനടനാണെന്ന് മനസ്സിലാക്കിയത് മുതിർന്ന ശേഷമാണ്. ഷേക്സ്പീരിയൻ കഥാപാത്രങ്ങളെ സ്റ്റേജിൽ അനശ്വരമാക്കിയ നടനായിരുന്നു ഇർവിങ്.

വയനാടു വിട്ട് എടരിക്കോട്ടെ വീട്ടിൽ സ്ഥിരതാമസമാക്കുമ്പോൾ ഹാംലെറ്റിനെയും കൂടെ കൊണ്ടുപോന്നു. ഇന്നും 'അന്നപൂർണ'യുടെ പൂമുഖത്ത് സർ ഹെൻറി ഇർവിങ്ങിന്റെ ദീപ്തസാന്നിദ്ധ്യമുണ്ട്. ആ ചിത്രം കാണുമ്പോൾ, നഷ്ടപ്പെട്ടുപോയ ബാല്യകൗമാരങ്ങൾ അറിയാതെ ഓർമ്മ വരും. പേടിസ്വപ്നം കാണാതിരിക്കാൻ ആലത്തിയൂർ ഹനുമാനോടൊപ്പം ഹാംലെറ്റിനെയും ധ്യാനിച്ച് കിടന്നുറങ്ങിയ രാവുകളും.

സ്കൂൾദിനങ്ങളിലെ ഏറ്റവും ആവേശകരമായ അനുഭവങ്ങളിലൊന്ന് വർഷത്തിലൊരിക്കലുള്ള കോഴിക്കോടൻ യാത്രയാണ്. ഞങ്ങൾ വയനാട്ടുകാർക്കിടയിൽ ഒരു മെട്രോപൊളിറ്റൻ നഗരത്തിന്റെ പരിവേഷമായിരുന്നു കോഴിക്കോടിന്. തിരക്കേറിയ പാതകൾ, തലങ്ങും വിലങ്ങും വാഹനങ്ങൾ, തിരമാലകൾ ഇരമ്പുന്ന കടൽ, കൂകിപ്പായുന്ന തീവണ്ടികൾ...

കോഴിക്കോട്ടേക്കുള്ള ബസ്റൂട്ട് ദേശസാത്കരിക്കപ്പെട്ടിരുന്നില്ല. പച്ചനിറമുള്ള സി.ഡബ്ല്യൂ.എം.എസ്സും ചുവപ്പും വെള്ളയുമിടകലർന്ന സി.സി. ട്രാൻസ്പോർട്ടുമാണ് വയനാട്ടുകാരെ കുത്തിനിറച്ച ചുരമിറങ്ങി അടിവാരവും താമരശ്ശേരിയും കൊടുവള്ളിയും കടന്ന് നഗരത്തിലെത്തുക.

ഇംപീരിയൽ ഹോട്ടലിൽനിന്നൊരു മസാലദോശ; കോമളവിലാസിൽനിന്നൊരു വിശാലമായ ഊണ്; അപൂർവമായി പാരീസ് ഹോട്ടലിലെ കോഴിബിരിയാണി, കടപ്പുറത്തുകൂടി കടലകൊറിച്ച് അച്ഛനമ്മമാരുടെ വിരലിൽ തൂങ്ങി ഒരു സായാഹ്നയാത്ര... ഇതൊക്കെയായിരുന്നു കോഴിക്കോടൻ സന്ദർശനവേളകളിലെ സൗഭാഗ്യങ്ങൾ. വാണിജ്യവ്യവസായ പ്രദർശനത്തിന്റെ കാലമാണെങ്കിൽ ഒരു ഐസ്ക്രീമും എക്സിബിഷൻ ഗ്രൗണ്ടിലെ താത്കാലിക സ്റ്റുഡിയോയിൽനിന്നൊരു ഗ്രൂപ്പ് ഫോട്ടോയും ഉറപ്പിക്കാം.

വിഷുക്കൈനീട്ടവും വീട്ടിൽ അപൂർവമായി വിരുന്നുവരുന്ന വി.ഐ.പി. അതിഥികൾ കനിഞ്ഞുനൽകുന്ന പോക്കറ്റ് മണിയും സ്വരൂപിച്ചു കൂട്ടിവെക്കുന്നത് കോഴിക്കോടൻ യാത്രയ്ക്കിടെ സ്പോർട്സ് വാരികകൾ

വാങ്ങാനാണ്. സ്പോർട്സ് വീക്കും ഫുട്ബോൾ ഫ്രണ്ടും കോർപ്പറേഷൻ ബസ്സ്റ്റാൻഡിലെ കൈരളി ബുക്സ്റ്റാളിൽ കിട്ടും. കണ്ണൂരിൽനിന്ന് മുൻകാല ഫുട്ബോളർ എൻ.ടി. കരുണനും സുഹൃത്ത് കുഞ്ഞിരാമനും ചേർന്ന് പുറത്തിറക്കിയിരുന്ന 'ഫുട്ബോൾ ഫ്രണ്ടി'ലാണ് എന്റെ ആദ്യ സ്പോർട്സ് ലേഖനം അച്ചടിച്ചു വരുന്നതെന്നത് മറ്റൊരു യാദൃച്ഛികത. 'അലി-റിങ്ങിലെ അദ്ഭുത പ്രതിഭാസം' എന്നതായിരുന്നു ഒമ്പതാം തരത്തിൽ പഠിക്കുമ്പോൾ എഴുതിയ ആ ലേഖനത്തിന്റെ തലക്കെട്ട്.

ഒരു ശബ്ദം, ഒരു കാലം

റേഡിയോ സിലോണിലൂടെ ബിനാക്കാ ഗീത്മാലയും അമീൻ സയാനിയുടെ മാസ്മരിക ശബ്ദവും ഹരമായി മനസ്സിൽ പടരുന്നത് എഴുപതുകളുടെ തുടക്കത്തിലാണ്. സയാനിയുടെ ഐന്ദ്രജാലികമായ അവതരണ ശൈലിയുടെ അകമ്പടിയോടെ ബോബിയിലെയും ആനന്ദിലെയും അന്ദാസിലെയും ശർമിലിയിലെയും ഹിറ്റ്ഗാനങ്ങൾ ആഴ്ചതോറും കാതിൽ വന്നുവീണുകൊണ്ടിരുന്ന കാലം. ജനപ്രീതിയിൽ ഇന്നത്തെ ടെലിവിഷൻ റിയാലിറ്റി ഷോകളെപ്പോലും നിഷ്പ്രഭമാക്കിയേനെ, സയാനിയുടെ ചലച്ചിത്രഗാന കൗണ്ട്ഡൗൺ ഷോ.

വെറുമൊരു റേഡിയോ അവതാരകൻ മാത്രമായിരുന്നില്ല അമീൻ സയാനി - ചലച്ചിത്ര സംഗീതചരിത്രത്തിൽ അഗാധ ജ്ഞാനവും ഉറുദു ഭാഷയിൽ പാണ്ഡിത്യവുമുള്ള നല്ലൊരു ഗവേഷകൻ കൂടിയായിരുന്നു. "ബഹനോം ഔർ ഭായിയോം" എന്ന ഒറ്റ അഭിസംബോധന കൊണ്ടു തന്നെ ശ്രോതാക്കളെ ക്ലീൻ ബൗൾ ചെയ്തുകളയും അദ്ദേഹം.

ശബ്ദത്തിലൂടെ മാത്രം അടുത്തറിയാമായിരുന്ന അവതാരകനെ എന്നെങ്കിലും നേരിൽ കാണുക എന്നത് വലിയൊരു സ്വപ്നമായിരുന്നു. യാദൃച്ഛികമായി ആ സ്വപ്നം യാഥാർത്ഥ്യമായപ്പോൾ, റേഡിയോ പ്രക്ഷേപണത്തിലെ ഈ മാജിക്കിന്റെ പൊരുൾ എന്തെന്ന് വെറുതെ ചോദിച്ചു നോക്കി. ചിരിച്ചുകൊണ്ട് സയാനി പറഞ്ഞ മറുപടി ഇതായിരുന്നു: "കോമൺ സെൻസാണ് ഒരു റേഡിയോ അവതാരകനുവേണ്ട മിനിമം യോഗ്യത. ദൈവം സഹായിച്ച് എനിക്കതുണ്ട്. ഒരുപറ്റം വ്യക്തികളെയല്ല, ഒരൊറ്റ വ്യക്തിയെയാണ് നമ്മൾ അഭിസംബോധന ചെയ്യേണ്ടതെന്ന ബോധവും അത്യാവശ്യം."

1950കളുടെ തുടക്കത്തിൽ അന്നത്തെ വാർത്താവിതരണ പ്രക്ഷേപണ വകുപ്പുമന്ത്രി ബി.വി. കേസ്കറുടെ ഒരു തലതിരിഞ്ഞ തീരുമാനമാണ് ബിനാക്കാ ഗീത്മാലയുടെ പിറവിക്കു പിന്നിൽ. സിനിമാപാട്ടുകൾ യുവാക്കളെ വഴിപിഴപ്പിക്കുമെന്നായിരുന്നു ശാസ്ത്രീയസംഗീതപ്രേമിയായ കേസ്കർജിയുടെ കണ്ടെത്തൽ. ഇനി മുതൽ ആകാശവാണിയിലൂടെ സിനിമാഗാനങ്ങൾ കേട്ടുപോകരുതെന്ന് കർശന ഉത്തരവിറക്കുന്നു അദ്ദേഹം. സംഗീതപ്രിയരായ ജനതയാകട്ടെ, പാട്ടു കേൾക്കാൻ അതോടെ

റേഡിയോ സിലോൺ ട്യൂൺ ചെയ്തുതുടങ്ങുകയും ചെയ്തു. അപ്രതീക്ഷിതമായി കൈവന്ന ഈ ജനപ്രിയതയാണ് ബിനാക്കാ ഗീത്മാല തുടങ്ങാൻ റേഡിയോ സിലോൺ അധികൃതരെ പ്രേരിപ്പിക്കുന്നത്. 1952ൽ ഒരു ഫർമായിഷ് (ആവശ്യപ്പെടുന്ന ഗാനങ്ങൾ) പരിപാടിയായി തുടക്കം കുറിച്ച ഗീത്മാല 54-ൽ കൗണ്ട്ഡൗൺ ഷോ ആയി വേഷം മാറുന്നു.

ബിനാക്കാ ഗീത്മാലയിലൂടെയാണ് കിഷോർകുമാറിനെ മികച്ച ഗായകനായി എന്റെ ഉപബോധമനസ്സ് അംഗീകരിച്ചുതുടങ്ങുന്നതെന്നത് മറ്റൊരു സത്യം. അതുവരെ വെറുമൊരു കോമാളിപ്പാട്ടുകാരന്റെ ഇമേജായിരുന്നു മറ്റു പലരുടെയുമെന്നപോലെ എന്റെ മനസ്സിലും കിഷോറിന്. റഫി-റഫി മാത്രമായിരുന്നു എല്ലാം തികഞ്ഞ പാട്ടുകാരൻ. പക്ഷേ, ഗുൽസാറും ആർ.ഡി. ബർമനും ചേർന്ന് കിഷോറിനുവേണ്ടി സൃഷ്ടിച്ച ഗാനങ്ങൾ (തേരേ ബിനാ സിന്ദഗി സേ, മുസാഫിർ ഹും യാരോ, ആനേ വാലാ പൽ, തും ആഗയാ, ഇസ് മോഡ് സേ ജാതേ ഹേ) ആ ധാരണ തിരുത്താൻ പോന്നതായിരുന്നു. റഫിയിൽനിന്ന് അകലാതെതന്നെ, അങ്ങനെ കിഷോറുമായി അടുക്കുന്നു. ഇന്നും ഇരുവരും എന്റെ പ്രിയ ഗായകർ.

സ്കൂൾ വിദ്യാഭ്യാസം കഴിഞ്ഞ് കോഴിക്കോട് ദേവഗിരി കോളേജിൽ പ്രീഡിഗ്രിക്ക് പഠിക്കാനെത്തിയ കാലത്താണ് തലത് മെഹമൂദിന്റെ വെൽവെറ്റ് ശബ്ദത്തിന്റെ ആകർഷണവലയത്തിൽ വീണുപോകുന്നത്. ആൾക്കൂട്ടങ്ങളിൽ ഒറ്റപ്പെട്ടുപോകുന്ന വികാരജീവിയായ ഒരു കാമുകന്റെ സ്വരമാണ് തലത്തിന്റേത് എന്നെനിക്കു തോന്നി. കോളേജ് ഹോസ്റ്റലിലെ ഏറ്റവുമടുത്ത സുഹൃത്തായിരുന്ന കൃഷ്ണൻനമ്പൂതിരിയുടെ ടേപ്പ് റെക്കോർഡറിൽ ജൽതേ ഹേ ജിസ്കേലിയെയും സിന്ദഗി ദേനേവാലേ സുനും സീനേ മേ സുലഗ്തേയുമൊക്കെ കേട്ടിരിക്കെ ഞാൻ തിരിച്ചറിഞ്ഞ ഒരു സത്യമുണ്ട് -റഫിക്കും കിഷോറിനും ഒരിക്കലും ഒരു തലത്താകാൻ കഴിയില്ല; തിരിച്ചും.

പാടാനോർത്തൊരു മധുരിതഗാനം

ആദ്യമായി ഒരു ഗാനമേള 'ലൈവാ'യി കേൾക്കുന്നത് ആർ.സി. ഹൈസ്കൂളിൽ വെച്ചാണ്. ഏഴിലോ എട്ടിലോ പഠിക്കുന്ന കാലം. തിക്കോടിയന്റെ 'പരകായ പ്രവേശം' നാടകമാണ് മുഖ്യഇനം. നെല്ലിക്കോട് ഭാസ്കരനും മറ്റും അഭിനയിച്ചിരുന്നു ഈ നാടകത്തിൽ. അതു കഴിഞ്ഞ് കോഴിക്കോട് അബ്ദുൾഖാദറിന്റെ ഗാനമേള.

ഒരു പിന്നണി ഗായകനെ നടാടെ നേരിൽ കണ്ട് നിർവൃതിയടഞ്ഞ സായാഹ്നം. ഷർട്ടിനുമുകളിൽ കറുത്ത ഓവർക്കോട്ടണിഞ്ഞ സ്റ്റേജിൽ മൈക്കിനു മുൻപിൽ ഇരിക്കുന്ന അബ്ദുൾഖാദറിനെ ആരാധനയോടെ നോക്കിയിരുന്നത് ഓർമ്മയുണ്ട്. വാർദ്ധക്യം ബാധിച്ചുതുടങ്ങിയിരുന്നു ഖാദർക്കയെ. ഗായകർ സ്റ്റേജിൽ എഴുന്നേറ്റുനിന്ന് പാടുന്ന രീതി സാർവ്വത്രികമായിക്കഴിഞ്ഞിരുന്ന അക്കാലത്ത് ഖാദർ ഇരുന്നു പാടിയത്

അനാരോഗ്യത്താലാവണം. നിന്നു പാടാൻ പറ്റാത്തതിൽ ക്ഷമചോദിച്ചാണ് അദ്ദേഹം പരിപാടി ആരംഭിച്ചത്. വിഷാദാർദ്രമായ ആ ശബ്ദം എല്ലാ ഭാവസൗകുമാര്യത്തോടെയും ആസ്വദിക്കാൻ അന്നത്തെ പതിമ്മൂന്നു കാരൻ പയ്യന് കഴിഞ്ഞുവോ എന്ന് സംശയം. എങ്കിലും ഖാദർ പാടിയ പാട്ടുകളിൽ ഒന്നുരണ്ടെണ്ണമെങ്കിലും ഇന്നും ഓർമ്മയിലുണ്ട്. പാടാനോർത്തൊരു മധുരിതഗാനം പാടിയതില്ലല്ലോ..., പിന്നെ പച്ചപ്പനംതത്തേയും.

കൂടുതൽ ആസ്വദിച്ചത് അബ്ദുൾഖാദറിന്റെ മകൻ നജ്മൽ ബാബു പാടിയ അന്നത്തെ തട്ടുപൊളിപ്പൻ ഹിന്ദി ഹിറ്റുകളാണ്. പ്രത്യേകിച്ച് 'ആരാധന'യിലെ "മേരെ സപ്നോം കാ റാണി", മച്ചാട് വാസന്തിയുടെ "ഛോട്ടാ സാ ബാല്മ"യും ഓർക്കുന്നു. ഏറെ വർഷങ്ങൾക്കുശേഷം മുല്ല ശ്ശേരി രാജഗോപാലിന്റെ കോഴിക്കോട്ടെ വീട്ടിലിരുന്ന്, 'രാഗിണി'യിലെ ആ മനോഹരഗാനം വാസന്തിച്ചേച്ചി എനിക്കുവേണ്ടി മാത്രമായി പാടി.

പക്ഷേ, അപ്പോഴേക്കും വാസന്തി സംഗീതലോകത്തിന്റെ പുറമ്പോക്കി ലൊതുങ്ങിപ്പോയിരുന്നു. ബാബുരാജിന്റെ പ്രിയഗായിക, പുതുതലമുറ മദിച്ചുപാടുന്ന വേദികളുടെ ഒഴിഞ്ഞ കോണിൽ, പാടാൻ ഒരവസരത്തിനു വേണ്ടി പ്രതീക്ഷയോടെ കാത്തുനിൽക്കുന്നതു കണ്ട് ഉള്ളംപിടഞ്ഞിട്ടുണ്ട്. ഓർമ്മവരുക ശബ്ദമാധുരികൊണ്ട് കൂറ്റൻ സദസ്സുകളെപ്പോലും കോരി ത്തരിപ്പിച്ചിരുന്ന ആ പഴയ സുന്ദരിയായ വാസന്തിയെയാണ്.

നജ്മൽ ബാബു പിന്നീട് ഞങ്ങളുടെ കോഴിക്കോടൻ സുഹൃദ് സംഗീത സദസ്സുകളിലെ രാജകുമാരനായി. 1984-ൽ കേരള കൗമുദിയിൽ പത്രപ്രവർത്തകനായി ചേർന്ന ശേഷം, സംഗീതപ്രേമിയും വോളിബോൾ കളിക്കാരനും സ്പോർട്സ് ലേഖകനുമായ ഹസൻ കോയ വഴിയാണ് ബാബുവുമായി അടുക്കുന്നത്. പിന്നീട് എത്രയെത്ര പാതിരാ മെഹ്ഫിലു കൾ. ഹാർമോണിയത്തിൽ വിരലോടിച്ച് കണ്ണുകൾ ചിമ്മി, ബാബു "കരളിൽ കണ്ണീർമുകളിൽ നിറഞ്ഞാലും/കരയാൻ വയ്യാത്ത വാനമേ" എന്ന് വികാരനിർഭരമായി പാടുന്നത് കേട്ടിരിക്കുക അപൂർവ്വമായ ഒരനു ഭവമായിരുന്നു.

വിഷാദഗാനങ്ങളാണ് ബാബു ഏറ്റവും നന്നായി പാടുക. വിധിക്കെ തിരായ ഒരു ഒറ്റയാൾപോരാട്ടമാണ് ബാബുവിന്റെ ജീവിതമെന്നു തോന്നി യിട്ടുണ്ട്. മകളുടെയും സഹോദരന്റെയും ദുരന്തമരണങ്ങൾ. വിടാതെ പിന്തുടരുന്ന രോഗങ്ങൾ, എല്ലാ വേദനകളെയും സംഗീതത്തിൽ മുഴുകി അതിജീവിക്കാൻ ശ്രമിച്ചു ബാബു.

നസീറും സത്യനും

അച്ഛന്റെ സഹോദരി ചിന്നമ്മുവല്യമ്മയ്ക്കൊപ്പമാണ് അബ്ദുൽ ഖാദറിന്റെ ഗാനമേള കേൾക്കാൻപോയത്. കുട്ടിക്കാലത്ത് വല്യമ്മയായി രുന്നു എന്റെ 'ഫ്രൻഡ്, ഫിലോസഫർ ആൻഡ് ഗൈഡ്'. ചെറുചെറു

അസുഖങ്ങൾ വരുമ്പോൾപോലും അതീവശ്രദ്ധയോടെ വാത്സല്യപൂർവം ശുശ്രൂഷിക്കുമായിരുന്നു വല്യമ്മ. ചുണ്ടേൽ രോഷൻ ടാക്കീസിലേക്കും കല്പറ്റ അനന്തപത്മയിലേക്കും ഞങ്ങളെ പതിവായി സിനിമയ്ക്കു കൊണ്ടുപോയിരുന്നതും വല്യമ്മതന്നെ.

ചിന്നമ്മു വല്യമ്മയുടെ ചന്ദനനിറമുള്ള ജി.ഇ.സി. ട്രാൻസിസ്റ്റർ അപൂർവ്വചാരുതയാർന്ന ഒരു കാഴ്ചവസ്തുവായിരുന്നു ഞങ്ങൾക്കന്ന്. ഈ ട്രാൻസിസ്റ്ററിൽനിന്നാണ് യേശുദാസിന്റെ ഗന്ധർവനാദം, താമസ മെന്തേ വരുവാൻ എന്ന ഗാനമായി എന്നെ തേടിയെത്തുന്നത്. യേശു ദാസാണ് സിനിമയിൽ നസീറിനു വേണ്ടി പാടുന്നതെന്ന് അന്നൊന്നും അറിയില്ലായിരുന്നു. മനോഹരമായി പാടുകയും പ്രണയിക്കുകയും ജോസ് പ്രകാശ്, ഉമ്മർ, ഗോവിന്ദൻകുട്ടി തുടങ്ങിയ ദുഷ്ടപ്പരിഷകളെ ഡിഷും ഡിഷും എന്ന് ഇടച്ചുപത്തിരിയാക്കുകയും ചെയ്യുന്ന പ്രേംനസീറിനെ ആർക്കാണ് ആരാധിക്കാതിരിക്കാനാവുക?

പക്ഷേ, സത്യനായിരുന്നു വല്യമ്മയുടെ ഇഷ്ടതാരം. നസീർ വെറു മൊരു ചോക്ലേറ്റ് ഹീറോ ആണെന്നും സത്യനാണ് യഥാർത്ഥ അഭി നേതാവ് എന്നും വല്യമ്മ ആവർത്തിച്ചുപറയുമ്പോൾ വലിയൊരു തമാശ കേട്ടിട്ടെന്നപോലെ ഞാൻ ചിരിക്കും. യേശുദാസിനേക്കാൾ ജയചന്ദ്രനാണ് നല്ല പാട്ടുകാരൻ എന്ന വല്യമ്മയുടെ വാദവും എനിക്ക് ദഹിക്കുന്നുണ്ടാ യിരുന്നില്ല. പുരുഷശബ്ദം ജയചന്ദ്രന്റേതാണെന്നായിരുന്നു വല്യമ്മയുടെ ന്യായം.

വേറിട്ട ഈ നിലപാടുകളും കാഴ്ചപ്പാടുകളും ജീവിതാന്ത്യംവരെ കൊണ്ടുനടന്നു ചിന്നമ്മുവല്യമ്മ. കറുത്ത് കുനുകുനുത്ത അക്ഷരങ്ങളിൽ മാസംതോറും മുടങ്ങാതെ കോളേജ് ഹോസ്റ്റലിലേക്ക് എന്നെ തേടിയെ ത്തിയിരുന്ന വല്യമ്മയുടെ സ്നേഹസുരഭിലമായ എഴുത്തുകളുടെ ഓർമ്മ ഇന്നും എന്റെ കണ്ണുകളെ ഈറനാക്കുന്നു. മകനെപ്പോലെ എന്നെ സ്നേഹിച്ച വല്യമ്മ ഇന്നില്ല. തികച്ചും ഏകാന്തമായ തന്റെ ജീവിതം മറ്റുള്ളവർക്കുവേണ്ടി ജീവിച്ചുതീർക്കുകയായിരുന്നു അവർ.

വയനാടൻ ജീവിതത്തോട് വിടവാങ്ങി ഏറെ വർഷങ്ങൾക്കുശേഷം അടുത്തിടെ ഭാര്യ ലതയ്ക്കും മക്കളായ മായയ്ക്കും മാധവിനും (അപ്പു) ഒപ്പം ചുണ്ടയിലെ ഞങ്ങളുടെ വീട് നിന്നിരുന്ന സ്ഥലത്ത് വെറുതെ ചെന്നു നിന്നപ്പോൾ, വല്യമ്മയുടെ അദൃശ്യസാന്നിധ്യം അനുഭവപ്പെടുന്നതു പോലെ തോന്നി. വീടു നിന്നിരുന്ന സ്ഥലം കാടുപിടിച്ചുകിടക്കുകയായി രുന്നു. സ്ഥലം വിലയ്ക്കുവാങ്ങിയ ആൾ പഴയ ബംഗ്ലാവിന്റെ 'കൊളോ ണിയൽ' അവശിഷ്ടങ്ങൾ വേരോടെ പിഴുതുകൊണ്ടുപോയതാകാം. പൊട്ടിപ്പൊളിഞ്ഞ സിമന്റ് പടവുകൾക്കു മുകളിൽ ഒരായിരം ഓർമ്മക ളുടെ തലോടലേറ്റ് അങ്ങനെ വെറുതെ നിൽക്കവേ, അപ്പു നിഷ്കളങ്ക മായി ചോദിച്ചു.

"അയ്യ്യേ, ഇദാ പ്പോ അച്ഛൻ താമസിക്കുന്ന വീട്? ഇത് കാടല്ലേ?"

പുസ്തകങ്ങളിലേക്ക്

സ്വാതന്ത്ര്യത്തിന്റെ ആഘോഷമാണ് മധ്യവേനലവധിക്കാലം. കുത്തിത്തുളയ്ക്കുന്ന വയനാടൻ തണുപ്പിൽനിന്ന് എടരിക്കോടിന്റെ ചൂടിലേക്കും ചെമ്മൺപൊടിയിലേക്കും ഒരു പറിച്ചുനടൽ. അവിടെ തറവാടുവീട്ടിൽ അമ്മയുടെ ജ്യേഷ്ഠത്തിമാരായ അമ്മുവല്യമ്മയും ശിവകാമി വല്യമ്മയും അനുജൻ ഗോപാലൻ കുട്ടിമ്മാമയുമുണ്ട്.

മൂന്നു മക്കളാണ് അമ്മുവല്യമ്മയ്ക്ക് - ഗോപി, പാർവതി, ലക്ഷ്മി. അക്ഷരങ്ങളുമായി സൗഹൃദം സ്ഥാപിക്കാൻ ഗോപിയേട്ടനോളം എന്നെ പ്രേരിപ്പിച്ചവർ വേറെയുണ്ടാവില്ല. എനിഡ് ബ്ലൈറ്റൻ മുതൽ മാരിയോ പുസോ വരെയുള്ളവരുടെ പുസ്തകലോകം എനിക്കു മുന്നിൽ സൗമനസ്യത്തോടെ തുറന്നിട്ടുതന്നത് ഗോപിയേട്ടനാണ്. ക്ലാസിക്കുകളെ പരിചയപ്പെടുത്തിത്തന്നത് ശിവകാമി വല്യമ്മയും.

ക്രിക്കറ്റും സിനിമയും സംഗീതവുമായിരുന്നു പാർവതിയേടത്തിയുടെ ഇഷ്ടങ്ങൾ. ഏടത്തിയുടെ ആവേശം തുടിക്കുന്ന വിവരണങ്ങളിലൂടെയാണ് ഗാവസ്കറും വിശ്വനാഥും ബ്രിജേഷ് പട്ടേലും ഗ്രെഗ് ചാപ്പലും ഡെനിസ് ലില്ലിയും ജെഫ് തോംസണുമെല്ലാം വർണപ്പൊലിമയുള്ള ഇമേജുകളായി എന്റെ സ്വപ്നങ്ങളിൽ നിറയുന്നത്. (പ്രോവിഡൻസ് കോളേജിൽ പഠിക്കുന്നകാലത്ത് സംസ്ഥാന വനിതാ ക്രിക്കറ്റ് ടീമിനു കളിച്ച ചരിത്രമുണ്ട് പാർവതി മേനോന്).

അമിതാഭ് ബച്ചനായിരുന്നു അക്കാലത്ത് ഏടത്തിയുടെ ആരാധനാപാത്രം. ഇന്നത്തെ വിന്റേജ് ബച്ചനല്ല. എഴുപതുകളിലെ രോഷാകുലനായ ചെറുപ്പക്കാരൻ, സ്റ്റേറ്റ്സ്മാന്റെ യൂത്ത് മാഗസിനായ ജെ.എസ്സിൽ വന്ന ബച്ചന്റെ ഒരു കൂറ്റൻ പോസ്റ്റർ വർഷങ്ങളോളം പാർവതിയേടത്തി തന്റെ ഷെൽഫിൽ ഭംഗിയായി ഒട്ടിച്ചുവെച്ചിരുന്നു. ഡെക്കാൻ ഹെറാൾഡിന്റെ ചെന്നൈ ഓഫീസിൽ ഉദ്യോഗസ്ഥയായ ഏടത്തി പഴയ ആരാധന ഇപ്പോഴും മനസ്സിൽ സൂക്ഷിക്കുന്നുണ്ടോ ആവോ. കോയമ്പത്തൂരിൽ സെൻട്രൽ എക്സൈസ് സൂപ്രണ്ടായി വിരമിച്ച ഗോപിയേട്ടന് ഏതായാലും പഴയപോലെ പുസ്തകങ്ങളിൽ അഭിരമിക്കാൻ സമയം കിട്ടാനിടയില്ല. തിരക്കുപിടിച്ച ജീവിതമാണ് അദ്ദേഹത്തിന്റേത്.

ഗോപിയേട്ടൻ എഴുതിത്തന്ന ഒരു നാടകം കുടുംബാംഗങ്ങൾക്കു മുന്നിൽ രംഗത്തവതരിപ്പിച്ചത് രസകരമായ മറ്റൊരനുഭവം. കുഴിനഖം കുട്ടൻപിള്ള എന്നായിരുന്നു നാടകത്തിന്റെ പേര്. സംവിധാനം പാർവതിയേടത്തി. രംഗത്ത് എനിക്കൊപ്പം രജി, രഞ്ജിനി, ലക്ഷ്മി, രമ, ഉണ്ണി, അമ്മു തുടങ്ങിയവർ. അക്കാലത്തുതന്നെ 'രഞ്ജിനി' എന്ന പേരിൽ ഒരു കൈയെഴുത്തുമാസികയും പുറത്തിറക്കിയിരുന്നു ഞങ്ങളുടെ കുട്ടിപ്പട.

വെറും ബാലചാപല്യങ്ങളായി ഇത്തരം സാഹസങ്ങളെ തള്ളിക്കളയാതിരുന്ന ഒരാളെങ്കിലുമുണ്ടായിരുന്നു അന്ന് തറവാട്ടിൽ - കുട്ടിമ്മാമ എന്ന് ഞങ്ങൾ സ്നേഹപൂർവം വിളിച്ചിരുന്ന ഗോപാലൻകുട്ടി മേനോൻ.

ഞങ്ങളുടെ കുട്ടിക്കളികളിൽപോലും ക്രിയേറ്റിവിറ്റിയുടെ അംശമുണ്ടെന്നു തിരിച്ചറിഞ്ഞതും അകമഴിഞ്ഞ് പ്രോത്സാഹിപ്പിച്ചതും കുട്ടിമ്മാമയാണ്. എഴുത്തുകാരനും രാഷ്ട്രീയക്കാരനും ശില്പിയും ചിത്രകാരനും മജീഷ്യനുമൊക്കെയായിരുന്ന കുട്ടിമ്മാമയെ ഞങ്ങൾ ആരാധനയോടെ കണ്ടു. പിൽക്കാലത്ത് ഒരു ശസ്ത്രക്രിയയുടെ പാർശ്വഫലമായി കുട്ടിമ്മാമയുടെ കാഴ്ചയും കേൾവിയും ഭാഗികമായി നഷ്ടപ്പെടുകയും ശരീരത്തിന്റെ ഒരു ഭാഗത്ത് തളർച്ച ബാധിക്കുകയും ചെയ്തപ്പോൾ ഞങ്ങൾ ഒരുമിച്ചു ദുഃഖിച്ചു.

മുല്ലശ്ശേരി രാജു എന്ന പ്രതിഭാസം

ക്രൂരമായ വിധിയുടെ മുഖത്തു നോക്കി പുഞ്ചിരിച്ച്, ചൂളമടിച്ച് നടന്നുപോയ മറ്റൊരു വലിയ മനുഷ്യനെ ഞാൻ അടുത്തറിയുന്നത് കോളേജ് വിദ്യാഭ്യാസത്തിനായി കോഴിക്കോട്ടെത്തിയശേഷമാണ്. രാജുമ്മാമ എന്ന് ഞാൻ വിളിച്ചിരുന്ന മുല്ലശ്ശേരി രാജഗോപാലൻ ആയിരുന്നു ആ മനുഷ്യൻ. ഒട്ടുമുക്കാലും തളർന്ന ആ ശരീരത്തിനുള്ളിലെ ഒരിക്കലും തളരാൻ കൂട്ടാക്കാത്ത മനസ്സ് എനിക്കൊരു അദ്ഭുതമായിരുന്നു - എന്നെപ്പോലെ മറ്റു പലർക്കും.

രാജഗോപാലിനെ 'ദേവാസുരം' എന്ന ചിത്രത്തിലെ മംഗലശ്ശേരി നീലകണ്ഠനായേ പുതിയ തലമുറ അറിയൂ. മോഹൻലാൽ അതിഗംഭീരമായി അവതരിപ്പിച്ച ആ കഥാപാത്രത്തിന്റെ സൃഷ്ടിക്ക് രഞ്ജിത്തിന് മാതൃകയായത് സുഹൃത്തും വഴികാട്ടിയും ഗുരുവുമെല്ലാമായ രാജുവേട്ടനായിരുന്നു. ദേവാസുരം സിനിമ വീഡിയോയിൽ കണ്ടശേഷം ചെറുചിരിയോടെ രാജുമ്മാമ പറഞ്ഞ ഒരു കമന്റ് ഓർമ്മയിലുണ്ട്: "എന്റെ യഥാർത്ഥ സ്വഭാവവുമായി തട്ടിച്ചുനോക്കുമ്പോൾ ഈ നീലകണ്ഠൻ എത്ര പാവം, എത്ര മാന്യൻ..."

എന്റെ അമ്മമ്മയുടെ സഹോദരീപുത്രനാണ് രാജുമ്മാമ. പക്ഷേ, അമ്മാവനും അനന്തരവനും തമ്മിലുള്ള ബന്ധത്തിലുപരി അസാധാരണമായ ഒരു സൗഹൃദം ഞങ്ങൾ കാത്തുസൂക്ഷിച്ചിരുന്നു. ഔപചാരികതകളിൽ അദ്ദേഹം ഒരിക്കലും വിശ്വസിച്ചില്ല. തന്റെ ദുഃസ്ഥിതിയിൽ സഹതാപം പ്രകടിപ്പിച്ചെത്തുന്നവരെ അദ്ദേഹം വെറുത്തു. ജീവിതം ആഘോഷിക്കാനുള്ളതാണെന്ന് വിശ്വസിച്ചു.

'തീക്ഷ്ണയൗവന'ത്തിന്റെ നാളുകളിലാണ് ഒരു മോട്ടോർ സൈക്കിൾ അപകടത്തിന്റെ രൂപത്തിൽ വിധി രാജുമ്മാമയെ കീഴടക്കുന്നത്. തളർച്ചയുടെ ദീർഘമായ ഇന്നിങ്സ് അവിടെനിന്നു തുടങ്ങുന്നു. മരണംവരെ നീണ്ടു അത്. എല്ലാ പ്രതിസന്ധികളിലും തണലായി നിൽക്കാൻ ഭാര്യ ലക്ഷ്മി (ഞങ്ങളുടെ ബേബി അമ്മായി) ഒപ്പമുണ്ടായിരുന്നു. ത്യാഗപൂർണമായ ഒരു പ്രണയത്തിന്റെ ക്ലൈമാക്സ് ആയിരുന്നു അവരുടെ വിവാഹം.

രാജുമ്മാമയുമായി അടുക്കുംമുൻപേ എനിക്ക് അദ്ദേഹത്തിന്റെ ജ്യേഷ്ഠനെ അറിയാം. തെല്ലൊരു ആരാധനയോടെ, ഭയഭക്തി ബഹുമാനങ്ങളോടെ ഞങ്ങൾ കുട്ടികൾ നോക്കിക്കണ്ടിരുന്ന ബാലാജിമ്മാമ, ശരിക്കും ഒരു സകലകലാവല്ലഭനായിരുന്നു. ഒന്നാന്തരം കഥകളി നടൻ, പത്രപ്രവർത്തകൻ, ചിത്രകാരൻ, പരസ്യ ഏജൻസിയിലെ കോപ്പിറൈറ്റർ... അങ്ങനെ അദ്ദേഹം തിളങ്ങിയ റോളുകൾ നിരവധി.

ചന്തുപ്പണിക്കരുടെ ശിഷ്യൻ ബാലകൃഷ്ണനായിരുന്നു കഥകളിയിൽ ബാലാജിയുടെ ഗുരു. പത്താംവയസ്സിൽ അരങ്ങേറ്റം. കളിയരങ്ങിൽനിന്ന് അദ്ദേഹം നേരെ പോയത് പത്രപ്രവർത്തനത്തിലേക്കാണ്. മുൽക്ക്‌രാജ് ആനന്ദ് എഡിറ്ററായ 'മാർഗ്ഗി'ലായിരുന്നു തുടക്കം. 1954-ൽ ടൈംസ് ഓഫ് ഇന്ത്യയിലും രണ്ടുവർഷം കഴിഞ്ഞ് ഇലസ്ട്രേറ്റഡ് വീക്ക്‌ലിയിലും സീനിയർ സബ് എഡിറ്റർ. സി.ആർ. മാൻഡി എന്ന പ്രഗദ്ഭനായ പത്രാധിപരുടെ കീഴിൽ 'വീക്ക്‌ലി'യിൽ ചെലവഴിച്ച കാലം ബാലാജിമ്മാമതന്നെ ഗൃഹാതുരത്വത്തോടെ അയവിറക്കിക്കേട്ടിട്ടുണ്ട്. വീക്ക്‌ലിയിൽ 'ദെ കോൾ ഇറ്റ് എ ഡേ' എന്ന പേരിൽ കോളമെഴുതിയിരുന്നപ്പോൾതന്നെ 'അഭിമന്യൂ' എന്ന പേരിൽ കേരളീയ പശ്ചാത്തലത്തിൽ ഒരു ഇംഗ്ലീഷ് നോവലെഴുതി അദ്ദേഹം.

അടുത്ത യാത്ര പരസ്യഏജൻസിയിലേക്കായിരുന്നു. പ്രശസ്ത ഏജൻസിയിൽ കോപ്പിറൈറ്ററായി തുടങ്ങിയ ബാലാജി പിന്നീടതിന്റെ ക്രിയേറ്റീവ് ഹെഡ്ഡായി. ഉയരങ്ങളിൽനിന്ന് ഉയരങ്ങളിലേക്കുള്ള പ്രയാണത്തിനിടെയാണ് ഒരു വിമാനാപകടത്തിൽ ബാലാജി മരണത്തിന് കീഴടങ്ങുന്നത്, 1976-ൽ.

സ്വപ്നജീവിയായിരുന്ന ജ്യേഷ്ഠനേക്കാൾ എക്സ്ട്രോവർട്ട് ആയിരുന്നു രാജുമ്മാമ. ജീവിതത്തെ ലാഘവത്തോടെ കണ്ട മനുഷ്യൻ. കലാകാരന്മാരും പാട്ടുകാരും കച്ചവടക്കാരും വിദ്യാർത്ഥികളും ഗുണ്ടകളും തെമ്മാടികളും നിഷേധികളും സിനിമാതാരങ്ങളുമെല്ലാം അദ്ദേഹത്തിന്റെ സുഹൃദ്‌വലയത്തിലുണ്ടായിരുന്നു. കലാബോധമില്ലാത്ത പ്രൊഫഷണൽ രാഷ്ട്രീയക്കാരെ മാത്രമേ അദ്ദേഹം അകറ്റിനിർത്തിയുള്ളൂ.

ജീവിതത്തിന്റെ നല്ലൊരു ഭാഗം അനങ്ങാൻ വയ്യാതെ കിടക്കയിൽ കഴിച്ചുകൂട്ടിയ രാജുമ്മാമയെ തേടി പുറംലോകം മുല്ലശ്ശേരിയുടെ വാതിലുകളിലൂടെ ഒഴുകിയെത്തുന്നത് വിസ്മയത്തോടെ കണ്ടുനിന്നിട്ടുണ്ട് ഞാൻ.

മുല്ലശ്ശേരിയിൽ നിലനിന്നിരുന്ന സംഗീതാന്തരീക്ഷമാണ് എന്നെ ഒരു 'പാട്ടെഴുത്തു'കാരനാക്കി മാറ്റിയതെന്ന് തോന്നിയിട്ടുണ്ട്. അത്രയും ഊർജ്ജസ്വലമായിരുന്നു രാജുമ്മാമയുമായുള്ള സംഗീത ചർച്ചകൾ; വിജ്ഞാനപ്രദവും. സംഗീതാസ്വാദനത്തിൽ ഞാൻ സെലക്ടീവായിത്തുടങ്ങുന്നതും രാജുമ്മാമയുമായുള്ള സംസർഗത്തിനുശേഷംതന്നെ.

മുല്ലശ്ശേരിയുടെ കിടപ്പുമുറിയിൽ, രാജുമ്മാമയുടെ ചാരേയിരുന്ന് പാടുകയും കുശലംപറയുകയും തമാശപറഞ്ഞ് പൊട്ടിച്ചിരിക്കുകയും പഴങ്കഥ

കൾ അയവിറക്കുകയും ചെയ്തവരിൽ പ്രതിഭാശാലികളുടെ ഒരു 'ക്രോസ് സെക്ഷനെ' കാണാൻ കഴിയുമായിരുന്നു – യേശുദാസ്, ജയചന്ദ്രൻ, ചിത്ര, സുജാത, വേണുഗോപാൽ, ഉദയഭാനു, പി. ലീല തുടങ്ങിയ ഗായകർ; മോഹൻലാൽ, മമ്മൂട്ടി, സുരേഷ്ഗോപി, മുരളി, നെടുമുടി വേണു തുടങ്ങിയ താരങ്ങൾ; എം.ടി., എൻ.പി., തിക്കോടിയൻ, വി.കെ.എൻ തുടങ്ങിയ സാഹിത്യകാരന്മാർ... അങ്ങേയറ്റം ഗൗരവക്കാരും മിതഭാഷികളുമായവരെപ്പോലും അനായാസം തന്റെ 'ഹാലോ'യിലേക്ക് ആകർഷിച്ച് സംഭാഷണപ്രിയരാക്കി മാറ്റിയെടുക്കാനുള്ള രാജുമ്മാമയുടെ കഴിവ് അപാരം.

രാവും പകലും സംഗീതസാന്ദ്രമായിരുന്നു മുല്ലശ്ശേരി. പാതിരാവും കടന്ന് മുന്നേറുന്ന മെഹ്ഫിലുകൾ. തബലയുടെയും ഹാർമോണിയത്തിന്റെയും അകമ്പടിയോടെ വേണുഗോപാലിന്റെയും സതീഷ്ബാബുവിന്റെയും നജ്മലിന്റെയും ഷഹബാസിന്റെയും ഷക്കീലിന്റെയും ആലാപനം. തലത്തും റഫിയും ബാബുരാജും ജഗ്ജിത്സിങ്ങും മെഹ്ദി ഹസനും ഗുലാം അലിയും നിറഞ്ഞുതുളുമ്പിയ ആ രാവുകൾ ഈ ജന്മം മറക്കില്ല.

എല്ലാം കേട്ട് വീൽചെയറിൽ കണ്ണടച്ചിരിക്കും രാജുമ്മാമ. എവിടെയെങ്കിലും ശ്രുതിഭംഗമുണ്ടായാൽ, താളം പിഴച്ചാൽ കണ്ണുകൾ പതുക്കെ തുറന്ന് വിരലുകൾകൊണ്ട് ആംഗ്യം കാണിക്കും അദ്ദേഹം. ജീവിതത്തിൽ പല കണക്കുകളും തെറ്റിപ്പോയെങ്കിലും സംഗീതത്തിൽ കണക്കുകൾ തെല്ലും പിഴക്കാറില്ലായിരുന്നു രാജുമ്മാമയ്ക്ക്.

ദേവരാജൻ മാസ്റ്ററുമൊത്ത് ഒരിക്കൽ മുല്ലശ്ശേരിയിൽ ചെന്നതോർക്കുന്നു. മാസ്റ്ററെ ഒന്ന് നേരിട്ടുകാണുക എന്നത് രാജുമ്മാമയുടെ വലിയൊരാഗ്രഹമായിരുന്നു. ഒരു സ്ട്രോക്ക് ഏല്പിച്ച ശാരീരികവും മാനസികവുമായ ആഘാതത്തിന്റെ തടവിലാണ് അന്ന് മാസ്റ്റർ, തളർന്നുകിടക്കുന്ന രാജുമ്മാമ, വിടർന്ന ചിരിയോടെ മാസ്റ്ററെ വരവേൽക്കുന്നു. ഒന്നുരണ്ടു മണിക്കൂർ നീണ്ട കൂടിക്കാഴ്ചയ്ക്കുശേഷം മനസ്സില്ലാമനസ്സോടെ തിരിച്ചുപോരുമ്പോൾ മാസ്റ്റർ പറഞ്ഞു: "ഈ മനുഷ്യനുമായി സംസാരിച്ചിരിക്കുമ്പോൾ എന്റേതൊരു അസുഖമേ അല്ലെന്ന് തോന്നിപ്പോകുന്നു. എന്തൊരു ഇച്ഛാശക്തി! എല്ലാ വേദനകളും പുഞ്ചിരിയിലൂടെ കഴുകിക്കളയുന്ന ആ ഭാര്യയെ വേണം നമസ്കരിക്കാൻ..."

ഗാനഗന്ധർവനെ ആദ്യം നേരിൽ കാണുന്നതും മുല്ലശ്ശേരിയിൽ വെച്ചാണ്. രാജുമ്മാമ കിടക്കുന്ന കട്ടിലിന്റെ ഓരത്തിരുന്ന് യേശുദാസ് തനിക്കേറ്റവും പ്രിയപ്പെട്ട പഴയ ഹിന്ദിഗാനങ്ങളുടെ പല്ലവികൾ ഒന്നൊന്നായി പാടുന്നു – ഒരു ഗീത്മാല പോലെ. റഫി സാഹിബിന്റെ ഇൻസാഫ് കാ മന്ദിർ, ജോ ബാത് തുഝ്മേ ഹേ, തലത്തിന്റെ ജൽതേ ഹേ ജിസ് കേലിയേ, ഹേമന്ദ്കുമാറിന്റെ ജാനേ വോ കൈസേ, മുകേഷിന്റെ സാരംഗാ തേരി യാദ്മേ, മന്നാഡേയുടെ പൂഛോ ന കൈസേ... ഓർക്കസ്ട്രയുടെ ആർഭാടമില്ല; പശ്ചാത്തലത്തിലൊരു തംബുരുനാദം

പോലുമില്ല. പക്ഷേ, അനവദ്യമായിരുന്നു ആ ഗാനാഞ്ജലി. "എങ്ങനെ ഈ വരികളെല്ലാം ഇപ്പോഴും ഓർത്തിരിക്കുന്നു?" വെറുതെ ചോദിച്ചു. ചിരിച്ചുകൊണ്ട് അദ്ദേഹം പറഞ്ഞു: "കുട്ടിക്കാലത്ത് കേട്ടും ഏറ്റുപാടിയും മനഃപാഠമാക്കിയ പാട്ടുകളല്ലേ? അതങ്ങനെ രക്തത്തിൽ കിടക്കും..." രാജു മ്മാമയെ കാന്തികചികിത്സയ്ക്കായി ചെന്നൈയിലെ തന്റെ വീട്ടിൽ മാസങ്ങളോളം താമസിപ്പിച്ചിട്ടുമുണ്ട് യേശുദാസ്. ഇന്നും ഇടയ്ക്കൊക്കെ മുല്ലശ്ശേരിയിൽ ചെല്ലുമ്പോൾ, രാജുവിന്റെ അദൃശ്യസാന്നിധ്യം തനിക്കനുഭവപ്പെടാറുണ്ടെന്ന് ഒരിക്കൽ അദ്ദേഹം പറഞ്ഞുകേട്ടതോർക്കുന്നു. മുല്ലശ്ശേരിയിൽ ഇന്ന് ബേബിയമ്മായി ഒറ്റയ്ക്കാണ്.

എന്റെ വിവാഹത്തലേന്ന് രാത്രി മുല്ലശ്ശേരിയുടെ പൂമുഖത്ത് അരങ്ങേറിയ മെഹ്ഫിൽ മറക്കാനാവില്ല. എല്ലാ പാട്ടുകാരുടെയും ഊഴം കഴിഞ്ഞശേഷം രാജുമ്മാമയുടെ നിർബന്ധത്തിന് വഴങ്ങി ഗത്യന്തരമില്ലാതെ ഞാനൊരു പാട്ടുപാടിപ്പോകുന്നു: "അനുരാഗനാടകത്തിൽ അന്ത്യമാംരംഗം തീർന്നു..."

പാടിത്തീർന്നപ്പോൾ. അടുത്തുവിളിച്ച് കവിളിൽ ഒരുമ്മതന്നശേഷം രാജുമ്മാമ പറഞ്ഞു: "ഇതുതന്നെ വേണം പാടാൻ. കല്യാണം കഴിയുന്നതോടെ എല്ലാ നല്ല ചെറുപ്പക്കാരുടെയും ജീവിതത്തിലെ അനുരാഗം വറ്റിപ്പോകും. എന്റെ കാര്യവും അതുതന്നെ." തൊട്ടടുത്തുണ്ടായിരുന്ന ബേബിയമ്മായിയെ നോക്കിച്ചിരിച്ച് കണ്ണിറുക്കാൻ മറന്നില്ല രാജുമ്മാമ.

അന്ന് അതുകേട്ട് പൊട്ടിച്ചിരിച്ചവരിൽ എന്റെ സുഹൃത്തും ഗായകനുമായ എം.എസ്. നസീമും ഉണ്ടായിരുന്നു. എ.എം. രാജ എന്ന പഴയ പാട്ടുകാരന് അദ്ദേഹത്തിന്റെതന്നെ ഗാനങ്ങളിലൂടെ മലയാളി മനസ്സിൽ പുനർജന്മം നൽകിയ ഗായകൻ. ഇന്ന്, നസീം ഒരു നൊമ്പരമാണെനിക്ക്.

ഓർമ്മവരുന്നത് പത്തുവർഷംമുമ്പ് ചെന്നൈയിൽ സോമസുന്ദര ഭാരതിനഗറിലെ ഗായകൻ സി.ഒ. ആന്റോയുടെ വീട്ടിലേക്ക് ഒരു ടെലിവിഷൻ ഡോക്യുമെന്ററി ഷൂട്ട് ചെയ്യാൻ വേണ്ടി നസീമിനൊപ്പം നടത്തിയ യാത്രയാണ്. പാടാൻ പോയിട്ട് സംസാരിക്കാൻപോലുമാകാതെ നിസ്സഹായനായി കിടക്കയിൽ കണ്ണുതുറന്ന് മലർന്നുകിടക്കുന്ന ആന്റോച്ചേട്ടനെ കണ്ട് തിരിച്ചുവരുമ്പോൾ നസീം വേദനയോടെ പറഞ്ഞു: "കഷ്ടം. ഒരു പാട്ടുകാരനും ഈ ഗതി വരുത്താതിരിക്കട്ടെ ദൈവം."

കഴക്കൂട്ടത്തെ വീട്ടിൽ അക്ഷരങ്ങളെ ചൊല്പടിക്കു നിർത്താനാകാതെ കുഴയുന്ന നസീമിനെ ഇന്നു കാണുമ്പോൾ പഴയ ആ യാത്ര ഓർമ്മവരും. നിനച്ചിരിക്കാതെവന്ന ഒരു സ്ട്രോക്കാണ് നസീമിനെ നാലുവർഷം മുൻപ് തളർത്തിയത്. ഇന്നും പ്രിയപ്പെട്ട പാട്ടുകൾ മൂളാൻ ശ്രമിക്കാറുണ്ട് നസീം. അവ അക്ഷരങ്ങളായി പുറത്തുവരാറില്ലെന്നു മാത്രം.

ജീവിതം ഇങ്ങനെയൊക്കെയാണെന്ന് കരുതി സമാധാനിക്കുക. കവി പാടിയതുപോലെ ഇനിയാരെന്നുമെന്തെന്നുമാർക്കറിയാം.

■

www.ingramcontent.com/pod-product-compliance
Lightning Source LLC
LaVergne TN
LVHW041611070526
838199LV00052B/3097
9789388830676